ഗ്രീൻ ബുക്സ്

നവോത്ഥാനത്തിന്റെ രാഷ്ട്രീയമാനങ്ങൾ

പ്രൊഫ. എം.ജി.എസ്. നാരായണൻ

ചരിത്രപണ്ഡിതൻ, എഴുത്തുകാരൻ.
1932ൽ മലപ്പുറം ജില്ലയിലെ പൊന്നാനിയിൽ ജനനം.
വിദ്യാഭ്യാസം: ബിരുദാനന്തരബിരുദം
(മദ്രാസ് ക്രിസ്ത്യൻ കോളേജ്)
കേരള സർവ്വകലാശാലയിൽനിന്നും പിഎച്ച്.ഡി.
കാലിക്കറ്റ് യൂണിവേഴ്സിറ്റിയിൽ ചരിത്രവിഭാഗം മേധാവി.
വിരമിച്ചശേഷം സോഷ്യൽ സയൻസ് &
ഹ്യുമാനിറ്റി ഫാക്കൽറ്റിയിൽ ഡീൻ.
ഇന്ത്യൻ ഹിസ്റ്ററി കോൺഗ്രസ് കമ്മിറ്റിയിലെ
എക്സിക്യൂട്ടീവ് കമ്മിറ്റി അംഗം,
ഇന്ത്യൻ ഹിസ്റ്ററി & കൾച്ചറൽ സൊസൈറ്റിയുടെ
ജനറൽ സെക്രട്ടറി, വിവിധ കലാലയങ്ങളിൽ
യു.ജി.സി. വിസിറ്റിംഗ് ഫാക്കൽറ്റി.
സെന്റർ ഫോർ ഹെറിറ്റേജ് സ്റ്റഡി സെന്റർ
ഡയറക്ടറായിരുന്നു. ടോക്കിയോ യൂണിവേഴ്സിറ്റിയിൽ
വിദേശപഠനവകുപ്പിൽ വിസിറ്റിംഗ് പ്രൊഫസർ.
കൃതികൾ: Perumals of Kerala: Brahmin oligarchy and Richual Monarchy of Aryanisation of Kerala, ഇന്ത്യൻ ചരിത്രപരിചയം, സാഹിത്യ അപരാധങ്ങൾ, കേരള ചരിത്രത്തിന്റെ അടിസ്ഥാനശിലകൾ, കോഴിക്കോടിന്റെ കഥ, ജനാധിപത്യവും കമ്മ്യൂണിസവും തുടങ്ങിയ ചരിത്രഗ്രന്ഥങ്ങൾ.
അവാർഡ്: മഹർഷി ബദ്രായൻ വ്യാസ് സമ്മാൻ
(President award of certificate - Classical Malayalam - 2016),
സി.എച്ച്.മുഹമ്മദ് കോയ അവാർഡ്.

ലേഖനം
നവോത്ഥാനത്തിന്റെ രാഷ്ട്രീയമാനങ്ങൾ

പ്രൊഫ.എം.ജി.എസ്. നാരായണൻ

ഗ്രീൻ ബുക്സ്

green books private limited
gb building, civil lane road, ayyanthole,
thrissur- 680 003, kerala, ph: +91 487-2381066, 2381039
website: www.greenbooksindia.com
e-mail: info@greenbooksindia.com

malayalam
navothanathinte rashtreeyamaanangal
article
by
prof. m.g.s. narayanan

first published february 2019

branches:
thrissur 0487-2422515
palakkad 0491-2546162
thiruvananthapuram 0471-2335301
calicut 0495 4854662
kannur 0497-2763038

isbn : 978-93-88830-07-2

no part of this publication may be reproduced,
or transmitted in any form or by any means,
without prior written permission of the publisher.

GMPL/1064/2019

മുഖക്കുറി

കേരള ചരിത്രത്തിന്റെ ഭാഗധേയം നിർണയിക്കുന്നതിൽ പ്രധാന പങ്കുള്ള എം.ജി.എസ്സിന്റെ രാഷ്ട്രീയനിലപാടുകൾ എന്നും വ്യത്യസ്തമായിരുന്നു. ചരിത്രത്തിന്റെ അക്ഷരപ്പൊലിമയിൽ നവോത്ഥാനകാലത്തിലേക്കുള്ള ചുവടുകളാണ് ഈ പുസ്തകം.

കൃഷ്ണദാസ്
മാനേജിങ് എഡിറ്റർ

ഉള്ളടക്കം

ഹിന്ദുവാണെന്ന് എങ്ങനെയാണ് തെളിയിക്കേണ്ടത്? 09

ചരിത്രത്തെ അട്ടിമറിക്കരുത് 12

വിപ്ലവം പാർട്ടിക്കുള്ളിൽ 23

ഇന്നലെകളിലെ കോഴിക്കോട്-ഇന്നത്തെയും... 29

അനശ്വരസമ്പാദ്യം 37

കൊല്ലം നഗരവും ചീനാവ്യാപാരവും 41

സാംസ്കാരിക വിപ്ലവം തുഞ്ചത്തെഴുത്തച്ഛനിലൂടെ 49

തമിഴകത്തിലെ ഭക്തിപ്രസ്ഥാനം 59

ചിലപ്പതികാരം - ഇതിഹാസത്തിന്റെ പുനർവായന 65

പരശുരാമകഥ - സത്യവും മിഥ്യയും 77

ഒരു യഥാർത്ഥ പൈതൃക പഠനകേന്ദ്രം 83

എന്റെ ഫാറൂഖ് കോളേജ് കാലം 91

സുന്ദരിമാരും സുന്ദരന്മാരും 97

കേരളത്തെ നശിപ്പിച്ചത് കമ്മ്യൂണിസ്റ്റുകാർ 107

ഹിന്ദുവാണെന്ന് എങ്ങനെയാണ് തെളിയിക്കേണ്ടത്?

ഗുരുവായൂർ ക്ഷേത്രച്ചട്ടങ്ങളുകളെപ്പറ്റിയുണ്ടായ തർക്കങ്ങളും മേൽശാന്തിയുടെ പ്രസ്താവനയും മാനേജിങ് കമ്മിറ്റിയുടെ നിലപാടുമാണ് ഈ വിഷയത്തെക്കുറിച്ച് ആലോചിക്കാനിടയാക്കിയത്.

ഒരു മനുഷ്യൻ ഹിന്ദുവാണെന്ന് എങ്ങനെയാണ് തെളിയിക്കുക? വാദിയുടെയും പ്രതിയുടെയും തെളിവുകൾ അപകടമായി തോന്നുന്നു. ജാതി സംഘടനയുടെ സാക്ഷ്യപത്രം ഹാജരാക്കാമെന്നാണ് ഒരു കക്ഷി പറയുന്നത്. അതുപോരാ, കോഴിക്കോട്ടെ ആര്യസമാജത്തിന്റെ സാക്ഷ്യപത്രം വേണമെന്നാണ് അധികൃതർ ആവശ്യപ്പെടുന്നത്.

വാസ്തവത്തിൽ ഹിന്ദുസമൂഹം പല ജാതികളായി പിരിഞ്ഞിട്ടാണ് ഇന്നും ജീവിക്കുന്നത്. പക്ഷേ, നൂറ്റാണ്ടുകളായ ധാരണകൾ പൊളിച്ചെഴുതിക്കൊണ്ട് ഹിന്ദുക്കളുടെ ആധികാരിക മതവിശ്വാസങ്ങൾക്കും ജാതിസമ്പ്രദായത്തിനും തമ്മിൽ ജൈവബന്ധമില്ലെന്നു ബുദ്ധന്റെയും ദയാനന്ദന്റെയും വിവേകാനന്ദന്റെയും ഗാന്ധിജിയുടെയും ചുവടുപിടിച്ചുകൊണ്ടു ഹിന്ദുക്കളിൽ ഭൂരിപക്ഷം കഴിഞ്ഞ നൂറ്റാണ്ടിൽതന്നെ തീരുമാനിച്ചു. ഭരണഘടനയിലും നിയമാവലിയിലും അതെഴുതിച്ചേർത്തു.

ആ നിലയ്ക്കു ഹിന്ദുത്വം തെളിയിക്കാൻ ജാതിസംഘടനയെ കൂട്ടുപിടിക്കുന്നത് പിന്നോക്കം നടക്കലാണ്. മാത്രമല്ല, പ്രായോഗികപ്രശ്നങ്ങളും ഇതിലടങ്ങിയിരിക്കുന്നു. ഒരു വ്യക്തി ജാത്യാചാരങ്ങൾ അനുഷ്ഠിക്കാത്തവനോ, മറ്റേതെങ്കിലും തരത്തിൽ ജാതിസംഘടനാ പ്രവർത്തകർക്ക് അസ്വീകാര്യനോ ആയാൽ എന്തുചെയ്യും? ചില ജാതികൾക്ക് ഒന്നിലധികം സംഘടനകളുണ്ടാകും. ചിലർക്ക് ഒന്നുമില്ലെന്നും വരും. അഭിപ്രായഭിന്നതകളുണ്ടാകാം. സ്വന്തം ജാതി മനസാ ഉപേക്ഷിച്ച ഒരാൾ സ്വയം ഹിന്ദുത്വത്തിൽനിന്നു ബഹിഷ്കൃതനാകുമോ? ആധുനിക ഹിന്ദുക്കൾക്ക് അങ്ങനെ വാദിക്കാനൊക്കുമോ?

ജന്മംകൊണ്ടു ജാതികളിൽ ഒന്നുംപെടാത്ത ഒരാൾക്ക്, മറ്റേതെങ്കിലും മതത്തിലുള്ള മാതാപിതാക്കൾ ഉള്ളവർക്ക്, ഹിന്ദുമതവിശ്വാസം ഉണ്ടായാൽ അതിനെ സ്വീകരിക്കാനോ തള്ളിക്കളയാനോ അധികാരമുള്ള ഒരു മതമേധാവി ഹിന്ദുക്കൾക്കിടയിൽ ആരാണുള്ളത്? ആര്യസമാജം ഹിന്ദുക്കൾക്കിടയിലെ പല സംഘടനകൾക്കിടയിൽ ഒന്നുമാത്രമാണ്. അവർ ഉണ്ടാക്കിയ 'ശുദ്ധി' ആചാരങ്ങൾ എല്ലാ ഹിന്ദുക്കൾക്കും ബാധകമാവണമെന്നില്ല. അവർക്കു ഹിന്ദു സമൂഹത്തിന്റെ മുഴുവൻ പ്രാതിനിധ്യമില്ല.

വാസ്തവത്തിൽ ആർക്കും അങ്ങനെ ഒരധികാരമില്ല. ഹിന്ദുസമൂഹം സെമിറ്റിക് മതസമൂഹങ്ങളിൽനിന്നു വ്യത്യസ്തമാകുന്നതും അവയേക്കാൾ സ്വതന്ത്രമാണെന്ന് അവകാശപ്പെടുന്നതും ഈ സവിശേഷത കൊണ്ടാണ്. ജാതിനിയമങ്ങൾകൂടി ശിഥിലമായതോടെ ഹിന്ദുക്കൾ ഓരോരുത്തരും ബുദ്ധൻ പറഞ്ഞതുപോലെ, സ്വന്തം വെളിച്ചമനുസരിച്ചു പെരുമാറാൻ പ്രാപ്തരായിരിക്കുന്നു. അന്യരെ അനുകരിക്കാനുള്ള ശ്രമത്തിലൂടെ ഈ മഹത്തായ നേട്ടത്തെ നാം വലിച്ചെറിയേണ്ടതുണ്ടോ? കേവലം സങ്കുചിതമായ സാങ്കേതികത്വത്തിൽ ഹിന്ദുസത്തയെ കുടുക്കിയിടാൻ ശ്രമിക്കുന്നത് ആത്മഹത്യാപരമായിരിക്കും.

ശരിയാണ്, ആരാധനാലയങ്ങൾക്കകത്തു ചില വിശ്വാസങ്ങളുടെയും ആചാരങ്ങളുടെയും അടിസ്ഥാനത്തിൽ പ്രവർത്തനസ്വാതന്ത്ര്യം നിയന്ത്രിക്കേണ്ടിവരാം. ആ വിശ്വാസമോ അതിനോടനുബന്ധിച്ചുള്ള ആചാരങ്ങളോ സ്വീകരിക്കാത്തവരെ പുറത്തു നിർത്തേണ്ടിവരും എന്നുകൂടി സമ്മതിക്കാം. പക്ഷേ, സംശയം വന്നാൽ ക്ഷേത്രാചാരങ്ങളിൽ വിശ്വസിക്കുന്നുവെന്നു സാക്ഷ്യപ്പെടുത്താൻ തയ്യാറുള്ള എല്ലാവർക്കുമായി ക്ഷേത്ര പ്രവേശനം വിപുലീകരിക്കേണ്ടതാണ്. അല്ലാതെ ഇക്കാര്യത്തിൽ ഏതെങ്കിലും വിധത്തിലുള്ള ഉദ്യോഗസ്ഥ-പുരോഹിത മേധാവിത്വങ്ങൾ സമൂഹത്തിന്റെ മേൽ ഇനിയും കെട്ടിവയ്ക്കാൻ ശ്രമിക്കരുത്.

കൃഷ്ണഭക്തരായ കവികളും കലാകാരന്മാരും ധാരാളമായി പ്രത്യക്ഷപ്പെടുന്ന കാലഘട്ടമാണിത്. അന്യമതവിശ്വാസികൾക്കിടയിലും അത്തരക്കാർ ഉണ്ടാവുന്നു. യേശുദാസ്, യൂസഫലി കേച്ചേരി തുടങ്ങിയ പ്രസിദ്ധരായ കൃഷ്ണഭക്തരെപ്പോലും പുറത്തുനിർത്തുന്ന സമ്പ്രദായം വീണ്ടുവിചാരത്തിനു വിധേയമാകേണ്ടതാണ്. ഇക്കാര്യത്തിലാണ് സെമിറ്റിക് മതങ്ങളെ ഹിന്ദുക്കൾ അനുകരിക്കേണ്ടത്. അല്ലാതെ അവരുടെ സങ്കുചിതമായ പ്രമാണങ്ങളുടെ കാര്യത്തിലല്ല. ശുദ്ധാശുദ്ധ വിചാരങ്ങൾ ജന്മത്തെയോ സംഘടനാബന്ധത്തെയോ ആശ്രയിച്ചല്ല കർമ്മത്തെയും വിശ്വാസത്തെയും അടിസ്ഥാനമാക്കിയാണ് നിജപ്പെടുത്തേണ്ടത്.

പ്രൊഫ.എം.ജി.എസ്. നാരായണൻ

ഹിന്ദുക്കളുടെ അതിപ്രധാനമായ ആരാധനാകേന്ദ്രങ്ങളാണ് കേരളത്തിലെ ഗുരുവായൂർ, ശബരിമല തുടങ്ങിയ ക്ഷേത്രങ്ങൾ. ഈ മഹാക്ഷേത്രങ്ങൾപോലും രാഷ്ട്രീയക്കാർ നേതൃത്വം വഹിക്കുന്ന സർക്കാരിന്റെ നിയന്ത്രണത്തിൽ തുടരുന്നതു ലജ്ജാകരമാണ്. ഹിന്ദുത്വത്തിന് അപമാനകരമായ കക്ഷിരാഷ്ട്രീയത്തിനു ക്ഷേത്രകാര്യങ്ങളിൽ ആധിപത്യം നേടാൻ ഈ അവസ്ഥ വഴിവയ്ക്കുന്നു. ഗുരുവായൂരിലെ തർക്കങ്ങൾക്കു പിന്നിലും കക്ഷിരാഷ്ട്രീയത്തിന്റെ കളിയുണ്ടെന്നു സംശയിക്കേണ്ടിയിരിക്കുന്നു. ക്ഷേത്രം ഭാരവാഹികൾ ഭക്തന്മാരുടെ പ്രതിനിധികൾ എന്നതിനേക്കാൾ ഭരിക്കുന്ന സർക്കാരിന്റെ കാര്യസ്ഥന്മാരാണല്ലോ.

ഇതെന്തുമാത്രം ആശാവഹമായ സ്ഥിതിയാണെന്ന് ഇനിയെങ്കിലും ഹൈന്ദവസമൂഹം ചിന്തിക്കേണ്ടിയിരിക്കുന്നു. ഒരുപക്ഷേ, മുൻപൊരിക്കൽ ഗാന്ധിജിയുടെ അനുഗ്രഹാശിസ്സുകളോടെ കേളപ്പനും എ.കെ. ഗോപാലനും മറ്റും നടത്തിയ ഗുരുവായൂർ സത്യഗ്രഹത്തിന്റെ രണ്ടാമൂഴംതന്നെ ക്ഷേത്രങ്ങളുടെ മോചനത്തിന് ആവശ്യമായി വന്നേക്കാം. ഈ കാര്യങ്ങളിൽ ഹൈന്ദവർക്കിടയിൽ സജീവമായ ചർച്ച നടക്കാൻ ഇപ്പോഴത്തെ സംഭവവികാസങ്ങൾ സഹായിക്കുമെന്ന് ആശിക്കട്ടെ.

∎

ചരിത്രത്തെ അട്ടിമറിക്കരുത്

- ഗാന്ധിവധവുമായി ബന്ധപ്പെട്ട സുപ്രധാന രേഖകൾ മോദി സർക്കാർ കത്തിച്ച് നശിപ്പിച്ചുവെന്ന് രാജ്യസഭയിൽ പി. രാജീവ് എം.പി. ആക്ഷേപം ഉന്നയിച്ചിരിക്കുകയാണല്ലോ. എന്നാൽ കേന്ദ്രആഭ്യന്തര മന്ത്രി ആരോപണം നിഷേധിക്കുകയും ചെയ്തു. വസ്തുതകൾ എന്തായാലും ഗാന്ധിവധം ആർ.എസ്.എസ്സിനെ ഇപ്പോഴും വേട്ട യാടുകയല്ലേ? ഇന്ത്യൻ ചരിത്രഗവേഷണ കൗൺസിലിൽ ഏറെ ക്കാലം പ്രവർത്തിക്കുകയും ചെയർമാനാവുകയും ചെയ്ത ചരിത്ര കാരനാണ് താങ്കൾ. മാത്രമല്ല നാഷണൽ ആർക്കെയ്‌വ്‌സിന്റെയും ആർക്കിയോളജിയുടെയും വിവിധ കമ്മിറ്റികളിലും താങ്കൾ അംഗമാ യിട്ടുണ്ടല്ലോ. പുതിയ സംഭവവികാസങ്ങളെക്കുറിച്ച് എന്താണ് കരുതുന്നത്.

ഗാന്ധിവധത്തെ സംബന്ധിച്ച വിധിയിൽ ആർ.എസ്.എസ്സിന്റെ പങ്കിനെക്കുറിച്ച് ഒന്നും പറയുന്നില്ല. മുൻപ് ആർ.എസ്. എസ്സിൽ അംഗമായിരുന്ന ഗോഡ്‌സെ അതിൽനിന്ന് വിട്ടുപോയി സ്വന്തം നിലയ്ക്കാണ് ഗാന്ധിജിയെ കൊന്നതെന്നും അതിൽ ആർ.എസ്. എസ്സിന് പങ്കില്ലെന്നുമാണ് വിധിയിൽ. ആർ.എസ്.എസ്. നാഥുറാം ഗോഡ്‌സെയെയും സഹോദരൻ ഗോപാൽ ഗോഡ്‌സെയെയും പുറത്താക്കിയിരുന്നു. എന്നാൽ അവർ ആർ.എസ്.എസ്സിന്റെ നയ ങ്ങളാണ് പിൻതുടർന്നത്. ആർ.എസ്.എസ്സുകാർക്ക് ഗോഡ്‌സെ സഹോദരന്മാരോടായിരുന്നു സിമ്പതി. ഗോപാൽ ഗോഡ്‌സെയുടെ പുസ്തകം പ്രചരിപ്പിച്ചിരുന്നത് ആർ.എസ്.എസ്സുകാരായിരുന്നല്ലോ. എന്നാൽ ഔദ്യോഗികമായി ആർ.എസ്.എസ്. സംഘടനയെന്ന നിലയിൽ ഇവരെ അനുകൂലിച്ചിരുന്നില്ല. അതൊരുപക്ഷേ ഒരു വിദ്യ യായിരിക്കാം. പാർലമെന്റിൽ ഗാന്ധിവധവുമായി ബന്ധപ്പെട്ട കാര്യം വരുമ്പോൾ വിധിക്കാണല്ലോ പ്രാധാന്യം.

ഞാൻ നാഷണൽ ആർക്കൈവ്സിന്റെയും ആർക്കിയോളജിയുടെയും അഡ്വൈസറി കമ്മിറ്റിയിൽ ഉണ്ടായിരുന്നു. ഉപയോഗശൂന്യമാണെന്ന് കണ്ടെത്തുന്ന ഫയലുകൾ നശിപ്പിക്കുന്നത് പുതിയ കാര്യമൊന്നുമല്ല. മുമ്പും ചെയ്തിട്ടുണ്ട്. ചിലപ്പോൾ മൂന്നുമാസം കൂടുമ്പോഴോ ആറുമാസമാകുമ്പോഴോ ഒരു കൊല്ലമാകുമ്പോഴോ ഒക്കെയായിരിക്കും ഇങ്ങനെ ചെയ്യുന്നത്. ഫയലുകൾ കുന്നുകൂടിയാൽ സൂക്ഷിക്കാനിടമുണ്ടാവില്ലല്ലോ. അതുകൊണ്ട് ഗവേഷണത്തിന് ഉപകരിക്കാത്തതോ ഭാവിയിൽ ഉപയോഗത്തിന് പറ്റാത്തതോ ആയവ നശിപ്പിക്കുന്നതിന് ബ്രിട്ടീഷുകാരുടെ കാലത്തുതന്നെ നിയമമുണ്ട്. ഇത് എല്ലാ ആർക്കൈവ്സും ചെയ്യുന്നതുമാണ്.

നരേന്ദ്രമോദിയുടെ സർക്കാർ ഗാന്ധി വധവുമായി ബന്ധമുള്ള രേഖകൾ നശിപ്പിച്ചു എന്ന് ആരോപിക്കുമ്പോൾ അതേതൊക്കെയാണെന്ന് മനസ്സിലാക്കാതെ പറയാനോ അവരെ കുറ്റപ്പെടുത്താനോ കഴിയില്ല.

ഫയലുകൾ ഏതൊക്കെ നശിപ്പിക്കണമെന്ന് തീരുമാനം കൈക്കൊള്ളുന്നതിന് ഒരു കമ്മിറ്റിയുണ്ട്. അവർ പരിശോധിച്ച് ഉപയോഗശൂന്യമായവ വേറെതന്നെ തരംതിരിക്കും. എന്നിട്ട് അത് കത്തിക്കുകയാണ് ചെയ്യുക. സെക്രട്ടറിയേറ്റിൽ ഇങ്ങനെ ഇടയ്ക്കിടയ്ക്ക് ചെയ്യാറുണ്ടല്ലോ.

ഞാൻ തിരുവനന്തപുരത്ത് പി.എച്ച്.ഡി. ചെയ്യുന്ന കാലത്ത് റവന്യൂ ഡിപ്പാർട്ട്മെന്റിൽ ജോലി ചെയ്തിരുന്ന എന്റെ ഒരു വിദ്യാർത്ഥിയുണ്ടായിരുന്നു. അവിടെ നിരവധി ഡോക്യുമെന്റ്സ് കത്തിക്കുന്നത് കണ്ടപ്പോൾ ഓടിവന്നു. ട്രാവൻകൂർ ആർക്കിയോളജിക്കൽ സീരീസും കത്തിക്കാൻവെച്ച കൂട്ടത്തിലുണ്ടായിരുന്നു. അത് പലപ്പോഴും ഞാൻ വായിക്കുന്നത് അയാൾ കണ്ടിട്ടുണ്ട്. അത് അപൂർവമായി മാത്രമേ കിട്ടാനുണ്ടായിരുന്നുള്ളൂ. പത്തോ പന്ത്രണ്ടോ വോള്യങ്ങൾ. ഓരോ വോള്യത്തിനും രണ്ടോ മൂന്നോ പാർട്ടുണ്ട്. അതിന്റെ സെറ്റുകളാണ് കത്തിക്കാൻ വെച്ചിരിക്കുന്നത്. കത്തിക്കാനെടുത്തവർക്ക് അറിയില്ലായിരുന്നു ഇതിന്റെ പ്രാധാന്യം. കത്തിക്കുന്നതിന് നിയമമുണ്ടെങ്കിലും ഇങ്ങനെ ചില പ്രധാനപ്പെട്ട രേഖകൾ പെട്ടുപോകാറുണ്ട്. ആവശ്യമുള്ളതും ആവശ്യമില്ലാത്തതാണെന്ന് ഉദ്യോഗസ്ഥർ സർട്ടിഫൈ ചെയ്താൽ കത്തിക്കാം.

നെഹ്റു മ്യൂസിയം ലൈബ്രറിയിൽ രേഖകളൊന്നും കത്തിക്കാറില്ല. കാരണം അതൊക്കെ സ്വകാര്യരേഖകളാണ്. സർക്കാർ പേപ്പേഴ്സുള്ള ആർക്കെയ്വ്സിൽ മാത്രമേ രേഖകൾ കത്തിക്കാറുള്ളൂ.

കഴിഞ്ഞ 20 വർഷമായി നാഷണൽ ആർക്കൈയ്‌വ്സിൽ രേഖകളൊന്നും കത്തിക്കാറില്ല എന്നാണ് അന്വേഷിച്ചപ്പോൾ അറിയാൻ കഴിഞ്ഞത്.

- ഗാന്ധിയൻ രീതിശാസ്ത്രത്തോട് ഒരു താത്പര്യവുമില്ലാത്ത സർക്കാരാണല്ലോ മോദിയുടേത്. സ്വാഭാവികമായും രേഖകൾ കത്തിച്ചിരിക്കാം എന്ന് സംശയിക്കുന്നവരെ കുറ്റം പറയാനാവില്ലല്ലോ.

ശരിയാണ്. ഗാന്ധിജിയോട് ഒരു താത്പര്യവും കാട്ടാത്തവരാണ്. എങ്കിലും ഇപ്പോൾ അവർ താത്പര്യം ഉണ്ടെന്ന് നടിക്കുന്നുണ്ട്. അത് സത്യസന്ധതയോടെയാണെന്ന് പറയാൻ പറ്റില്ല. തെരഞ്ഞെടുപ്പിൽ വിജയിച്ചതുകൊണ്ടായിരിക്കാം ഗാന്ധിസ്മൃതിയിൽ പുഷ്പാർച്ചന നടത്തിയത്. ഒരുപക്ഷേ പാർലമെന്ററി ആവശ്യത്തിനുവേണ്ടി അവർ നയം മാറ്റിയതുമാകാം. ഉറപ്പു പറയാനാവില്ല. ആർ.എസ്.എസ്സിലൊന്നും ജനാധിപത്യരീതിയില്ലല്ലോ. അവിടെ തെരഞ്ഞെടുപ്പൊന്നുമില്ല. ഒരുകൂട്ടം ബ്രാഹ്മണരുടെ ആധിപത്യമാണ് അതിന്റെ സംഘടനാനേതൃത്വത്തിൽ ഇപ്പോഴും. അവർ ഇനി നയം മാറ്റിയാലും മാറ്റില്ല. എന്നാൽ മാർക്സിസ്റ്റുകൾക്ക് പേരിനെങ്കിലും തെരഞ്ഞെടുപ്പുണ്ട്. ആർ.എസ്.എസ്സിന്റെ സർസംഘ് ചാലക്മാരെ ഈ ബ്രാഹ്മണർ തന്നെയാണ് ഇടയ്ക്ക് മാറ്റുന്നതെങ്കിലും ആർ.എസ്.എസ്. അംഗങ്ങൾക്ക് ഈ പ്രക്രിയയിൽ കാര്യമായ പങ്കില്ല.

ഏതൊക്കെ രേഖകളാണ് കത്തിച്ചതെന്ന് വ്യക്തമായി ആരും പറയാത്തതുകൊണ്ട് പ്രധാനപ്പെട്ട രേഖകളൊന്നും നശിപ്പിച്ചിട്ടില്ലെന്ന് ആഭ്യന്തരമന്ത്രി പറയുന്നത് വിശ്വസിക്കുകയേ നിവൃത്തിയുള്ളൂ.

- ഐ.സി.എച്ച്.ആറിന്റെ പുതിയ ചെയർമാൻ യെല്ലപ്രഗഡ സുദർശൻ റാവു രാമായണവും മഹാഭാരതവും മിത്തോളജിയല്ല എന്ന് അഭിപ്രായപ്പെടുന്നു. അയോധ്യ രാമന്റെ ജന്മസ്ഥലമാണെന്നും അദ്ദേഹം നിരീക്ഷിക്കുന്നു. ഇതിഹാസകാവ്യങ്ങൾ എന്ന നിലയിലല്ലാതെ രാമായണത്തെയും മഹാഭാരതത്തെയും വിലയിരുത്താൻ കഴിയുമോ? മോദി അധികാരമേറ്റതോടെ ചരിത്രം മാറ്റിയെഴുതാനുള്ള ശ്രമത്തിന്റെ ഭാഗമാണോ സുദർശൻ റാവുവിന്റെ അഭിപ്രായപ്രകടനം?

വാറംഗൽ കാകതീയാ യൂണിവേഴ്സിറ്റിയിലെ പ്രൊഫസറായിരുന്നു സുദർശൻ റാവു. അദ്ദേഹം 2007ലോ മറ്റോ എഴുതിയാണ് അത്. പുതിയ അഭിപ്രായമല്ല. രാമായണത്തെ ആദികാവ്യം എന്നാണ്

സംസ്കൃത പണ്ഡിതന്മാർ വിശേഷിപ്പിക്കുന്നത്; വാല്മീകിയെ ആദി കവിയായും. ചരിത്രമെന്നല്ല, ചരിത്രത്തിന് വേറൊരു വാക്കാണ് ഇതി ഹാസം എന്ന്.

ഇന്ന് നാം മനസ്സിലാക്കുന്ന അർത്ഥത്തിൽ ചരിത്രമല്ല രാമായണവും മഹാഭാരതവും. നവോത്ഥാനത്തിന് ശേഷമാണ് യൂറോപ്പിൽ ആധു നിക വീക്ഷണത്തോടെയുള്ള ഹിസ്റ്ററിയും ഹിസ്റ്റോറിയോഗ്രാഫിയും ഹിസ്റ്റോറിക്കൽ മെത്തേഡുമെല്ലാം വന്നത്. യൂറോപ്യർ ചരിത്രം നിർമ്മിക്കാൻ ശ്രമിച്ചത് ഇലിയഡിൽനിന്നും ഒഡീസിയിൽ നിന്നു മാണ്. അതിൽ ഇത്തിരി ചരിത്രമുണ്ടാകാം. പൊടിപ്പും തൊങ്ങലും വെച്ച് ആലങ്കാരിക പ്രസ്താവനകളാൽ കവിഭാവനകൊണ്ട് മഹത്വ വൽക്കരിക്കുകയാണ് ആ കൃതികൾ. ഇതിഹാസങ്ങളെ വിശകലന വിധേയമാക്കിയാൽ ഇത്തിരിയെങ്കിലും ചരിത്രവും ലഭിക്കും. ഹോമ റുടെ ഇലിയഡിലും ഒഡീസിയിലും ചരിത്രമുണ്ടെന്ന് തെളിയിക്കാൻ യൂറോപ്യനായ ഒരു ബാങ്കർ തുർക്കിയിൽ പോയി പല സ്ഥലവും കുഴിച്ചുനോക്കി. കുറെ വസ്ത്രങ്ങൾ ലഭിച്ചു. അവയിൽ ചിലത് പഴയ ഗ്രീസിലേതാണെന്ന് അദ്ദേഹം കരുതി. ആ കണ്ടെത്തലുകൾ അദ്ദേഹം പ്രസിദ്ധീകരിച്ചു. ആർക്കിയോളജി രംഗത്ത് വലിയ ചർച്ചയായി അത്. എന്നാൽ അദ്ദേഹം കണ്ടെത്തിയത് പഴയ ഗ്രീസിലെ ആഭരണങ്ങളും ആയുധങ്ങളുമായിരുന്നില്ല. ഹോമറുടെ കാലം ബി.സി. 4-ാം നൂറ്റാ ണ്ടാണ്. ഹോമർ എന്ന ആൾതന്നെ ഒരു വ്യക്തിയാണോ ഒരു മിത്താണോ എന്ന് സംശയമുണ്ട്. കാവ്യത്തിൽ യുദ്ധത്തെക്കുറിച്ചുള്ള പരാമർശങ്ങൾ ചരിത്രവുമായി ബന്ധമുള്ളതാകാം. എന്നാൽ അത് മുഴുവനും ചരിത്രമല്ല. കുറേയധികം അതിശയോക്തി ഉണ്ടാകും. ഗ്രീസിലായാലും ഇന്ത്യയിലായാലും സ്ഥിതി സമാനം തന്നെ.

ഈ കാവ്യങ്ങളുടെ ലക്ഷ്യം religious propaganda (ധർമ്മപ്രചാരണം) ആണ്. ആര്യധർമ്മത്തിന്റെ നല്ല വശങ്ങളാണെന്ന് വിചാരിക്കുന്ന കാര്യങ്ങൾ പ്രചരിപ്പിക്കുകയെന്നതാണ് രാമായണത്തിൽ ചെയ്തത്. രാമനെയും സീതയെയും ലക്ഷ്മണനെയുമെല്ലാം ഈ ധർമ്മത്തിന്റെ പ്രതീകമായി കണ്ടു.

രാമായണം തന്നെ എത്രവിധമുണ്ട്? മലയാളത്തിൽതന്നെ നോക്കൂ. എഴുത്തച്ഛൻ വിവർത്തനം ചെയ്തത് വാല്മീകി രാമായണമല്ല; അധ്യാത്മ രാമായണമാണ്. വാല്മീകി രാമായണത്തിൽ പരാമർശി ക്കുന്ന അയോധ്യയുണ്ടായിരുന്നെങ്കിൽ അത് ബുദ്ധന് മുമ്പായിരിക്കും. ഏതാണ്ട് ബി.സി. ഏഴാം നൂറ്റാണ്ടിൽ. ബുദ്ധന്റെ കാലത്ത് അയോധ്യ,

കോസലം എന്നിവയെക്കുറിച്ചെല്ലാം പറയുന്നുണ്ട്; പതിനാറ് മഹാജനപഥങ്ങളെക്കുറിച്ച്. അതിൽ കുറച്ച് മൊണാർക്കീസാണ് (രാജ്യങ്ങൾ).കുറച്ചെണ്ണം റിപ്പബ്ലിക്സാണ്. (ഗണിതതന്ത്രരാജ്യങ്ങൾ) കുറച്ച് ഒലിഗാർക്കീസു(സംഘപ്രഭുത്വരാജ്യങ്ങൾ)മാണ്. അതിനിടയിൽ നിന്നാണ് മഗധർ ഉയർന്നുവരുന്നത്. പിന്നീട് നന്ദന്മാരും മൗര്യന്മാരും.

രാമായണവും മഹാഭാരതവുമൊന്നും ഒരുകാലത്ത് ഒരാളെഴുതിയതല്ല. വീരപുരുഷന്മാരെ പുകഴ്ത്തുന്ന പാട്ടുകൾ ചന്തകളിലും ഗ്രാമങ്ങളിലും പാടിനടക്കുന്ന കൂട്ടർതന്നെ ഉണ്ടായിരുന്നു; സൂതന്മാർ, മഗധന്മാർ, വൈതാളികന്മാർ തുടങ്ങിയവർ. അവരുടെ ജോലി രാജാക്കന്മാരെയും അവരുടെ പൂർവികരെയും അവരുടെ കുലങ്ങളെയും വീരപരാക്രമങ്ങളെയും പ്രകീർത്തിക്കുകയെന്നതാണ്. ഇന്നത്തെ കാലത്തെ കളികളിലെ ചിയർഗേളുകളുടെ റോൾ. ഈ പാട്ടുകാർ അവരുടെ മനോഗതിക്കനുസരിച്ച് പാട്ടുകളിൽ മാറ്റംവരുത്തും, കൂട്ടിച്ചേർക്കും, മാറ്റും. അതുകൊണ്ടാണ് രാമായണത്തിനും മഹാഭാരതത്തിനും പാഠഭേദങ്ങൾ ഏറിയത്. അതിൽ ഏതാണ് ആദ്യമുണ്ടായത് ഏതാണ് പിന്നീടുണ്ടായത് ഏതാണ് ശരി, ഏതാണ് തെറ്റ് എന്നു പറയാൻ കഴിയില്ല. വാല്മീകിയുടെ രാമായണമാണ് ആദ്യമുണ്ടായതെന്നും അതാണ് ആദികാവ്യമെന്നും പറയുന്നത് ശരിയായിരിക്കാം.

അധ്യാത്മരാമായണം പത്താംനൂറ്റാണ്ടിലാണ് സംസ്കൃതത്തിൽ രചിക്കപ്പെട്ടത്. അതാണ് എഴുത്തച്ഛന്റെ സ്വതന്ത്ര തർജമയായി നമുക്ക് ലഭിച്ചത്. അധ്യാത്മരാമായണത്തിൽ രാമനെ ഒരു അവതാരപുരുഷനായാണ് ചിത്രീകരിച്ചിരിക്കുന്നത്. വാല്മീകിയുടെ രാമായണത്തിൽ അങ്ങനെയല്ല. രാമൻ ഒരു ആദർശപുരുഷൻ, അല്ലെങ്കിൽ ഒരു മാതൃകാപുരുഷനാണ്. വാല്മീകി ആദർശവൽക്കരിച്ചിട്ടേയുള്ളൂ. ദൈവികവൽക്കരിച്ചിട്ടില്ല. തുളസീദാസന്റെ രാമായണത്തിൽ രാമൻ അടിമുടി ദൈവമാണ്. അതുകൊണ്ട് രാമായണം ഇന്ന കാലത്തുണ്ടായതാണെന്ന് ഉറപ്പിച്ചു പറയാൻ കഴിയില്ല.

പഴയകാലത്ത് കാവ്യവും ചരിത്രവും തമ്മിൽ വലിയ വ്യത്യാസമൊന്നുമില്ല. ഇന്ന് ചെയ്യുന്നതുപോലെ കണിശമായി മൂല്യപ്രമാണങ്ങളും രീതിശാസ്ത്രവും ഉപയോഗിച്ച് ചരിത്രം എഴുതുന്ന രീതി പണ്ടില്ല. പണ്ട് ചരിത്രസംഭവമുണ്ടായാൽ അത് ആളുകൾ പാടിനടക്കും. അതിലെ ചിലരെ വീരപുരുഷന്മാരും ചിലരെ ദുഷ്ടപുരുഷന്മാരും ആയി ചിത്രീകരിക്കും. അത് ഓരോ കാലത്തും കൂടിക്കൂടി

വരും. മഹാഭാരതത്തിൽ ആദ്യം ജയ എന്ന പേരിലുണ്ടായിരുന്ന പതിനായിരം ശ്ലോകങ്ങളാണ് ഇപ്പോൾ ലക്ഷക്കണക്കിന് ശ്ലോകങ്ങളായി മാറിയത്. എന്നുവെച്ചാൽ, കഥകളും ഉപകഥകളുമായി ഓരോ കാലത്തും ആളുകൾ കൂട്ടിച്ചേർത്തു എന്നർത്ഥം. ഇതിൽ ഏതൊക്കെ എത്രത്തോളം ചരിത്രപരമെന്നും വസ്തുതാപരമെന്നും നിർണയിക്കാൻ പ്രയാസമാണ്.

പൂനയിലെ ഭണ്ഡാർക്കർ ഇൻസ്റ്റിറ്റ്യൂട്ട് പത്തിരുപതു കൊല്ലം മെനക്കെട്ടിട്ടാണ്, 'സ്റ്റാന്റേഡ് ടെക്സ്റ്റ് ഓഫ് മഹാഭാരത' ഉണ്ടാക്കിയത്. ബംഗാളിലെയും കേരളത്തിലെയും മഹാരാഷ്ട്രയിലെയും പല ദിക്കിലെയും കൈയെഴുത്തുപ്രതികൾ പരിശോധിച്ചാണ് അത് തയ്യാറാക്കിയത്. അതാണ് നമ്മൾ ഇപ്പോൾ ഉപയോഗിക്കുന്നത്. ഇതും ചരിത്രരചനയ്ക്കുപയോഗിക്കുന്നത് വളരെ സൂക്ഷിച്ചേ പറ്റൂ.

ചരിത്രം കാവ്യത്തിൽനിന്ന് വേർപെടുത്തി ചിന്തിക്കുന്ന സമ്പ്രദായം ലോകത്തിൽ എവിടെയും ഉണ്ടായിരുന്നില്ല. അതുകൊണ്ട് സുദർശൻ റാവു ചരിത്രമാണ്, എന്നുപറഞ്ഞാലും മറ്റുള്ളവർ കാവ്യമാണ്, മിത്താണ് എന്നൊക്കെ പറഞ്ഞാലും സംഗതി ഒന്നാണ്.

ഇന്നത്തെ അർത്ഥത്തിൽ അതൊരിക്കലും ചരിത്രമാകുന്നില്ല. ഹെറഡോട്ടസാണ് ചരിത്രത്തിന്റെ പിതാവെന്നാണ് ഗ്രീക്കുകാർ പറയുന്നത്. എന്നാൽ അവരുടെ ചരിത്രവും നമ്മുടേതുപോലെ തന്നെയാണ്. കേട്ടുകേൾവിയുടെ അടിസ്ഥാനത്തിൽ, കാവ്യരൂപത്തിലോ ഗദ്യത്തിലോ ചില വസ്തുതകളും കുറേ ഭാവനാസൃഷ്ടികളും എഴുതിയിട്ടുള്ളതാണ്.

- ഐ.സി.എച്ച്.ആർ ചെയർമാന്റെ അഭിപ്രായം നിർദോഷമായി എടുക്കാൻ കഴിയുമോ? ആർ.എസ്.എസ്സിന് അവരുടേതായ ചരിത്രദർശനമുണ്ട്. എന്നാൽ ഇന്ത്യൻ ചരിത്രം അവർക്കിതുവരെ വഴങ്ങിയിട്ടില്ല. നരേന്ദ്രമോദി കേന്ദ്രത്തിൽ അധികാരമേറ്റതോടെ ചരിത്രം തങ്ങൾക്കൊപ്പം നിൽക്കണമെന്ന് അവർ കരുതിയിട്ടുണ്ടാവില്ലേ?

കവികൾ എഴുതിവെച്ചിരിക്കുന്നത് യാഥാർത്ഥ്യമാണെന്നാണ് ആർ.എസ്.എസ്സുകാർ പൊതുവിൽ വിശ്വസിക്കുന്നത്. ഇന്നത്തെ ചരിത്രബോധം വെച്ചുനോക്കുകയാണെങ്കിൽ അതംഗീകരിക്കുക ബുദ്ധിമുട്ടാണ്.

കുറച്ചു കൊല്ലങ്ങൾക്കു മുമ്പ് ഡൽഹി യൂണിവേഴ്സിറ്റിയിൽ ഒരു പ്രശ്നമുണ്ടായി. അവിടത്തെ ചരിത്രവിഭാഗം ബി.എ. വിദ്യാർത്ഥികളെ

നവോത്ഥാനത്തിന്റെ രാഷ്ട്രീയമാനങ്ങൾ

രാമായണവും മഹാഭാരതവും ഉപപാഠവിഷയങ്ങളായി പഠിപ്പിക്കണെമെന്ന് തീരുമാനമെടുത്തു. അതിനനുസരിച്ച് സിലബസ്സിൽ മാറ്റം വരുത്തി. ഇന്ത്യയിൽ രൂപംകൊണ്ട മൂലപ്രമാണങ്ങൾ ഗൗരവമായി പരിശോധിക്കണമെന്ന ചിന്താഗതി വളർന്ന സാഹചര്യം കൂടിയായിരുന്നു അത്. യൂറോ-കേന്ദ്രിതമായ ചരിത്രം ഇന്ത്യാകേന്ദ്രിതമാകണമെന്ന കാഴ്ചപ്പാടിന്റെ അടിസ്ഥാനത്തിലായിരുന്നു ഈ സിലബസ് പരിഷ്കരണം. തീരുമാനം വന്നപ്പോൾ ആർ.എസ്.എസ്സിന്റെ വിദ്യാർത്ഥി വിഭാഗമായ എ.ബി.വി.പി. അതിനെതിരെ സമരരംഗത്ത് വന്നു. കുഴപ്പങ്ങളരങ്ങേറി. അതോടെ യൂണിവേഴ്സിറ്റി അടച്ചു. അതോടെ വൈസ് ചാൻസലറും മറ്റുദ്യോഗസ്ഥരും യോഗം ചേർന്ന് ഒരു തീരുമാനമെടുത്തു. സിലബസ്സിലുൾപ്പെടുത്തിയ സംസ്കൃത പണ്ഡിതനും ഇംഗ്ലീഷിൽ മനോഹരമായി കാവ്യരചന നടത്തിയ ആളുമായ എ.കെ. രാമാനുജന്റെ Three hundred Ramayanas എന്ന വലിയ പ്രബന്ധം പരിശോധിക്കുന്നതിന് ഒരു കമ്മിറ്റി രൂപീകരിച്ചു. രാമായണം ഒന്നല്ല പലതാണെന്നും ഏതാണ് യഥാർത്ഥമെന്നും അയഥാർത്ഥമെന്നും പറയുന്നതിൽ വലിയ അർത്ഥമില്ലെന്നുമാണ് ആ പ്രബന്ധത്തിൽ രാമാനുജം പറയുന്നത്. ഇൻഡോനേഷ്യയിലെ രാമായണത്തിൽ ഹനൂമാനാണ് ഹീറോ. ജൈന രാമായണത്തിൽ സീത ശ്രീരാമന്റെ സഹോദരിയാണ്; ഭാര്യയല്ല. വേറൊരു രാമായണത്തിൽ സീത രാവണന്റെ മകളാണ്. ഹാർവാഡ് യൂണിവേഴ്സിറ്റിയിലെ പ്രൊഫസറായിരുന്നു രാമാനുജൻ. ലോകമറിയപ്പെടുന്ന പണ്ഡിതനുമാണ്.

രാമാനുജന്റെ പുസ്തകത്തിന് പുറമെ ഒരമേരിക്കൻ പണ്ഡിതന്റെ Introduction to Mahabharathaയുമാണ് പഠിപ്പിക്കാനുണ്ടായിരുന്നത്. ഈ രണ്ട് പുസ്തകത്തെപ്പറ്റിയും ആക്ഷേപം വന്നപ്പോഴാണ് കമ്മിറ്റിയെ നിയോഗിക്കാൻ തീരുമാനിച്ചത്. അഞ്ചുപേരെ അംഗങ്ങളാക്കി. രണ്ട് ചരിത്രകാരന്മാർ, രണ്ട് ആർക്കിയോളജിസ്റ്റുകൾ, ഒരു ഇൻഡോളജിസ്റ്റ്. ഇൻഡോളജിസ്റ്റായി നിശ്ചയിച്ചത് കപിലാ വാത്സ്യായനെയാണ്. അവർ നല്ലൊരു വിദുഷിയാണ്. ചരിത്രകാരന്മാരിലൊരാൾ ഞാനും.

കമ്മിറ്റിയിൽ അംഗമാണെന്നത് രഹസ്യമായിരിക്കണമെന്നും അധികൃതർ നിർദ്ദേശിച്ചു. കാലാവധി കഴിയാറായപ്പോൾ ഒരു ദിവസം ഭാരതീയ വിചാരകേന്ദ്രത്തിന്റെ ഡയറക്ടർ പി. പരമേശ്വരൻ എന്നെ ഫോണിൽ വിളിച്ചു ചോദിച്ചു, താങ്കൾ ഈ കമ്മിറ്റിയിലെ അംഗമാണോയെന്ന്. ശരിയാണെന്നും ഞാനിക്കാര്യം ആരോടും ഇതുവരെ

പറഞ്ഞിട്ടില്ലെന്നും എന്നാൽ കഴിഞ്ഞ ദിവസം ഡൽഹിയിലെ പത്രങ്ങൾ ഞങ്ങളുടെ പേരുകൾ പ്രസിദ്ധീകരിച്ചതിന്റെ അടിസ്ഥാനത്തിൽ അക്കാര്യം പരസ്യപ്പെടുത്തുന്നതിനെനിക്ക് വിരോധമില്ലെന്നും പരമേശ്വരനോട് ഞാൻ പറഞ്ഞു. റിപ്പോർട്ടെഴുതി കഴിയാറായെന്നും സമർപ്പിക്കുകയേ വേണ്ടൂ എന്നും പറഞ്ഞപ്പോൾ അദ്ദേഹം ചോദിച്ചു, ഞങ്ങളുടെ വിദ്യാർത്ഥിപ്രസ്ഥാനമായ എ.ബി.വി.പിയുടെ അഭിപ്രായം നിങ്ങളീ റിപ്പോർട്ടെഴുതുമ്പോൾ പരിഗണിച്ചിട്ടുണ്ടോ എന്ന്. ഇല്ല; അതെനിക്കറിയില്ല. എതിർപ്പെന്താണെന്ന് എനിക്ക് മനസ്സിലായിട്ടില്ലെന്ന് ഞാൻ പറഞ്ഞു. നിങ്ങളുടെ അഭിപ്രായം അയച്ചുതന്നാൽ പരിഗണിക്കാമോയെന്ന് പരമേശ്വരൻ ചോദിച്ചപ്പോൾ തീർച്ചയായും പരിഗണിക്കാമെന്നാണ് ഞാൻ കൊടുത്ത മറുപടി. അങ്ങനെ അച്ചടിച്ച ഒരു പ്രബന്ധം അദ്ദേഹം അയച്ചുതന്നു. അത് വായിച്ചപ്പോൾ വളരെ മോശമായാണ് തോന്നിയത്. ആരോപണങ്ങളിലൊന്ന്, ഹനൂമാൻ ശ്രീരാമന്റെ Henchman (പറഞ്ഞാൽ കേൾക്കുന്ന ആൾ) ആണെന്ന് ആ പുസ്തകത്തിൽ പറയുന്നു എന്നാണ്. അത് ഹനൂമാന് അപമാനമാണ് എന്നതായിരുന്നു ആരോപണം. വാസ്തവത്തിൽ ആ വാക്ക് അപമാനമാകുന്നില്ല. അധ്യാത്മരാമായണത്തിലും വാല്മീകി രാമായണത്തിലുമെല്ലാം ശ്രീരാമദാസനായാണ് ഹനൂമാനെ വിശേഷിപ്പിക്കുന്നത്. രാമന് കൂടുതൽ വിശ്വാസമുണ്ടായിരുന്നത് ഹനൂമാനെയാണ്. അതുകൊണ്ടാണ് മുദ്രമോതിരം ഹനൂമാന്റെ കൈയിൽ കൊടുക്കുന്നത്. അശോകവനിയിൽച്ചെന്ന് ആ മോതിരം സീതയ്ക്ക് നൽകി ഹനുമാൻ പറയുന്നത് 'ദാസോസ്മി കോസലേന്ദ്രസ്യ രാമസ്യ' എന്നാണ്.

ദാസനെന്നാൽ അടിമ, പരിചാരകൻ എന്നൊക്കെ അർത്ഥമുണ്ട്. രാമായണത്തിൽ നാലഞ്ച് സ്ഥലത്ത് ഹനൂമാൻ സ്വയം പരിചയപ്പെടുത്തുന്നതിന് ദാസൻ എന്ന് ഉപയോഗിച്ചിട്ടുണ്ട്.

അന്ന് മൻമോഹൻസിംഗായിരുന്നു ധനമന്ത്രി. അദ്ദേഹത്തിന്റെ മകൾ സെന്റ് സ്റ്റീഫൻസ് കോളേജിൽ ചരിത്രവിഭാഗം പ്രൊഫസറായിരുന്നു. മധ്യകാല ചരിത്രത്തിലാണ് അവർ സ്പെഷ്യലൈസ് ചെയ്തിരുന്നത്. പിന്നീട് ഡൽഹി യൂണിവേഴ്സിറ്റിയിൽ അധ്യാപികയായി. അവർ അവിടെ ചേരുന്നത് എ.ബി.വി.പിയുടെ പ്രക്ഷോഭകാലത്തിന് തൊട്ടുമുമ്പാണ്. സിലബസ് പരിഷ്കരണത്തിന് പിന്നിൽ അവരായിരിക്കുമെന്നാണ് എ.ബി.വി.പിക്കാർ കരുതിയിട്ടുണ്ടാവുക. പ്രാചീന ഇന്ത്യാ ചരിത്രവുമായി ബന്ധപ്പെട്ടാണ് വിവാദം ഉയർന്നു

വന്നത്. മൻമോഹന്റെ മകളുടെ വിഷയം മധ്യകാല ചരിത്രമാണെന്നൊന്നും പ്രക്ഷോഭക്കാർ മനസ്സിലാക്കിയിട്ടുണ്ടാവില്ല. അവരുടെ രണ്ടാമത്തെ ആക്ഷേപം സപ്തകന്യകമാരിലൊരാളായ അഹല്യയെ ക്കുറിച്ചാണ്. വളരെ സുന്ദരിയായ അഹല്യ ഗൗതമമഹർഷിയുടെ ഭാര്യയാണ്. ഇന്ദ്രന് അവരെ കണ്ടപ്പോൾ മോഹം തോന്നി. ഇന്ദ്രൻ ഒരു ദിവസം പൂവൻകോഴിയുടെ വേഷം ധരിച്ച് ഗൗതമാശ്രമത്തിലെത്തി. ബ്രാഹ്മമുഹൂർത്തത്തിൽ ഗംഗാസ്നാനം നടത്തുന്ന പതിവുണ്ടായിരുന്നു മഹർഷിക്ക്. അതിനുമുമ്പെ കോഴി കൂവി. മഹർഷി എഴുന്നേറ്റ് ഗംഗാതീരത്തേക്ക് പോയി. ഈ സമയം ഇന്ദ്രൻ അഹല്യയെ പ്രാപിച്ചു. എന്നാൽ ഗംഗാതീരത്തെത്തിയപ്പോഴാണ് ഗംഗ ഇനിയുമുണർന്നിട്ടില്ലെന്ന് ഗൗതമ മഹർഷിക്ക് മനസ്സിലായത്. തിരിച്ച് ആശ്രമത്തിലെത്തിയപ്പോൾ ഇന്ദ്രനെയും അഹല്യയെയും ഒരുമിച്ചു കണ്ട മഹർഷി കോപാകുലനായി ശപിച്ചു. ഇന്ദ്രന്റെ ശരീരം മുഴുവൻ പുരുഷന്റെ അവയവം നിറയട്ടെയെന്നും അഹല്യ കല്ലായിപ്പോകട്ടെയെന്നും.

രണ്ടുപേരും ശാപമോക്ഷത്തിന് വേണ്ടി കേണപേക്ഷിച്ചപ്പോൾ, പകരം ഇന്ദ്രന്റെ ശരീരത്തിൽ മുഴുവൻ കണ്ണുകളാകട്ടെയെന്നും അഹല്യയ്ക്ക് ത്രേതായുഗത്തിൽ അവതാരമായി വരുന്ന ശ്രീരാമൻ മോക്ഷം നൽകുമെന്നും മഹർഷി പറഞ്ഞു.

സപ്തകന്യകമാരിലൊരാളായ അഹല്യയെ മോശമായി ചിത്രീകരിച്ചത് ശരിയല്ലെന്നായിരുന്നു എ.ബി.വി.പിയുടെ നിലപാട്.

വാസ്തവത്തിൽ ശാപമോക്ഷം കിട്ടിയതിനു ശേഷമാണ് സപ്തകന്യകമാരിലൊരാളായി അഹല്യയെ കണക്കാക്കുന്നത്. ആദ്യത്തെ കഥ ഇല്ലായ്മ ചെയ്തിട്ടല്ല അത്. ഇക്കാര്യത്തിലും അറിവില്ലായ്മ കൊണ്ടായിരിക്കാം എ.ബി.വി.പി. മറിച്ചൊരഭിപ്രായം പറഞ്ഞത്.

മൂന്നാമത്തെ ആരോപണം പുഷ്പകവിമാനത്തെക്കുറിച്ചുള്ളതായിരുന്നു. അത് ഒരു സങ്കല്പം മാത്രമാണെന്നും യാഥാർത്ഥ്യമല്ലെന്നും രാമാനുജത്തിന്റെ പുസ്തകത്തിലുണ്ട്. അത് ശരിയല്ലെന്നായിരുന്നു എ.ബി.വി.പിയുടെ വാദം.

രാമായണത്തിലെ ആ ഭാഗം ഞാൻ വായിച്ചുനോക്കി. അത് സാങ്കല്പികം മാത്രമാണെന്നത് ആർക്കും ബോധ്യമാകും. വിഭീഷണൻ ധ്യാനിച്ച ഉടൻ കുബേര രാജധാനിയിൽനിന്നും പുഷ്പകവിമാനം പറന്നെത്തുന്നു. സുവർണനിർമ്മിതവും രത്നഖചിതവും സുഗന്ധ

പൂരിതവുമായ നൂറ് നൂറ് ഹർമ്യങ്ങളോട് കൂടിയതാണ് ആ വിമാനം. അത് സങ്കല്പം മാത്രമല്ലാതെ മറ്റെന്താണ്? അതിന് എയർ ഫീൽഡില്ല, ഇന്ധനമില്ല, പൈലറ്റില്ല. ധ്യാനിക്കുമ്പോൾ പറന്നെത്തുന്നു. ലക്ഷക്കണക്കിന് വരുന്ന വാനരസൈന്യമാണ് രാമലക്ഷ്മണന്മാർക്കും സീതയ്ക്കുമൊപ്പം ആ വിമാനത്തിൽ കയറുന്നത്! കവികൽപിതമായ ഈ വിമാനം യാഥാർത്ഥ്യമാണെന്ന് വിചാരിക്കാൻ ഒരു ന്യായവുമില്ല. വിമാനം എങ്ങനെയാണ് അക്കാലത്തുണ്ടാക്കുക? വിമാനം കണ്ടുപിടിക്കണമെങ്കിൽ അതിന് പിന്നിൽ നൂറു കണ്ടുപിടുത്തങ്ങൾ വേറെ നടത്തണം.

ഈ മൂന്ന് ആരോപണങ്ങളും തെറ്റാണെന്ന് ഞാൻ പി. പരമേശ്വരനോട് പറഞ്ഞു. മാത്രമല്ല, അനുയായികളോട് രാമായണം നിർബന്ധമായും വായിക്കണമെന്ന് നിർദ്ദേശിക്കാനും. അതിനുശേഷം അദ്ദേഹം ഒന്നും പറഞ്ഞിട്ടില്ല. ഞാൻ എന്റെ റിപ്പോർട്ട് സമർപ്പിച്ചു. ഒടുവിൽ എ.ബി.വി.പിയുടെ ആരോപണങ്ങളിൽ കഴമ്പില്ലെന്ന് മനസ്സിലാക്കി യൂണിവേഴ്സിറ്റി രാമാനുജത്തിന്റെ പുസ്തകം പഠിപ്പിക്കാൻ തീരുമാനിക്കുകയാണുണ്ടായത്.

ഐ.സി.എച്ച്.ആറിന്റെ പുതിയ ചെയർമാൻ ആർ.എസ്.എസ്. അംഗമാണോ എന്ന് എനിക്കറിയില്ല; എന്നാൽ അനുഭാവിയാണ്.

പഴയകാലത്ത് ചരിത്രവും കാവ്യവുമൊക്കെ കൂടിക്കുഴഞ്ഞാണ് കിടന്നിരുന്നത്. അത് യൂറോപ്പിലായാലും ഇന്ത്യയിലായാലും. മുമ്പൊക്കെ പനയോലയിലും താളിയോലയിലും എഴുതിയത് എത്ര നല്ലവണ്ണം സൂക്ഷിച്ചാലും ഏറിയാൽ മുന്നൂറ് കൊല്ലമേ നിൽക്കാറുള്ളൂ. കോപ്പികൾ പഴയ ക്ഷേത്രങ്ങളിലോ കോവിലകങ്ങളിലോ മാത്രമേ ഉണ്ടാകാറുള്ളൂ. അത് പകർത്തിയെഴുതുകയാണ് ചെയ്യാറ്. പകർപ്പെഴുത്തുകാരൻ അതിൽ പലതും കൂട്ടിച്ചേർത്താൽ ആർക്ക് കണ്ടുപിടിക്കാനാവും? വെള്ളത്തിൽ നീന്തുന്ന മത്സ്യം എപ്പോഴാണ് വെള്ളം കുടിക്കുന്നതെന്ന് മനസ്സിലാക്കാൻ കഴിയുമോ? "ഗ്രന്ഥം നാല് പകർത്തീടിൽ മുഹൂർത്തം മൂത്രമായ് വരും" എന്ന് പണ്ടുള്ളവർ പറയാറുണ്ട്. അത് ശരിയുമാണ്. അതുകൊണ്ട് സുദർശൻ റാവു ചരിത്രം എന്ന് പറയുന്നതിനെ അങ്ങനെയങ്ങ് അടച്ച് ആക്ഷേപിക്കാൻ പറ്റില്ല. ഇന്ന് നാം പരിശോധിക്കുമ്പോഴത് ചരിത്രമാണെന്ന് പറയാനും പറ്റില്ല. എന്നാൽ അന്നത്തെ ഭക്തന്മാർ ആ കാവ്യം ചരിത്രമായി കണ്ടിരുന്നു. അതാണ് അക്കാലത്തെ സമ്പ്രദായം. പിന്നീട് യൂറോപ്പിലും അതിനെ അനുകരിച്ച് ഇന്ത്യയിലും ഉണ്ടായ മാറ്റങ്ങൾ നാം

അംഗീകരിക്കേണ്ടിയിരിക്കുന്നു. അക്കാര്യത്തിൽ ഡോക്ടർ റാവു വിനോട് എനിക്ക് യോജിക്കാനാവില്ല. ഇന്നും ആയിരക്കണക്കിന് ജനങ്ങൾ യഥാർത്ഥ ചരിത്രമായി അതിനെ കാണുന്നുണ്ട് എന്നത് ശരിയാണ്. ചരിത്രത്തിന്റെ ആധുനിക രീതിശാസ്ത്രത്തെക്കുറിച്ച് അവരെ ബോധവൽക്കരിക്കാൻ ശ്രമിക്കേണ്ടതാണ്.

(ഗാന്ധിവധവുമായി ബന്ധപ്പെട്ട രേഖകൾ മോദി സർക്കാർ നശിപ്പിച്ചു എന്ന ആരോപണത്തിന്റെയും രാമായണവും മഹാഭാരതവും ചരിത്രമാണെന്ന ഐ.സി.എച്ച്.ആർ. ചെയർമാൻ യെല്ലപ്രഗഡ സുദർശൻ റാവുവിന്റെ അഭിപ്രായത്തിന്റെയും പശ്ചാത്തലത്തിൽ മുൻ ഐ.സി.എച്ച്.ആർ. ചെയർമാൻ എം.ജി.എസ്. സംസാരിക്കുന്നു.)

■

വിപ്ലവം പാർട്ടിക്കുള്ളിൽ

വർഷങ്ങൾക്കു മുൻപ് 1996 ഒക്ടോബർ നാലിന് കാലിക്കറ്റ് പ്രസ് ക്ലബ്ബിന്റെയും കേരള സ്റ്റേറ്റ് പ്ലാനിങ്ങ് ബോർഡിന്റെയും കൂട്ടുമേൽവിലാസത്തിൽ ജനകീയാസൂത്രണത്തെപ്പറ്റി ഒരു ചർച്ച നടന്നു. അന്ന് ഇന്ത്യൻ എക്സ്പ്രസ്സിൽ ജേർണലിസ്റ്റായിരുന്ന എൻ.പി. ചേക്കുട്ടിയുടെ (ഇപ്പോൾ കൈരളി ന്യൂസ് ചാനൽ എഡിറ്റർ) പ്രസാധകത്വത്തിൽ അവിടെ വായിക്കപ്പെട്ട നാലു പ്രബന്ധങ്ങൾ പ്രസിദ്ധീകരിച്ചിട്ടുണ്ട്. (The Peoples Plan Calicut Press Club 1947) അന്നത്തെ തദ്ദേശ വകുപ്പ് ഭരണമന്ത്രി പാലൊളി മുഹമ്മദ്കുട്ടി, പ്ലാനിങ്ങ് ബോർഡ് മെമ്പർ ഇ.എം. ശ്രീധരൻ, വയലാർ രവി, ഡോ. എം.കെ. മുനീർ എന്നിങ്ങനെ പലരും പങ്കെടുത്തു. ചേക്കുട്ടിയുടെ അവതാരികയ്ക്കു പുറമെ എന്റെയും ഡോ. തോമസ് ഐസക്കിന്റെയും എം.കെ. ദാസിന്റെയും ഡോ.ബി. ഇക്ബാലിന്റെയും പ്രബന്ധങ്ങളാണ് പ്രസ് ക്ലബ്ബിന്റെ ലഘുഗ്രന്ഥത്തിലുള്ളത്.

അന്നേക്ക് മാർക്സിസ്റ്റ് കക്ഷിയുടെ നേതൃത്വത്തിൽ ജനപ്രതിനിധി സഭ പാസാക്കിയ ജനകീയാസൂത്രണ പദ്ധതി ആരംഭിച്ചിട്ട് ഒരു വർഷം കഴിഞ്ഞിരുന്നു. ഭാവിപ്രവർത്തനത്തിന് വേണ്ട ഒരു വിലയിരുത്തലാണ് ചർച്ചകൊണ്ട് ഉദ്ദേശിച്ചിരുന്നത്.

എന്റെ പ്രബന്ധം മാത്രമാണ് പദ്ധതിയെപ്പറ്റി കഠിനമായ വിമർശനവും ഭയാശങ്കകളും പ്രകടിപ്പിച്ചത്. പഞ്ചായത്തീരാജ് പാർട്ടി രാജ് ആക്കാനുള്ള ശ്രമങ്ങൾ നടന്നേക്കുമെന്നും അധികാര കേന്ദ്രീകരണം ഒരു മതവിശ്വാസമാക്കി മാറ്റിയവർക്ക് വികേന്ദ്രീകരണം അത്ര സ്വാഭാവികമായി വന്നുചേരാൻ പ്രയാസമാണെന്നും ഞാൻ ഓർമ്മിപ്പിച്ചു. എന്റെ ശങ്കകൾ പലതും യാഥാർത്ഥ്യമായിത്തീരുകയാണുണ്ടായത്. എന്നാൽ തികച്ചും ദേശീയരൂപത്തിൽ പ്രത്യക്ഷപ്പെട്ട ഈ പ്രസ്ഥാനത്തിനു പിന്നിൽ വിദേശീയ സ്വാധീനമോ പണമോ ആഗോളവൽകൃതമായ മുതലാളിത്തത്തിന്റെ താത്പര്യങ്ങളോ പതിയിരിക്കുന്നുണ്ടാവാമെന്നു കരുതാൻ അന്ന് സ്വപ്നേപി സാധ്യമായിരുന്നില്ല. കാരണം എ മുതൽ സെഡ് വരെയുള്ള

കമ്മ്യൂണിസ്റ്റുകൾ എല്ലാം പരസ്യമായി ഏറ്റവുമധികം എതിർത്തിരുന്നത് ഈ താത്പര്യങ്ങളെ ആയിരുന്നല്ലോ. പക്ഷേ, അവയാണ് വികേന്ദ്രീകരണത്തിന്റെ കേന്ദ്ര പ്രചോദനം എന്നാണ് ഇപ്പോൾ പുറത്തുവരുന്ന റിപ്പോർട്ടുകൾ സൂചിപ്പിക്കുന്നത്. അത് അദ്ഭുതമായിരിക്കുന്നു; സ്വാഗതാർഹവും എന്നുകൂടി കൂട്ടിച്ചേർക്കാൻ ഞാനാഗ്രഹിക്കുന്നു.

അന്ന് ഞാനെഴുതി: "ജനകീയാസൂത്രണസങ്കല്പത്തിന് ഒരു പോപ്പുലിസ്റ്റ് സ്വരമുണ്ട്. എങ്കിലും വോട്ടുകൾ വാരിക്കൂട്ടാനുള്ള മറ്റൊരു മാർക്സിസ്റ്റ് തട്ടിപ്പായി അതിനെ തള്ളിക്കളയരുത്. തീർച്ചയായും ഇത് പത്തൊൻപതാം ശതകത്തിലെ കാലഹരണപ്പെട്ട മാർക്സിസ്റ്റ് തത്ത്വശാസ്ത്രത്തിൽനിന്നുയർന്നതല്ല, സർവരോഗ വിനാശകമായി ഘോഷിക്കപ്പെടുന്ന, ലഹരിപിടിപ്പിക്കുന്ന, സോഷ്യലിസ്റ്റ് മുദ്രാവാക്യവുമായി വിദൂരബന്ധംപോലും ഇതിനില്ല. ആത്മാർത്ഥമായ ജനാധിപത്യാവേശത്തിന്റെയും സഹാനുഭൂതിയുടെയും സ്നേഹബന്ധത്തിന്റെയും ഒരു തീപ്പൊരി ഇതിലുണ്ട്. ജനങ്ങളെ വിശ്വസിക്കാൻ ഒരുങ്ങുന്നതിന്റെ ലക്ഷണമുണ്ട്. ഇന്നോളമുള്ള കമ്മ്യൂണിസ്റ്റ് നയങ്ങളിൽ കാണപ്പെടാത്ത ഒന്നാണിത്. സ്വതന്ത്രമായ ചിന്താഗതിയും ആത്മാർത്ഥമായ ജനപ്രേമവും കൈമുതലായ ഒരാളാണ് ഈ സമ്മാനപ്പൊതി സൃഷ്ടിച്ചത്. തങ്ങളുടെ ചിന്താഗതിക്കും തന്ത്രങ്ങൾക്കും വിരുദ്ധമായിട്ടുപോലും ഭാവനാദരിദ്രമായ നേതൃത്വത്തെക്കൊണ്ട് ഇതേറ്റെടുപ്പിക്കാൻ ഇവർക്കു സാധിച്ചു."

"ഇന്നത്തെ നിലയ്ക്ക് ഇതിന്റെ പിതൃത്വം കൃത്യമായി അടയാളപ്പെടുത്താനോ നയരൂപവൽക്കരണസമിതികളിലൂടെയുള്ള പ്രയാണം രേഖപ്പെടുത്താനോ സാധ്യമല്ല. കാരണം, കമ്മ്യൂണിസ്റ്റുകൾ വൈദിക ബ്രാഹ്മണരെപ്പോലെയാണ്. എല്ലാ നല്ല സങ്കല്പങ്ങളും നയങ്ങളും അവർ ഔദ്യോഗിക പൗരോഹിത്യത്തിനും പ്രവാചകഗ്രന്ഥങ്ങൾക്കും ചാർത്തിക്കൊടുക്കുന്നു. ഇല്ലെങ്കിൽ അവർക്ക് പാർട്ടിയിലുള്ള സ്ഥാനം കുഴപ്പത്തിലാവും. ഒരു നയം പൊളിയുമ്പോൾ മാത്രമേ അതിന്റെ കർത്താക്കളെ തിരഞ്ഞുപിടിച്ച്, മുദ്രകുത്തി, ഭ്രഷ്ടു കല്പിക്കുവാൻ ഒരുങ്ങാറുള്ളൂ.

ഇപ്പോൾ ഒരഞ്ചുകൊല്ലം ജനകീയ 'സൂത്രം' നടത്തി പാർട്ടിക്ക് ആളും പണവുമുണ്ടാക്കി, അതിന്റെ പേരും പറഞ്ഞ് തിരഞ്ഞെടുപ്പിനെ നേരിട്ട്, തോറ്റുതുന്നംപാടിയ ശേഷം, ഈ പദ്ധതിയുടെ കർത്താക്കളെ തിരഞ്ഞുപിടിച്ച് മുദ്രകുത്തി, ഭ്രഷ്ടു കല്പിക്കുവാൻ ചിലർ ഒരുങ്ങിയിരിക്കുകയാണ്. വെറുക്കപ്പെട്ട വേൾഡ് ബാങ്കിന്റെയും ഇന്റർനാഷണൽ മോണിറ്ററി ഫണ്ടിന്റെയും വൈതാളികന്മാരായ ഡച്ച് ഗവണ്മെന്റിന്റെ പണവും പ്രോത്സാഹനവും ഈ പദ്ധതിയുടെ പിന്നിൽ ഉണ്ടായിരുന്നു എന്ന 'കണ്ടുപിടുത്ത'മാണ് പാർട്ടിയുടെ ചില പ്രാണാണികന്മാർ നടത്തിയിരിക്കുന്നത്.

ഇതൊരു പുതിയ കണ്ടുപിടുത്തമല്ലെന്ന് ബന്ധപ്പെട്ട സ്ഥാപനങ്ങളുടെ ഔദ്യോഗിക രേഖകളിൽനിന്നുള്ള ഉദ്ധരണങ്ങൾ തെളിയിക്കുന്നു. വെറുക്കപ്പെട്ട അമേരിക്കൻ സാമ്രാജ്യമൂരാച്ചികളായ ചില സർവകലാശാലാ പണ്ഡിതന്മാർ ഇതിന്റെ പ്രവർത്തനങ്ങളിൽ പങ്കാളികളാണെന്നും ആക്ഷേപമുയർന്നിരിക്കുന്നു. അവർ അമേരിക്കൻ ചാരന്മാരാണെന്നും അല്ലെന്നും പറയപ്പെടുന്നു. എന്തൊരു വിരോധാഭാസം! ഇന്ത്യൻ കമ്മ്യൂണിസ്റ്റുകൾക്ക് അമേരിക്കൻ പണവും പണ്ഡിതന്മാരും അയിത്തക്കാരല്ലാതായതെന്താണ്? അപ്പോൾ അവർ സാധാരണ മനുഷ്യരെപ്പോലെ സാമാന്യബുദ്ധിയും പ്രായോഗികചിന്തയും പ്രകടിപ്പിച്ചുതുടങ്ങിയോ?

ഇവിടെ മേൽപ്പറഞ്ഞവയ്ക്ക് പുറമെയും പല ചോദ്യങ്ങൾ ഉയർന്നുവരുന്നു. ചിലത് മാത്രം കുറിക്കാം.

1. ഈ പറയുന്ന അമേരിക്കൻ - അന്താരാഷ്ട്രീയ ബന്ധങ്ങൾ ആരും വിളിച്ചുപറഞ്ഞിട്ടില്ലെങ്കിലും ഒളിച്ചുവെക്കാനും ശ്രമിച്ചിട്ടില്ല. ചുരുക്കത്തിൽ ആഗോളവത്കരണ പ്രവണതകൾ ജനകീയാസൂത്രണത്തിൽ ഉണ്ടെങ്കിൽ അവയ്ക്ക് രഹസ്യസ്വഭാവം കല്പിക്കപ്പെട്ടിരുന്നില്ല. എന്നിട്ടും അമേരിക്കൻ സാമ്രാജ്യത്തെ നിരന്തരം പഴിപറയുന്ന പാർട്ടി മാധ്യമങ്ങൾക്കും നേതാക്കൾക്കും അനുയായികൾക്കും ഇക്കാലമത്രയും അത് പിടികിട്ടിയില്ലെങ്കിൽ അവർ കേവലം മന്ദബുദ്ധികൾ എന്നുമാത്രമല്ലേ പറയാനാവൂ?

2. ഇവ കുറ്റകരമാണെങ്കിൽ ഈ സൂത്രം കൊണ്ടുനടന്ന കൂട്ടത്തിൽ ഒന്നുരണ്ട് ആളുകളെ മാത്രം ഒറ്റപ്പെടുത്തി കുരിശിലേറ്റുന്നത് മര്യാദയാണോ? അമേരിക്കയെ ആശ്രയിക്കുന്നവരും അമേരിക്കയിൽ ജോലി ചെയ്യുന്ന ബന്ധുമിത്രാദികൾ ഉള്ളവരും എന്നാൽ വലിയ തോതിൽ മാർക്സിസ്റ്റ് പാർട്ടിയുടെ നയരൂപവൽക്കരണത്തിൽ പങ്കെടുത്തവരും ആയ നേതാക്കൾ പലരുമില്ലേ? പാർട്ടി നിയമാവലിയനുസരിച്ചുള്ള പല 'ജനാധിപത്യപരമായ' ചർച്ചകളിലൂടെ, അസംബ്ലിയിൽ അവതരിപ്പിച്ച പ്രമേയങ്ങളിലൂടെ, അംഗീകരിക്കയും കൊട്ടിപ്പാടി കൊണ്ടുനടക്കുകയും ചെയ്തവയല്ലേ ഈ നയങ്ങൾ?

3. പാർട്ടി ആഗോളവത്കരണത്തിനും സാമ്രാജ്യ സഹകരണത്തിനും കടകവിരുദ്ധമായി ചിന്തിച്ചപ്പോഴും ആശയപരമായ സ്തംഭനത്തിന്റെ അപകടം തിരിച്ചറിഞ്ഞ് അറച്ചറച്ചുകൊണ്ട് മറിച്ചൊരു പ്രായോഗിക ചിന്ത മെനഞ്ഞെടുക്കുവാനും അതിന് മുരട്ടുവാദക്കാരായ നേതാക്കളുടെപോലും അനുഗ്രഹാശിസ്സുകൾ നേടിയെടുക്കുകയും ചെയ്തവരെ അഭിനന്ദിക്കുകയല്ലേ വേണ്ടത്? അധികാര കേന്ദ്രീകരണത്തിന്റെ അച്ചടക്കത്തിൽ വളർന്ന് വന്നിട്ടുപോലും അതിന്റെ കടപുഴക്കുന്ന ജനാധിപത്യത്തിന് പിൻവാതിലിലൂടെ പ്രവേശനം അനുവദിക്കുവാൻ

ഒരുങ്ങിയതുമൂലം ആ തത്ത്വശാസ്ത്രത്തെയും പ്രസ്ഥാനത്തെയും അട്ടിമറിച്ചെങ്കിലും നാടിനെ രക്ഷിക്കാൻ ഇടവരുത്തിയ സഖാക്കളെ നേതാക്കൾ അല്പം സഹതാപത്തോടെയെങ്കിലും കൈകാര്യം ചെയ്യേണ്ടതല്ലേ? ധൈര്യവും സത്യസന്ധതയും കുറവായതുകൊണ്ട് പലതും വെട്ടിത്തുറന്ന് പറയാൻ മടിച്ചെങ്കിലും ആസൂത്രണത്തിന് ആരോഗ്യകരമായ വഴിത്തിരിവുണ്ടാക്കിയ പുതുഞ്ചന്മാരോ ഈ രീതികളെ പഴഞ്ചൻ മനസ്സുകൊണ്ട് പിരാകുന്നവരോ കുറ്റവാളികൾ?

ചാരപ്പണിയുടെ ആരോപണം കാര്യമായെടുക്കേണ്ടതില്ല. പട്ടാളച്ചിട്ടയുള്ള ഏതു കക്ഷിയിലും ചാരശങ്ക ഒരു സ്ഥിരം ഭീഷണിയാണ്; കോവിലകങ്ങളിൽ ജാരശങ്കയെന്നപോലെ - കമ്മ്യൂണിസ്റ്റ് പാർട്ടികളുടെയോ നാസി-ഫാസിസ്റ്റ് പാർട്ടികളുടെയോ ചരിത്രം പരിശോധിച്ചാലറിയാം തങ്ങൾക്കിഷ്ടപ്പെടാത്ത എന്തും ചാരന്മാരുടെ കൃതിയായി കമ്മ്യൂണിസ്റ്റുകൾ വ്യാഖ്യാനിക്കുന്നു. എന്റെ കുട്ടിക്കാലത്ത് നാട്ടിൻപുറങ്ങളിലെ അന്ധവിശ്വാസികളായ ജനങ്ങൾ ഒരാൾക്ക് എന്ത് സുഖക്കേടുണ്ടായാലും അയൽപക്കത്തുകാർ മാരണം ചെയ്തതുകൊണ്ടാണെന്ന് ഉറച്ചു വിശ്വസിച്ചിരുന്നു. അതുപോലെ കമ്മ്യൂണിസ്റ്റുകളുടെ ഒരലിഖിതമായ വിശ്വാസപ്രമാണമാണ് ചാരപ്രവർത്തനത്തിന്റെ വിശ്വവ്യാപകമായ സാന്നിധ്യം - ക്രിസ്ത്യാനികളുടെ സാത്താൻ പോലെ; മുസ്ലീങ്ങളുടെ ഇബിലീസുപോലെ; ഹിന്ദുക്കളുടെ മായപോലെ, പുറത്തുള്ളവരെ ബൂർഷ്വാ, പെറ്റി ബൂർഷ്വാ എന്നെല്ലാം കണക്കാക്കുന്നതുപോലെ (കണ്ണാടിയിൽ അത് കാണാറില്ല) ഉള്ളിലുള്ളവരെ ചാരൻ, വർഗ്ഗവഞ്ചകൻ എന്നൊക്കെ വിളിച്ച് ആട്ടിപ്പുറത്താക്കുവാൻ അവർ എന്നുമെന്നും അവസരം പാർത്തിരിക്കുന്നു. ഈ കളിയുടെ യുക്തി മറ്റുള്ളവർക്ക് മനസ്സിലാക്കാൻ പ്രയാസമാണ്.

ഇനി വാദത്തിനുവേണ്ടി ആരെയെങ്കിലും ചാരബന്ധം തീണ്ടിയിട്ടുണ്ടെന്നുതന്നെ വെയ്ക്കുക. എന്താണിവർക്ക് ചോർത്തിക്കൊണ്ടുപോകാൻ കിട്ടിയത്. ഏറ്റവും പരസ്യമായ സാമൂഹിക സാമ്പത്തിക വിവരങ്ങൾ. ഗ്രാമീണജീവിതത്തിന്റെ വിശദാംശങ്ങൾ. മറ്റു രാജ്യങ്ങളിലെ പരശ്ശതം സാമ്പത്തിക റിപ്പോർട്ടുകളെപ്പറ്റി ഒന്നുമറിഞ്ഞുകൂടാത്തവരാണ് ഈ നിരുപദ്രവകരമായ സ്ഥിതിവിവരക്കണക്കുകൾ അന്യരുടെ കൈയിലെത്തിയാൽ അപകടകരമാണെന്ന് ഭയപ്പെടുന്നത്. ആയുധരഹസ്യങ്ങളോ സൈനികസ്ഥാപനങ്ങളോ സാങ്കേതിക വിദ്യകളോ പഞ്ചായത്ത് സർവ്വേകളിൽ പെടുന്നില്ല. പ്രകൃതിജ്ഞാനമാകട്ടെ പരസ്യവുമാണ്.

കണക്കെടുപ്പുകളുടെ കാലമാണിത്. കണക്കെടുക്കാതെ ഒരു നയവും രൂപവൽക്കരിക്കാനാവില്ല. പ്രസിദ്ധപ്പെടുത്തിയ കണക്കുകൾ ആർക്കും പരിശോധിക്കാവുന്നതേയുള്ളൂ. സുതാര്യതയുടെ അന്തരീക്ഷത്തിലേക്കാണ് ലോകമാകെ നീങ്ങിക്കൊണ്ടിരിക്കുന്നത്. പാശ്ചാത്യലോകത്തിലെ

പലതരം കണക്കുകൾ നമുക്ക് ലഭ്യമാണ്. അതുപോലെ നമ്മുടെ നാട്ടിലെ കണക്കുകൾ അവർക്കും - അതിലെല്ലാം ആപത്ത് മണത്തറിയുന്നവർ ഇരുമ്പുമറയുടെ കാലത്തേക്ക് മടങ്ങിപ്പോവാൻ ആഗ്രഹിക്കുന്ന 'പിന്തിരിപ്പൻ'മാരാണ്. ഏറിയാൽ ചില പുതിയ വ്യവസായ-വാണിജ്യ കൂട്ടുകെട്ടുകളുണ്ടാവാൻ പഞ്ചായത്ത് റിപ്പോർട്ടുകൾ വഴിയൊരുക്കിയേക്കാം. അവയെ ഭയപ്പെടുകയല്ല, കരുതലോടെ പ്രയോജനപ്പെടുത്തി, കടക്കെണികളിൽ ചെന്നു ചാടാതെ ഉത്പാദനം വർദ്ധിപ്പിച്ചു ഉപഭോഗം നിയന്ത്രിക്കാനുള്ള വഴികൾ ആരായുകയാണ് സാമൂഹ്യപ്രവർത്തകർ ചെയ്യേണ്ടത്. ഡച്ചുകാർക്കും അമേരിക്കക്കാർക്കും പണം കൊടുത്ത് വാങ്ങാവുന്ന പലതും ഉണ്ട്. കുറഞ്ഞ കൂലിക്ക് പണിയെടുക്കുന്ന തൊഴിലാളികൾ; സ്വന്തം ദേഹം പണയം വെക്കുന്ന സ്ത്രീകൾ. പക്ഷേ, വ്യഭിചാരവൃത്തിയല്ല, ചാരവൃത്തിയാണ് ഇവിടെ ചർച്ചാവിഷയം.

ചില സഖാക്കൾ ഇടത്തട്ടുകാരായി നിന്ന് ഇത്തിരി പണമുണ്ടാക്കിയിരിക്കാം എന്നാണ് കമ്മ്യൂണിസ്റ്റുകളുടെ പേടി. ബുദ്ധിപരമായ പ്രവർത്തനങ്ങൾ കഴിവുള്ളവർക്ക് സാധാരണ നാട്ടിൽ സാധാരണ കിട്ടുന്നതിനേക്കാൾ അല്പം കൂടുതൽ പ്രതിഫലം കിട്ടിയിരിക്കാം. എന്തായാലും ഇതേ കൂട്ടത്തിലുള്ള കോമാളികളായ രാഷ്ട്രീയ നേതാക്കൾക്ക് സാദ്ധ്യമായപോലെ വലിയ സമ്പാദ്യമൊന്നും ഈ പാവങ്ങൾക്ക് ഉണ്ടാവാനിടയില്ല. മാത്രമല്ല, പ്രതിഫല സംഖ്യകൾ പലർക്കുമായി വീതിക്കപ്പെട്ടിരിക്കണം. നല്ല കാര്യം! മുതലാളിത്തത്തിന്റെ അനിവാര്യഘടകമായ ആഗോളവൽക്കരണത്തിലേക്ക് ഈ വഴിയിൽ കൂടിയും നാം ഒളിച്ചു കടന്നിരിക്കുന്നു! മാർക്സിസ്റ്റ് പാർട്ടിയുടെ നേതൃത്വത്തിൽ ഇവിടെ മുതലാളിത്തവും ആഗോളവൽക്കരണവും നട്ടുപിടിപ്പിക്കാൻ ശ്രമിച്ചവരെ അഭിനന്ദിക്കുകയാണ് വേണ്ടത്. അതിലവർ അല്പം രഹസ്യം പാലിച്ചുവോ? നേരത്തെ ഇതെല്ലാം പുറത്തായിരുന്നെങ്കിൽ പാർട്ടിയിൽ അപ്പക്കഷണങ്ങൾക്കു വേണ്ടിയുള്ള കടിപിടി മൂർച്ഛിച്ച് ഒരാഭ്യന്തര സമരം തന്നെ സംഭവിക്കുമായിരുന്നു. ഇപ്പോഴും തങ്ങൾക്ക് ഓഹരി കിട്ടിയില്ലെന്ന തോന്നലാണോ ചിലരെ അപസർപ്പകവേഷമണിയാൻ പ്രേരിപ്പിച്ചത് എന്ന് ആരെങ്കിലും സംശയിച്ചാൽ അതിശയിക്കാനില്ല.

ആസൂത്രണം വേണ്ടത്ര ഫലപ്രദമായില്ലായിരിക്കാം. പ്രവർത്തനത്തിൽ അതിന്റെ പാളിച്ചകൾ ജനങ്ങളെ ചൊടിപ്പിച്ചിരിക്കാം. എന്നാൽ ഒന്നുണ്ട്. അധികാരം ജനങ്ങൾക്ക് നൽകപ്പെടുന്നു എന്ന വിശ്വാസവും ആ പരീക്ഷണത്തിന്റെ പ്രഖ്യാപനവും ജനങ്ങളുടെ കരുത്ത് വർദ്ധിപ്പിച്ചിരിക്കുന്നു. ശാക്തീകരണത്തിന്റെ തുടക്കം. ഇനി ആർക്കും തിരിച്ചുപിടിക്കാൻ കഴിയാത്തവിധത്തിൽ അധികാരം നാട്ടിൻപുറങ്ങളിലേക്ക് ഒരായിരം കൈവഴികളായി ഒഴുകിപ്പോയിക്കൊണ്ടിരിക്കുന്നു. മുത്തുകൾ

പന്നികൾക്ക് മുൻപിൽ എറിഞ്ഞുകൊടുത്തു എന്ന് പരിഹസിക്കാമെങ്കിലും ഈ കഥയിൽ പന്നികൾ അവയിൽത്തൊടുമ്പോൾ ശാപമോക്ഷം കിട്ടി രാജകുമാരന്മാരായി മാറുകയാണ് ചെയ്യുന്നത്. എറിഞ്ഞുകൊടുത്തവർ തന്നെ വിചാരിച്ചാലും തിരിച്ചെടുക്കാനാവില്ല.

ആസൂത്രണവും അക്ഷരാഭ്യാസവും വോട്ടവകാശവും ദൃശ്യമാധ്യമങ്ങളും കമ്പ്യൂട്ടറും സെല്ലുകളും എല്ലാംകൂടി സൃഷ്ടിച്ചതാണ് പഴഞ്ചൻ കമ്മ്യൂണിസ്റ്റ് ആചാര്യന്മാർക്ക് സ്വപ്നം കാണാൻപോലും കഴിയാതിരുന്ന ഈ വിപ്ലവം. ഇതിന്റെ ഫലമായിക്കൂടിയാണ് പാർട്ടിക്കാർ അധികാരം ദുരുപയോഗപ്പെടുത്തിയെന്ന് തോന്നിയപ്പോൾ ജനങ്ങൾ തിരഞ്ഞെടുപ്പിലൂടെ തിരിച്ചടിച്ചത്. അവർ സ്വന്തമായ അളവുകോലുകൾ സമ്പാദിച്ചിരിക്കുന്നു. അതുകൊണ്ട് ആസൂത്രണം നടത്തിയ കക്ഷിക്ക് അല്പമെങ്കിലും ഗുണം കിട്ടിയോ എന്ന പ്രശ്നം അവരുടേത് മാത്രമാണ്. ജനങ്ങൾ ഏതായാലും കുറെയൊക്കെ അധികാരം നേടുകയുണ്ടായി.

ജനകീയാസൂത്രണം അവതാരകന്മാരുടെ ചാക്കിൽനിന്ന് പുറത്തു ചാടി. സൂക്ഷിച്ചില്ലെങ്കിൽ ആരെയും അത് കടിക്കും. എല്ലാ കക്ഷികളെയും നേതാക്കളെയും പാഠം പഠിപ്പിക്കാൻ അത് ഓടിനടക്കുകയാണ്. ഈ നില ഇതിന്റെ പ്രണേതാക്കളോ അവരുടെ നേതാക്കളോ അറിഞ്ഞു കൊണ്ടായാലും അല്ലെങ്കിലും ഇഷ്ടപ്പെട്ടാലും ഇല്ലെങ്കിലും നന്മയാണെന്നാണ് ജനാധിപത്യവാദികൾ വിലയിരുത്തുക. ഈ സാധ്യത അഞ്ചു കൊല്ലം മുൻപ് ചർച്ച നടന്നപ്പോൾത്തന്നെ തെളിഞ്ഞുകാണപ്പെട്ടിരുന്നു.

ഇപ്പോൾ ചെറിയൊരു വിപ്ലവം നടന്നുകൊണ്ടിരിക്കുകയാണ്. പാർട്ടിക്കുള്ളിൽ. അവിടെ വളരുന്ന ജനാധിപത്യബീജത്തിന് പുറത്ത് വരാൻ സമയമാവുമ്പോൾ അത് സമാധാനപരമായ അന്തരീക്ഷത്തിൽ സ്വാഭാവികമായിത്തന്നെ സംഭവിക്കുമോ? അതോ അപകടകരമായ ശസ്ത്രക്രിയ തന്നെ വേണ്ടിവരുമോ? ∎

ഇന്നലെകളിലെ കോഴിക്കോട് - ഇന്നത്തെയും...

ചരിത്രത്തിൽ പുകഴ്പെറ്റ കോഴിക്കോട് നഗരം 1866-ൽ മുൻസിപ്പാലിറ്റിയും 1962-ൽ കോർപ്പറേഷനുമായി. ഇന്നത്തെ മുതിർന്ന പൗരന്മാരുടെ സ്മരണകളിൽ ഇന്നലെകളിലെ കോഴിക്കോട് മനുഷ്യർക്കും കൊതുകുകൾക്കും ഒരേപോലെ സ്വാഗതമരുളിയിരുന്നു. മധ്യകാലഘട്ടങ്ങളിലെ പൊടിപാറിയ ചെമ്മൺപാതകളും വീതികുറഞ്ഞ പാർപ്പിടത്തെരുവുകളും അന്ന് ജനസംഖ്യയിൽ കുറവായിരുന്ന ഹൈന്ദവ മേൽജാതിക്കാർക്കും അവരുമായി രമ്യതയിൽ കഴിഞ്ഞ തറവാട്ടുമാപ്പിളമാർക്കും അന്നാളുകളിലെ അവരുടെ പരിമിതമായ സൗകര്യങ്ങൾക്കനുയോജ്യമായിരുന്നു. അക്കാലത്ത് രാജ്യത്തെ റവന്യൂ വരവിന്റെ നല്ല ഭാഗം കടൽവഴിയുള്ള വിദേശവ്യാപാരങ്ങളിൽ നിന്നുള്ളതായിരുന്നു. അന്ന് നിലനിന്ന സമുദായ സൗഹൃദത്തിനും അതുതന്നെയായിരുന്നു നിദാനം. മാറി മാറി വന്ന വ്യാപാര കാലാവസ്ഥകൾക്കനുസൃതമായി സാമൂതിരിമാർ മരക്കാർമാരെയും കോയമാരേയും പറങ്കികളെയും ഡച്ച് ഈസ്റ്റിന്ത്യാ കമ്പനിയുമെല്ലാം പ്രോത്സാഹിപ്പിച്ചും നാളും തരവും നോക്കിയുള്ള സാമൂതിരിമാരുടെ അന്നത്തെ വ്യാപാരനയവും സമീപനവും ഒരർത്ഥത്തിൽ ഇന്നത്തെ മതേതരത്വത്തിന്റെ അന്നത്തെ പതിപ്പായിരുന്നു.

ആറുപതിറ്റാണ്ടുകൾക്കുമുമ്പ്, നഗരത്തിലെ രണ്ടു കോളേജുകളിലൊന്നിൽ ഇന്റർമീഡിയറ്റിനു പഠിക്കാൻ നാട്ടുമ്പുറത്തുകാരനായ ഞാനിവിടെ എത്തിയകാലത്ത് ചരിത്രനഗരിയിലേക്കുള്ള പടിപ്പുരയെയിലിനും പ്ലാറ്റ്ഫോമിനും ഒപ്പം മേൽക്കൂര തീർത്ത കോഴിക്കോട് തീവണ്ടിയാപ്പീസായിരുന്നു. വളഞ്ഞും പുളഞ്ഞും കിടന്ന നഗരനിരത്തുകളിലൂടെ കാളവണ്ടികളും സൈക്കിളുകളും ആളുകൾ വലിച്ചോടിയ റിക്ഷകളും കാൽനടയാത്രക്കാരും ഒരപകടവുമില്ലാതെ തിങ്ങിനിരങ്ങി നീങ്ങി. ആരോഗ്യമുള്ള കുതിരകൾ താളത്തിൽ വലിച്ചോടിയ വർണ്ണ

പ്പകിട്ടേറിയ ജഡ്ക്കുകൾ രംഗത്തിന് നിറപ്പകിട്ടേകി. സമൂഹത്തിലെ ക്രീമി ലെയർ കുടുംബാംഗങ്ങൾ ജഡ്ക്കുകളിൽ യാത്രചെയ്തു. മോട്ടോർകാറുകൾ അത്യപൂർവ്വം ചരക്കുചാക്കുകൾ അട്ടിയിട്ട ലോറികളും കാളവണ്ടികളും കൈവണ്ടികളും ചുമട്ടു തൊഴിലാളികളും വലിയങ്ങാടിയിൽ പകലുള്ള എന്നും സജീവവും ശബ്ദമുഖരിതവുമാക്കി. ഒരു മഴയെങ്ങാനും പെയ്തൊഴിഞ്ഞാൽ തോടായി മാറുന്ന റോഡുകൾ. എന്നിരുന്നാലും അപകടമരണങ്ങളിൽനിന്നും ഏറിവന്ന വാഹനങ്ങളുടെ ശബ്ദം കൊണ്ടും മാരകമായ പുകമൂലമുണ്ടാവുന്ന മലിനീകരണത്തിൽനിന്നും അന്തരീക്ഷം വളരെ സ്വതന്ത്രമായിരുന്നു. സിറ്റി ബസ്സുകളുണ്ടായിരുന്നില്ല. അധികംപേരും ലക്ഷ്യസ്ഥാനത്തെത്തിയത് കാൽനടയായി മാത്രം. സമ്പന്നകുടുംബങ്ങളെ വലിച്ചോടുന്നതിന് അവരുടെ സ്വന്തമായ റിക്ഷകളുണ്ടായിരുന്നു.

നല്ല രുചിയുള്ള ഇഡ്ഡലി, വട, സാമ്പാർ പ്രാതലിന് ചെലവായത് നാലണ (ഇന്നത്തെ 25 പൈസ) മാത്രം. കോഴി ബിരിയാണിപോലുള്ള മേത്തരം വിഭവങ്ങൾക്ക് അഞ്ചുരൂപയിലധികമായില്ല. നമ്മുടെ പെട്ടിയും ബേഗുകളും മുഴുവൻ ചുമക്കാൻ ഒന്നോ രണ്ടോ രൂപയ്ക്ക് ചുമട്ടുകാരെ കിട്ടും. ഇന്ന് തുച്ഛമായി കാണുന്ന ഈ സംഖ്യകൾക്ക് അന്ന് മൂല്യം വളരെയധികമായിരുന്നു. 1950കളുടെ തുടക്കത്തിൽപോലും കോളേജധ്യാപകന്റെ മാസപ്പടി 150 രൂപയിലധികമായില്ല. സർവീസുമൂത്ത ഗുമസ്തന്മാർക്ക് ഏറിയാൽ 100 രൂപ അത്രതന്നെ. ഞങ്ങൾ നാട്ടുമ്പുറത്തുകാർക്ക് സിറ്റിയിലെത്തുക എന്നതുതന്നെ കൂടിയ സ്വാതന്ത്ര്യമായിരുന്നു. കാരണം ഗ്രാമീണ ചായമക്കാനികളിലെ സന്ദർശനം, ജാതിഭ്രഷ്ടല്ലെങ്കിലും വലിയ വീട്ടുകാർക്കപമാനകരമായിരുന്നു.

അത്തരം നാട്ടാചാരങ്ങളൊന്നും പട്ടണത്തിലുണ്ടായിരുന്നില്ല. ഭൗതികമായും മാനസികമായും ആത്മീയമായും സ്വതന്ത്രർ.

മധ്യവർഗത്തിൽപ്പെട്ട രാഷ്ട്രീയക്കാരല്ലാത്തവർക്ക് രാജ്യത്തിന്റെ പുതിയ സ്വാതന്ത്ര്യം എങ്ങനെ ഉപയോഗിക്കണമെന്ന് വശമുണ്ടായിരുന്നില്ല. കോൺഗ്രസ് നേതാക്കൾ സ്വാതന്ത്ര്യാഘോഷങ്ങളിൽ വ്യാപൃതരായി. അപ്രതീക്ഷിതമായതെന്തോ സംഭവിച്ച മൂഡിലായിരുന്നു ഉദ്യോഗസ്ഥർ! ഇതെല്ലാമായിട്ടും ജീവിതത്തിന്റെ താളക്രമങ്ങൾക്ക് മാറ്റമുണ്ടായില്ല. വിദൂരതയിലായ തിരഞ്ഞെടുപ്പുകൾ! എളുപ്പം പ്രാവർത്തികമാവാത്ത പരിഷ്കരണങ്ങൾ! പെട്ടെന്ന് ഒന്നും എങ്ങുമെത്താത്ത പ്രതീതി. രാഷ്ട്രീയവും പ്രത്യയശാസ്ത്രപരവുമായ ചൂടേറിയ ചർച്ചകൾ വിദ്യാർത്ഥി യുവജനവിഭാഗങ്ങളിൽ സജീവമായി. കമ്മ്യൂണിസം, സോഷ്യലിസം, ഗാന്ധിസം, ശാസ്ത്രീയ വീക്ഷണങ്ങൾ, പുരോഗമന സാഹിത്യങ്ങൾ

ഇവയൊക്കെ സംവാദങ്ങൾക്ക് വിഷയങ്ങളായി. അധ്യാപകർ തങ്ങളുടേതായ കോട്ടും തലപ്പാവും കൈയിൽ ടീച്ചിങ്ങ് നോട്ടുകളുമായി വേറിട്ട കാഴ്ചകളായി. ഭേദപ്പെട്ട വീടുകളിൽ നിന്നുവരുന്ന ആൺ-പെൺ വിദ്യാർത്ഥികൾ തമ്മിൽ സ്വതന്ത്രമായി സംസാരിച്ചുകൂടായിരുന്നു. വല്ലപ്പോഴും വീണുകിട്ടിയ മറുപുഞ്ചിരികളും കണ്ണേറുകളും സ്മരണകളിൽ സൂക്ഷിക്കാൻ മാത്രം മൂല്യമുള്ള സമ്മാനങ്ങളായി. അല്പം കാവ്യഭാവനയുള്ള കൗമാരങ്ങളിൽ ചിലർ കാല്പനിക പ്രണയകഥകളെഴുതി സാഫല്യം നേടി. മറ്റുള്ളവർ ചങ്ങമ്പുഴയുടെ മാസ്മരിക വരികളിലും അതിസാഹസികതകളുടെ പകൽകിനാവുകളിലും രാഷ്ട്രീയം തലയ്ക്കു പിടിച്ചവർ ഗാന്ധിജി, നെഹ്റു, ജയപ്രകാശ്, റാം മനോഹർലോഹ്യ എന്നിവരുടെ പുസ്തകങ്ങളിലുമായി ഒഴിവുസമയം ചെലവഴിച്ചു. അപൂർവ്വം ചിലർ കാൾമാർക്സിന്റെയും ഏംഗൽസിന്റെയും അതിവിപ്ലവത്താളുകളിലാകൃഷ്ടരായി. ഭൂരിപക്ഷം പേരും നാടിന്റെ വികസനത്തിന്റെയും വളർച്ചയുടെയും കാര്യത്തിൽ തത്പരരായിരുന്നു.

അന്നത്തെ പ്രഥമ പ്രസിദ്ധീകരണസംരംഭം മാതൃഭൂമി മാത്രം. ഏറെക്കാലം പത്രം എന്നാൽ മാതൃഭൂമിയും വാരിക എന്നാൽ മാതൃഭൂമി ആഴ്ചപ്പതിപ്പുമായിരുന്നു. പിന്നീടുവന്ന മുസ്ലീംലീഗ് പത്രമായ ചന്ദ്രികയും കമ്മ്യൂണിസ്റ്റുകാരുടെ ദേശാഭിമാനിയും അവരുടേതായ വായനക്കാരെ സൃഷ്ടിച്ചെടുത്തു. ഏറെ കഴിഞ്ഞ് മനോരമയും സായാഹ്നപത്രമായ പ്രദീപവും പിന്നീട് മാധ്യമവും പിന്നെ മംഗളവും ഒടുവിൽ തേജസ്സുമെല്ലാം പ്രത്യക്ഷപ്പെട്ടത്. വടക്കൻ കേരളത്തിൽ മാധ്യമരംഗത്തെ മത്സരവേദി കോഴിക്കോടായി. സിനിമാനിർമ്മാതാക്കളും ചാനൽ ടി.വിക്കാരും മാധ്യമരംഗത്തെ അതിവികസനത്തെ പൂർണതയിലെത്തിച്ചു.

വ്യാപാരപ്പഴമ

സാമൂതിരി രാജവംശസ്ഥാപനത്തിന്റെ പിറകെ പിറന്ന ഏതാനും നൂറ്റാണ്ടുകളിലും യൂറോപ്യൻ നാടുകളിലുമെത്തിയിരുന്നു എന്നത് ഇന്നത്തെ മറ്റു തീരങ്ങളിലും യൂറോപ്യൻ നാടുകളിലുമെത്തിയിരുന്നു എന്നത് ഇന്നത്തെ പട്ടണവാസികൾക്ക് അവിശ്വസനീയമായേക്കാം. അക്കാലത്തെ ഇവിടുത്തെ വ്യാപാരത്തെരുവുകൾ ആഫ്രിക്കയിലെയും യൂറോപ്പിലെയും വ്യാപാരികൾക്ക് സുപരിചിതമായിരുന്നു. ആ അറിവിന്റെ പശ്ചാത്തലത്തിലായിരുന്നു ഗാമയ്ക്ക് ആഫ്രിക്കയിൽനിന്ന് വഴികാട്ടിയെ കാട്ടിയത്. ആ വഴികാട്ടി തന്നെ ഗാമയ്ക്ക് വ്യാപാരികളുമായി ഇടപഴകുവാൻ ദ്വിഭാഷിയെ തരപ്പെടുത്തിക്കൊടുത്തു. അമേരിക്ക കണ്ടെത്തിയ കൊളംബസിന് ഈ സൗകര്യങ്ങളൊന്നും ലഭ്യമായിരുന്നില്ല.

സാമൂതിരി ഉല്പത്തി

മഞ്ചേരിക്കടുത്ത പഴയ ഏറനാട്ടിലെ ഏറനാട്ടുടയവരായിരുന്ന ഏറാടികളിൽ നിന്നായിരുന്നു സാമൂതിരി രാജവംശത്തിന്റെ ഉൽപത്തി. മാനവിക്രമൻ എന്ന അനന്തിരവന് രാമകുലശേഖരൻ എന്ന അവസാനത്തെ ചേരമാൻ പെരുമാ(പെരുമാക്കന്മാരിൽ ഏറ്റവും മഹാൻ)ളിൽനിന്ന് ദാനമായി കിട്ടിയ ചുള്ളിക്കാടും അല്പം ചതുപ്പ് പ്രദേശവുമായിരുന്നു. ഒപ്പം 'കൊന്നും കീഴടക്കിയും രാജ്യം വിസ്തൃതമാക്കുക' എന്ന ഒസ്യത്തോടെ പെരുമാളിൽനിന്ന് കൈപ്പറ്റിയ ഉടവാളുകൊണ്ട് വെട്ടിപ്പിടിച്ചാണ് മാനവിക്രമൻ കോഴിക്കോട് സാമ്രാജ്യത്തിനടിത്തറപാകിയത്. അറബ് നാവികവ്യാപാരികളുടെ വിശ്വാസമാർജ്ജിച്ച തമ്പുരാക്കന്മാർ അവരുടെ സഹായത്തോടെ കോഴിക്കോട് തുറമുഖനഗരമൊരുക്കി. താവഴിയിൽ പിന്നാലെ വന്ന തമ്പുരാക്കന്മാർ ആസ്ഥാനം പട്ടണം തന്നെയാക്കി. പാണ്ടികശാലകളും വ്യാപാരകേന്ദ്രങ്ങളുമുള്ള നഗരത്തിൽ തമിഴരായ ചെട്ടികളും അറബി വ്യാപാരികളും സ്ഥിരതാമസക്കാരായി. ചുരുങ്ങിയ കാലയളവിൽ കോയിൽകോട് (കോയിൽ + കോട്) എന്ന കോഴിക്കോട് അന്താരാഷ്ട്രവ്യാപാരപ്രശസ്തിയേറിയ വ്യാപാരനഗരമായി. അറബികൾ 'കാലിക്കുത്ത്' എന്നും ചെട്ടികൾ 'കല്ലിക്കോട്ടൈ' എന്നും വിളിച്ച കോഴിക്കോടിനെ ആംഗലേയൻ 'കാലിക്കറ്റ്' ആക്കി.

പഥ്യമായ ഭൂമിശാസ്ത്രം

പണ്ട് മുതലേ നിലവിലുണ്ടായിരുന്ന ഈജിപ്ത്-ചൈന ജലമാർഗത്തിന് സമീപമായിരുന്നു കോഴിക്കോട്ടെ കടൽത്തീരം. പഥ്യമായ ഈ ഭൂമിശാസ്ത്രം അറബിക്കടൽ തീരത്തെ മറ്റു തുറമുഖങ്ങളെപ്പോലെ കോഴിക്കോടിനും സൗകര്യപ്രദമായി. തേക്ക്, വീട്ടി, ചന്ദനം, കുരുമുളക്, മറ്റു സുഗന്ധവ്യഞ്ജനങ്ങൾ എന്നിവയായിരുന്നു ഇവിടുത്തെ കയറ്റുമതിച്ചരക്കുകൾ.

ചെട്ടികളുടെയും മാപ്പിളമാരുടെയും സൗഹൃദവും നിരവധി സാമന്തന്മാരുടെ മേൽക്കോയ്മയും മാമാങ്കമഹോത്സവത്തിന്റെ മുഖ്യകാർമ്മികത്വവുമെല്ലാം സാമൂതിരിയെ പ്രശസ്തിയിലേക്കുയർത്തി.

വിദേശവ്യാപാരികളുമായുള്ള വ്യാപാരബന്ധങ്ങളും പ്രശസ്തസഞ്ചാരികളുടെ സന്ദർശനങ്ങളും കുഞ്ഞാലിമരക്കാർമാരുടെ നേതൃത്വത്തിൽ നടന്ന നാവികപടയോട്ടങ്ങളും ഉടമ്പടികളുമെല്ലാം ഈ നഗരിയുടെ ചരിത്രത്തിന്റെ ഭാഗമാണ്. അതുപോലെ രേവതി പട്ടത്താനം പണ്ഡിതസദസ്സുകളും.

18-ാം നൂറ്റാണ്ടിലെ ഹൈദരലി-ടിപ്പുമാരുടെ പടയോട്ടങ്ങൾ കോഴിക്കോടിന്റെ പ്രൗഢിയെ നശിപ്പിച്ചുവെങ്കിലും 1800-ൽ ഈസ്റ്റ് ഇന്ത്യാ

കമ്പനിയുടെ മലബാർ ഭരണത്തിന്റെ ആസ്ഥാനമാക്കുക വഴി നഗരം വീണ്ടും വ്യാപാരകേന്ദ്രമായി പുനർജ്ജനിച്ചു. മാനാഞ്ചിറ സമുച്ചയത്തിലെ ചിറ ഇന്നും നഗരത്തിലെ കുടിവെള്ളത്തിന്റെ ഏറിയ പങ്കും നിവർത്തിക്കുന്നു. ഈ സമുച്ചയത്തിനിരുവശങ്ങളിലുമുള്ള കണ്ണൂർ റോഡും വയനാട് റോഡുമാണ് നഗരത്തിന്റെ വ്യാപാരസിരകൾ. പണ്ട് കോട്ട നിന്നിരുന്നതിനാൽ കോട്ടപ്പറമ്പ് എന്നറിയപ്പെടുന്ന സ്ഥലത്ത് ഇന്ന് വലിയൊരു സർക്കാർ ആശുപത്രി സമുച്ചയമാണ്. കടപ്പുറത്തേക്കുനീളുന്ന വലിയങ്ങാടിയായിരുന്നു നാവികവ്യാപാരത്തിലൂടെ നഗരത്തിന്റെ കീർത്തി വിദേശങ്ങളിലെത്തിച്ചത്. ബ്രിട്ടീഷ് ഭരണത്തിന്റെ ആരംഭത്തോടെ അതുവരെ സാമൂതിരിയുടെ സംരക്ഷണത്തിലായിരുന്ന നായർ ബ്രാഹ്മണ പ്രൗഢിയും അസ്തമിച്ചു. ഭൂസ്വത്തൊഴികെ മറ്റെല്ലാ സ്ഥാനമാനങ്ങളും നഷ്ടപ്പെട്ട നായർകുടുംബാംഗങ്ങൾ സ്വത്ത് സംബന്ധമായ വ്യവഹാര തർക്കങ്ങളിലായി. ആംഗലവിദ്യാഭ്യാസം നേടി നിയമം പഠിച്ച ഒട്ടേറെ പേർക്ക് വ്യവഹാരരംഗം പുതിയ തൊഴിൽ വീഥിയൊരുക്കി. മരുമക്കത്തായത്തിന്റെ ക്ഷയത്തോടെ നമ്പൂതിരിമാരുടെ സംബന്ധവും കഥാവശേഷമായി. സംബന്ധ അസംബന്ധാചാരങ്ങളോടെയുള്ള വെല്ലുവിളിയായിരുന്നു അപ്പു നെടുങ്ങാടിയുടെ കുന്ദലതയുടെയും ചന്തുമേനോന്റെ ഇന്ദുലേഖയുടെയും വിഷയങ്ങൾ. ബ്രിട്ടീഷ് ഭരണത്തോടെ ജാതിമേധാവിത്വത്തിന്റെ തേർവാഴ്ചയ്ക്ക് അറുതിവന്നപ്പോൾ തിയ്യ(ഈഴവ) സമുദായത്തിന് പുരോഗമിക്കാനായി. ക്രിസ്ത്യൻ പള്ളിക്കൂടങ്ങളും ശ്രീനാരായണ പ്രസ്ഥാനവും അതിന് ഏറെ സഹായകമായി. അവർ വ്യവസായികളും ട്രാൻസ്പോർട്ട് രംഗത്ത് മുതലാളിമാരുമായി. ചിലർ പുസ്തകപ്രസാധന രംഗം വരെയെത്തി.

മാപ്പിളമാർ വ്യാപാരരംഗത്തുതന്നെ നിലയുറപ്പിച്ചപ്പോൾ ഔദ്യോഗിക രംഗങ്ങൾ തീർത്തും വിദ്യാസമ്പന്നരായ നായർ സമുദായവും തമിഴ് ബ്രാഹ്മണരും കൈയടക്കി. ബ്രാഹ്മണർ സമൂഹമായി തളിക്ഷേത്രസമുച്ചയത്തിന് ചുറ്റും താമസിച്ചു. നായന്മാരുടെ സങ്കേതങ്ങൾ ചാലപ്പുറത്തും പന്നിയങ്കരയിലും തിരുവണ്ണൂരുമുള്ള കോവിലകങ്ങൾക്കു സമീപമായി. പൊതുരംഗത്തെ അറിയപ്പെട്ട വ്യക്തിത്വമായിരുന്നു കെ.പി. കേശവമേനോൻ. ബ്രാഹ്മണരിൽ പേരെടുത്ത വ്യക്തിത്വം മഞ്ചേരി രാമയ്യരും.

മറ്റൊരു രസകരമായ കാര്യം മാപ്പിളമാരുടെ ഭാര്യവീട് താമസമാണ്. ശരീഅത്ത് നിയമങ്ങൾ അനുകൂലിക്കുന്നില്ലെങ്കിലും അവരുടെ നാലുകെട്ടു മാളികകൾ മരുമക്കത്തായ ഭരണരീതികളിലായി. അവയിൽ ചില കുടുംബങ്ങൾ ഇപ്പോഴും അതേ മുഖസ്ഥകളിൽ കഴിയുന്നു. നായന്മാർ ആ തലതിരിഞ്ഞ ജീവിതരീതിയോട് എന്നോ വിടചൊല്ലി. ബ്രിട്ടീഷുകാർ സംശയക്കണ്ണുകളോടെ നിരീക്ഷിച്ചതിനാലും വിദ്യാഭ്യാസത്തിൽ സാമ്പത്തിക രംഗത്തും പിറകിലായി. കോയമാരും മറക്കാർ കുടുംബക്കാരും അടങ്ങിയ

തറവാട്ടു മാപ്പിളമാർ ഉന്നത നായർകുടുംബങ്ങളുമായി രമ്യതയിലായിരുന്നു. പുതിയ ഇസ്ലാമുകൾ (മാർഗം കൂടിയവർ) അകന്നുതന്നെ നിന്നു. ഈ സമുദായ സൗഹൃദമാണ് 1921-ലെ മലബാർ ലഹള കോഴിക്കോടിനെ സ്പർശിക്കാതിരുന്നതിന് കാരണം. കുറ്റിച്ചിറയിലെയും ഇടിയങ്ങരയിലെയും മാപ്പിളകുടുംബങ്ങളിൽ പലതും ഇന്നും പഴയ മരുമക്കത്തായ താവഴിക്കാരാണ്. മിശ്ഖാൽപള്ളി, ജമാൽപള്ളി, ശേഖിന്റെ പള്ളി, മുച്ചുന്തിപള്ളി എന്നീ പഴയ പള്ളികൾ 13-14 നൂറ്റാണ്ടുകളിലേതാണ്. ഇവ കേരള വാസ്തുശില്പകലയുടെ തനിയാവർത്തനങ്ങളാണ്. അവയ്ക്ക് ഹൈന്ദവക്ഷേത്രങ്ങളുടെ നിർമ്മാണകലയോടുള്ള രൂപസാദൃശ്യമാണ്, ചരിത്രമറിയാതെ പാവം ഹൈന്ദവസുഹൃത്തുക്കളെ അവ പണ്ട് ക്ഷേത്രങ്ങളായിരുന്നു എന്ന് തെറ്റുപറയാൻ ഇടയാക്കിയത്.

ഭോജനശാലകൾ

സസ്യേതര ഭോജനപ്രിയരുടെ പറുദീസയാണിവിടം. മുന്തിയ വിഭവങ്ങൾ ലഭ്യമാവുന്ന റസ്റ്റോറന്റുകൾ മേൽപാലങ്ങളുടെ കീഴിലും മാവൂർ റോഡിലും ബീച്ചിലുമുണ്ട്. അവിടങ്ങളിൽ തിരക്കൊഴിഞ്ഞ നേരമില്ല. രാക്കാലങ്ങളിൽ ഉന്തുവണ്ടികളിൽ പ്രത്യക്ഷപ്പെടുന്ന മൊബൈൽ ഫാസ്റ്റ് ഫുഡുകാർക്കും ഇവിടെ നല്ല കൊയ്ത്തുതന്നെ. കേരളീയർ പൊതുവിലും തീരദേശവാസികൾ പ്രത്യേകിച്ചും മത്സ്യപ്രിയരാണ്. അക്കാര്യത്തിൽ ബംഗാളികൾ മാത്രമേ നമുക്ക് മുന്നിലുള്ളൂ. ഇവിടെ മാപ്പിളമാർ മാട്ടിറച്ചിയോടും നസ്രാണികൾ പന്നിയിറച്ചിയോടും കൂടുതൽ താത്പര്യം കാട്ടുന്നു. ഒന്നിനും എവിടെയും വിലക്കുകളില്ല. സസ്യഭോജനശാലകൾക്കിടം നഷ്ടപ്പെട്ടുപോയ നഗരത്തിൽ അടുത്തകാലത്തായി അങ്ങിങ്ങ് ചില നല്ല വെജിറ്റേറിയൻ റസ്റ്റോറന്റുകളുയർന്നിട്ടുണ്ട്.

ശാസ്ത്രീയസംഗീതവും നൃത്തവും ആസ്വദിക്കുന്നതിൽ പാലക്കാടിന്റെയും തൃശൂരിന്റെയും പിറകിലായിരുന്ന കോഴിക്കോടിന് ആ രംഗങ്ങളിൽ അല്പം പുരോഗതിയുണ്ട്. പല നാടക സിനിമാനടന്മാരുടെയും ടി.വി. സീരിയലുകാർക്കുമൊക്കെ പരിശീലനക്കളരിയായി ഇവിടെ ഒരു സജീവ നാടകവേദിയുണ്ടായിരുന്നു. മാപ്പിളപ്പാട്ടുകൾക്കും ഗസലുകൾക്കും ഇവിടെ ആരാധകരേറെയുണ്ട്. സാഹിത്യം - നിരൂപണരംഗങ്ങളിലെ അതികായകരായ എസ്.കെ. പൊറ്റക്കാട്, ഉറൂബ് (പി.സി. കുട്ടികൃഷ്ണൻ), വൈക്കം മുഹമ്മദ് ബഷീർ, എം.ടി. വാസുദേവൻ നായർ, കുട്ടികൃഷ്ണമാരാർ, എൻ.വി. കൃഷ്ണവാരിയർ എന്നീ പ്രതിഭാധനർ ചരിത്രനഗരിയുടെ സംഭാവനകളാണ്.

പൈശാചികമായ അത്യന്താധുനികതയോടുള്ള അമിതഭ്രമം ഇവിടുത്തുകാർക്ക് തുടങ്ങിയിട്ട് പത്തുമുപ്പതു വർഷങ്ങളായി. ഗൾഫ്

പണത്തിന്റെയും ഉപഭോഗതാത്പര്യങ്ങളുടെ വർദ്ധിച്ച സ്വാധീനമാണ് ഈ പാരമ്പര്യ വ്യതിയാനത്തിന് അടിസ്ഥാനം. റിക്ഷകളും ജഡ്ക്കകളും ഇവിടെ ചരിത്രമായി. പകരം എണ്ണമറ്റ ഓട്ടോറിക്ഷകളും ഇരുചക്രവാഹനങ്ങളും ആഡംബരക്കാറുകളും നിരത്തുകൾ നിറഞ്ഞുനീങ്ങുന്നു. കവലകളിൽ ശബ്ദക്കുരുക്കുകളില്ലാത്ത സമയം വിരളം. വാഹനങ്ങളുടെ എണ്ണം പെരുകിയതോടെ അപകടമരണങ്ങളും ക്രമാതീതമായി വർദ്ധിച്ചു. ഒപ്പം മുമ്പത്തേക്കാളേറെ അന്തരീക്ഷം മലിനമായി.

ഇവിടെയിപ്പോൾ കലാലയങ്ങളേറെയുണ്ട്. അവയിൽ നിലവാരം കൂടിയത് ചുരുക്കം. ഫ്ളാറ്റുകൾ പേറുന്ന നിരവധി ഗോപുരങ്ങൾ എങ്ങും തലയെടുപ്പോടെ നിൽക്കുന്നു. റിയൽ എസ്റ്റേറ്റ് സംരംഭങ്ങളുടെ തുള്ളിയാട്ടം!!

സ്റ്റാർ ഹോട്ടലുകളും സൂപ്പർമാർക്കറ്റുകളും അനുദിനം വർദ്ധിക്കുന്നു. സൂപ്പർ സ്പെഷ്യാലിറ്റി ആതുരാലയങ്ങളും നല്ല ബിസിനസ്സുരംഗമായി വിലസുന്നു. പിന്നെ കറുത്ത പണത്തിന്റെ വെളുത്ത വെട്ടത്തിൽ അക്ഷന്തവ്യമായ ചില പ്രത്യേക വാണിഭങ്ങളും വാർത്തകളൊരുക്കുന്നു. സദാചാര പൈതൃകം ചരിത്രമാവുന്നു. മറ്റൊന്ന്, ചുമരുകൾക്കകത്ത് അടങ്ങിപ്പാർത്തിരുന്ന മുസ്‌ലിംസ്ത്രീകളെ പൊതുധാരയിലെത്തിക്കാൻ പർദ്ദകൾ നിമിത്തമൊരുക്കി. അനുദിനം വർദ്ധിച്ചുവരുന്ന വിനോദകേന്ദ്രങ്ങളും ചില്ലറയല്ല. വസ്ത്രധാരണത്തിലും ഭക്ഷ്യവിഭവങ്ങളിലും മനുഷ്യബന്ധങ്ങളിലും വിവാഹഘോഷങ്ങളിലും മാറ്റത്തിന്റെ ദൃശ്യങ്ങൾ ഒട്ടേറെ... ഒരു തരത്തിൽ എല്ലാം ഗൾഫ് പണത്തിന്റെ കുത്തൊഴുക്കിന്റെ നേർക്കാഴ്ചകൾ... ഇന്നലെകളിലെ കോഴിക്കോടിന്റെ അലകും പിടിയും മാറിപ്പോയി... ഇന്നത്തെ കാലിക്കറ്റ് തികച്ചും ഒരു പുതിയ നാഗരികത!

പഴയ വ്യാപാരപ്പെരുമയുടെ കീർത്തികളയവിറക്കുന്നവരായി, കേരളപ്പഴമയിൽ കുഞ്ചരാണികൾ എന്നു വിവരിക്കപ്പെട്ട ഗുജറാത്തികളിൽ ഏതാനും പേരും ജൈനരും ഹിന്ദുക്കളുമടങ്ങിയ മാർവാഡികളും ചെട്ടികളും ഒന്നുരണ്ട് പാർസി കുടുംബങ്ങളുമുണ്ടിവിടെ... മുമ്പത്തെ കോസ്മോപൊളിറ്റൻ കാലിക്കറ്റിന്റെ നീക്കിയിരിപ്പുകൾ.

പ്രസിദ്ധമായ കോഴിക്കോടൻ എന്നറിയപ്പെട്ട മധുരപലഹാരങ്ങളും മറ്റെന്തും വാങ്ങാവുന്ന കോഴിക്കോടിന്റെ വ്യാപാരസംസ്കാരത്തിന്റെ കേദാരം മിഠായിത്തെരുവിലൊതുങ്ങിയ ഒരു കാലമുണ്ടായിരുന്നു. ഇന്ന് പ്രായമായ ഞാൻ അവിടെച്ചെന്നാൽ വാങ്ങാൻ മാത്രം മോഹിപ്പിക്കുന്ന ഒന്നുമവിടെയില്ല. പരിചിതമുഖങ്ങളുമില്ല. എന്നാലും മിഠായിത്തെരുവ് എന്റെ ഒരു ചാപല്യമായിത്തന്നെ നിൽക്കുന്നു. ഒരറ്റത്ത് എസ്.കെ. പൊറ്റക്കാടിന്റെ പ്രതിമ നിൽക്കുന്ന സ്ഥലം ഇപ്പോൾ ബഹളമയമാണ്. പണ്ടത്തെപ്പോലെ ഒരു അലസസവാരി സങ്കല്പത്തിനതീതം!

വ്യാപാരത്തിൽ പണ്ട് പുകൾപെറ്റിരുന്ന പട്ടണത്തിന്റെ കഴിഞ്ഞകാല മുതിർന്ന തലമുറക്കാർ ബ്രിട്ടീഷുകാർക്കെതിരെ സമരം നയിച്ചു പ്രശസ്തരായവരായിരുന്നു. അവരിൽ ചിലർ ഇന്ത്യൻ നാഷണൽ കോൺഗ്രസ്സിലെ അതികായകരായിരുന്നു, കമ്മ്യൂണിസ്റ്റ് പാർട്ടിയുടെയും മുസ്ലിം ലീഗിന്റെയും പ്രവർത്തനസ്ഥാനവും കോഴിക്കോടായിരുന്നു.

നേരത്തെയുണ്ടായിരുന്ന റേഡിയോ സ്റ്റേഷൻ കൂടാതെ ഇന്ന് കോഴിക്കോടിന് സ്വന്തമായൊരു മെഡിക്കൽ കോളേജുണ്ട്, വൈദ്യുത ശ്മശാനമുണ്ട്. റീജിനൽ എഞ്ചിനീയറിങ്ങ് കോളേജും (നാഷണൽ ഇൻസ്റ്റിറ്റ്യൂട്ട് ഓഫ് ടെക്നോളജി) മാനേജ്മെന്റ് ഇൻസ്റ്റിറ്റ്യൂട്ടും സർവകലാശാല (അല്പം അകലെയെങ്കിലും)യുമായുള്ള ഇവയെല്ലാം മലബാറിന്റെ വികസനത്തിലെ വൻപ്രതീക്ഷകളാണ്. അവസാനമായി വന്ന വിമാനത്താവളം ബാഹ്യലോകവുമായി ഏറെ അടുപ്പിച്ചു. ചില സാമുദായിക സംഘട്ടനങ്ങൾ കോഴിക്കോടിന്റെ ചരിത്രത്തിന് അല്പം മങ്ങലേൽപിച്ചെങ്കിലും ഇപ്പോൾ രംഗം ശാന്തമാണ്. ഫുട്ബോൾ മേളയും ഫിലിം ഫെസ്റ്റിവലുകളുമെല്ലാം സജീവമാണ് ഒപ്പം രാഷ്ട്രീയ അഴിമതിക്കഥകളുടെ അപശബ്ദങ്ങളും.

(പ്രശസ്ത സാഹിത്യകാരനായ ഡോ. മുൽക്ക്രാജ് ആനന്ദ് തുടങ്ങിവെച്ച മുംബൈയിലെ മാർഗ് പബ്ലിക്കേഷൻസിൽനിന്ന് പരിഭാഷപ്പെടുത്തിയതാണ് ഡോ.എം.ജി. എസ്സിന്റെ ഈ ലേഖനം.)

■

അനശ്വരസമ്പാദ്യം

വിജയനില്ലാത്ത നമ്മുടെ സാഹിത്യലോകം. വികൃതിക്കുട്ടിയെ നാടുകടത്തിയ വീടിനെപ്പോലെ.

അധികാരം കൈയാളുന്നവരെ വിമർശിക്കുന്നവർ ധാരാളമുണ്ട്. അവരിൽ മിക്കവരും അധികാരക്കൊതിയന്മാരാണ്. അധികാരത്തിൽ ഇരിക്കുന്നവരോട് ഉള്ളിൽ ആരാധന വെച്ചുപുലർത്തുന്ന ഇക്കൂട്ടർ അധികാരസ്ഥാനങ്ങൾ ഗാംഭീര്യവും അന്തസ്സും നിറഞ്ഞതാണെന്ന ധാരണയാണ് പരത്തുന്നത്. മറിച്ച് അധികാരികൾ ഭീരുക്കളും അല്പന്മാരും പരിഹാസ്യരും വിഡ്ഢികളുമാണെന്ന്, മനുഷ്യപക്ഷത്തുനിന്നുകൊണ്ട് ചിത്രീകരിക്കാൻ കഴിഞ്ഞതാണ് ആ വികൃതിയുടെ വിജയം.

ആ കാർട്ടൂണുകൾ പരിശോധിച്ചാൽ അത് വ്യക്തമാവുന്നു. ധർമ്മപുരാണം എടുത്തുനോക്കിയാലും മതി.

മറിച്ച് സാധാരണക്കാരും സർവ്വത്ര നിന്ദിക്കപ്പെടുന്നവരും വിഡ്ഢികളും അപ്രാപ്തരും ആണെന്ന് എല്ലാവരും ധരിച്ചിരിക്കുന്നവരുമായ മനുഷ്യരെ നായികാനായകന്മാരുടെ സ്ഥാനത്തേക്കുയർത്തി മനുഷ്യജന്മത്തിന്റെ മഹത്വം ആഘോഷിക്കുകയാണ് വിജയൻ ചെയ്തത്. ഖസാക്കിന്റെ ഇതിഹാസം തുടങ്ങി ഒട്ടേറെ കൃതികളിൽ ഇക്കാര്യം വ്യക്തമാക്കപ്പെട്ടിരിക്കുന്നു.

ഇത്തരം അതുല്യമായ ഒരു നിലപാടിൽ എത്തിച്ചേരാൻ വിജയനെ പ്രേരിപ്പിച്ചത് എന്തൊക്കെ സാഹചര്യങ്ങൾ ആകാമെന്ന് ഞാൻ പലപ്പോഴും ആലോചിച്ചിട്ടുണ്ട്. ഒരുപിടിയും കിട്ടുന്നില്ല. സർഗാത്മകമായ എന്നാൽ അഭൂതപൂർവത എന്നുകൂടി അർത്ഥമാണല്ലോ. മറ്റൊന്നിനോടു താരതമ്യപ്പെടുത്താൻ ഇല്ലാത്തൊരവസ്ഥ. അപ്പോൾ സ്വാഭാവികമായും മുൻ ഉദാഹരണങ്ങളും നിയമങ്ങളും സഹായകമാകാനിടയില്ലല്ലോ. സംഭവങ്ങൾ നിരത്തിവെച്ച് ആലോചിച്ചുനോക്കാം. അതേവഴിയുള്ളൂ. നിഗമനങ്ങൾ തെറ്റാവാം. ശരിയാവാം.

നാട്ടിൻപുറത്തെ വിചിത്രമായ പ്രകൃതിയുടെയും കഥാപാത്രങ്ങളുടെയും ഇടയിൽ നാഥനില്ലാതെ, ഗുരുനാഥനില്ലാതെ, അമ്പരപ്പോടെ

വളർന്ന ഒരു ബാലൻ. ഭയചകിതൻ. സംശയദൃഷ്ടിയോടെ, ഭയത്തിൽ നിന്നുദ്ഭവിച്ച വെറുപ്പോടെയാണ് വിജയികളെയും അധികാരികളെയും. ലോകത്തിലുള്ള സമസ്ത ശക്തികളെയും ആ ബാലൻ കണ്ടിരിക്കാവുന്നത്. സ്വകാര്യ സുഖം ഉണ്ടാക്കുന്ന ഒരു നിരുപദ്രവ പ്രതികാരം എന്ന നിലയ്ക്ക് അതിനെയെല്ലാം ചെറുതാക്കി, ചീത്തയാക്കി, പരിഹാസ പാത്രമാക്കി, എഴുതാൻ തുടങ്ങി. ബോധപൂർവ്വമല്ല, ബോധപൂർവ്വം കമ്മ്യൂണിസ്റ്റ് പ്രസ്ഥാനത്തെ സഹായിക്കാൻ, പ്രചരിപ്പിക്കാൻ, ബാധ്യസ്ഥനായെങ്കിലും അബോധമനസ്സ് അതിന്റെ എതിർദിശയിലേക്ക് വിജയനെ തള്ളിവിട്ടിരിക്കണം.

അന്ന് കേരളത്തിൽ മലയാളഭാഷയിലൂടെ കിട്ടാവുന്ന ഏറ്റവും പുരോഗമനാത്മകമായ ചിന്ത പത്തൊമ്പതാം നൂറ്റാണ്ടിലെ പഴയ വിപ്ലവ സിദ്ധാന്തങ്ങളായിരുന്നു. അസംതൃപ്തമായ ഞങ്ങളുടെ തലമുറ അത് ആർത്തിയോടെ വെട്ടിവിഴുങ്ങി. കൂടുതൽ ബുദ്ധിയുള്ളവർ കൂടുതൽ അതിൽക്കുടുങ്ങി. പക്ഷേ വിജയനെപ്പോലെ ഉള്ളവർക്ക് സൃഷ്ടിയുടെ അന്തർപ്രചോദനം തടുക്കാനായില്ല. കഥകളായി പുറത്തുവന്നത് വിപ്ലവേതര-വിപ്ലവ വിരുദ്ധ സാഹിത്യമായിരുന്നു.

ഇംഗ്ലീഷു സാഹിത്യമാവാം ഏറെ വിശാലമായ ഒരു വലിയ ലോകത്തിന്റെ ചക്രവാളസീമകളിലേക്ക് വിജയനെ ഉണർത്തിവിട്ടതെന്ന് ഞാൻ ഊഹിക്കുന്നു. ആ ഭാഷയുടെ ഊർജ്ജസ്വലതയും സംവേദനക്ഷമതയും വിജയനിൽ അനുരണനങ്ങളുണ്ടാക്കിയതും രസകരമായ അനുഭവമായിരുന്നു. കഥകളിലൂടെ മാത്രം പരിചയമുള്ള ഞങ്ങൾ നേരിട്ടു കണ്ടിരുന്നില്ല. തിരുവനന്തപുരത്ത് എയർപോർട്ടിൽ വിജയനെ സ്വീകരിച്ചു കൊണ്ടുവരാൻ ഞാനാണു പോയത്. എന്നെ കണ്ടാൽ വിജയന് അറിയില്ല. എയർപോർട്ടിൽ നിന്ന് വിജയൻ പുറത്തേക്കിറങ്ങിവരുമ്പോൾ ഞാൻ എന്റെ വലതുകൈവെള്ളയിൽ 'മലയാളനാട്' എന്നെഴുതിയ ബോർഡ് വച്ചിരുന്നു. അതുകണ്ടു ചിരിച്ചിട്ട് വിജയൻ ചോദിച്ചു: വി.ബി.സിയാണ് അല്ലേ?

വന്നപാടെ ഞങ്ങൾ മാഗ്നറ്റ് ഹോട്ടലിൽ കയറി ചായ കുടിച്ചു. പിന്നീട് കാറിലായിരുന്നു കൊല്ലത്തേക്കുള്ള യാത്ര. യാത്രാമധ്യേ ഒരു ഏറുമാടക്കടയ്ക്കു മുമ്പിൽ വണ്ടിനിർത്തി. നാരങ്ങാവെള്ളം കുടിക്കാനാണ്. പെട്ടെന്ന് കടയുടെ ഉള്ളിലേക്കും പരിസരത്തേക്കും നോക്കിയിട്ട് വിജയൻ നാരങ്ങാവെള്ളം വേണ്ട എന്ന് അസ്വസ്ഥനായി പറഞ്ഞു. കടക്കാരന് പത്തുരൂപയും നൽകി. തുടർന്ന് രണ്ടുമൂന്നു കടകൾക്കു മുന്നിൽ വണ്ടി നിർത്തി. അവിടന്നെങ്ങും വിജയൻ നാരങ്ങാവെള്ളം കുടിച്ചില്ല. എന്തോ അവിടത്തെ വൃത്തികേടുകളും മറ്റും ഇഷ്ടമാകാത്തപോലെ. ഇതാണ് വിജയന്റെ സ്വഭാവം. കൊച്ചുകൊച്ചു കാര്യങ്ങളിൽ ശാഠ്യം പിടിക്കാറുണ്ട്.

കൊല്ലത്തെത്തി ആദ്യം പോയത് എസ്.കെ. നായരുടെ വീട്ടിലേക്കായിരുന്നു. പിന്നീട് നീലാഹോട്ടലിലേക്ക്. ഹോട്ടലിന്റെ മുകളിലായിരുന്നു താമസം. രണ്ടുമൂന്നു ദിവസമേ അവിടെ താമസിച്ചുള്ളൂ. തൊട്ടടുത്ത മുറിയിൽ ഒരു സ്ത്രീയും പുരുഷനും താമസിച്ചിരുന്നു. ഇക്കാരണം കൊണ്ടുതന്നെ അവിടെനിന്നു മാറിത്താമസിക്കണമെന്ന് വിജയൻ ശാഠ്യം പിടിച്ചു. അങ്ങനെ ആശ്രാമം ഗസ്റ്റ്ഹൗസിലാക്കി താമസം. എല്ലാ ദിവസവും വൈകുന്നേരങ്ങളിൽ ഞങ്ങൾ നടക്കാനിറങ്ങും. കടൽത്തീരത്തിലൂടെ, നഗരത്തിലെ ഊടുപാതകളിലൂടെയൊക്കെയായിരുന്നു സഞ്ചാരം. സഞ്ചാരത്തിനിടയിൽ ഒരിക്കലും വിജയൻ സാഹിത്യം സംസാരിക്കാറില്ല. പറയുന്നതൊക്കെയും മനുഷ്യസ്നേഹത്തെക്കുറിച്ചും കാരുണ്യത്തെക്കുറിച്ചുമൊക്കെയാണ്. പിന്നെ, വഴിയിൽ ചെറിയ ജീവികളെ കാണുമ്പോഴുള്ള ഭയം കലർന്ന കൗതുകം കൊച്ചുകുട്ടികളുടേതുപോലെ വഴിയിൽ കിടക്കുന്ന കല്ലുകളും ചെടികളിൽനിന്ന് മൊട്ടും പൂവും ഇറുത്തെടുക്കലുമെല്ലാം വിജയനിൽ ഞാൻ ദർശിക്കുകയായിരുന്നു.

പതിന്നാലുദിവസത്തെ കൊല്ലം വാസത്തിനുശേഷം ഡൽഹിയിലേക്കു മടങ്ങിപ്പോയ വിജയൻ നിരന്തരം കത്തുകളയയ്ക്കുകയും ഇടയ്ക്കിടെ മലയാളനാടിന് കഥകൾ തരികയും ചെയ്യുമായിരുന്നു.

അങ്ങനെയിരിക്കെ അടിയന്തരാവസ്ഥയ്ക്കു തൊട്ടുമുമ്പ് അപ്രതീക്ഷിതമായി വിജയൻ കൊല്ലത്തുവന്നു. നേരെ മലയാളനാട് ഓഫീസിൽ അവിടെവച്ച് എസ്.കെ. നായരുടെ സാന്നിധ്യത്തിൽ 'ധർമപുരാണം' എഴുതുന്ന കാര്യം വിജയൻ സൂചിപ്പിച്ചു.

'എന്തുവന്നാലും നോവൽ ഞങ്ങൾക്കു തരണം' എന്ന് എസ്.കെ. പറഞ്ഞു. വീണ്ടും ഡൽഹിയിലേക്കു പോയ വിജയൻ നോവൽ പൂർത്തിയാക്കിയിട്ട് കൈയെഴുത്തുപ്രതിയുമായി പിന്നെയും കൊല്ലത്തുവന്നു. തിരുവനന്തപുരം മാഗ്നറ്റ് ഹോട്ടലിൽ വച്ച് നോവൽ വായിച്ചു. അന്ന് പ്രൊഫ. എം. കൃഷ്ണൻ നായരുണ്ടായിരുന്നു. നോവൽ വായിച്ചു കഴിഞ്ഞപ്പോൾ കൃഷ്ണൻനായർ അതിലെ ചില പദപ്രയോഗങ്ങളെ വിമർശിച്ചു. ചിലവ മാറ്റണമെന്ന് പറഞ്ഞു. വിജയൻ അതിന് തയ്യാറായിരുന്നില്ല. 'തൂറി' എന്നത് മാറ്റണമെന്ന് കൃഷ്ണൻനായർ സാർ നിർബന്ധിച്ചെങ്കിലും വിജയൻ അതിനു വഴങ്ങിയില്ല.

നോവൽ പ്രസിദ്ധീകരിച്ചുതുടങ്ങി. 14 അധ്യായം കഴിഞ്ഞപ്പോൾ അടിയന്തരാവസ്ഥ പ്രഖ്യാപിച്ചു. അന്ന് കേരളത്തിൽ പി.ആർ.ഡി ഡയറക്ടർ ജി. വിവേകാനന്ദനായിരുന്നു. അദ്ദേഹം ഓർഡറുമായി ഓടിവന്നു. നോവൽ ഉടൻ സ്റ്റോപ്പ് ചെയ്യണം. എസ്.കെ. വിജയനെ ഫോണിൽ വിളിച്ചു വിവരം ധരിപ്പിച്ചു.

എന്നാൽ ഇന്നു പലരും വിചാരിച്ചിരിക്കുന്നതുപോലെ നോവൽ നിർത്തിവയ്ക്കാൻ വിജയനല്ല ആവശ്യപ്പെട്ടത്. വിജയൻ പറഞ്ഞു. നമുക്കു തുടരാം. എന്തും വരട്ടെ. എന്നെ അറസ്റ്റു ചെയ്യട്ടെ എന്നൊക്കെ. എന്നാൽ എസ്..കെ. തീരുമാനിച്ച്, നോവൽ പ്രസിദ്ധീകരണം നിർത്തിയതാണ്. പിന്നീട് അടിയന്തരാവസ്ഥയ്ക്കുശേഷം നോവൽ പൂർണമായും പ്രസിദ്ധീകരിക്കുകയും ചെയ്തു.

വിജയൻ അങ്ങേയറ്റം അസ്വസ്ഥനായ മറ്റൊരു സമയവും ഇപ്പോൾ ഓർക്കുന്നു. ഖസാക്കിന്റെ ഇതിഹാസവും ബംഗർവാടിയും തമ്മിൽ സാദൃശ്യമുണ്ടെന്നു കാണിച്ച് ജി.എൻ. പണിക്കർ മലയാളനാടിൽ എഴുതിയതു വായിച്ച് വിജയൻ അങ്ങേയറ്റം വേദനിച്ചു. ഇക്കാര്യം വിജയൻ എന്നെ ഫോണിൽ വിളിച്ചുപറയുകയും ചെയ്തു. വിവാദപരമായ ആ സമയത്ത് വിജയന്റെ സഹോദരി ഒ.വി. ശാന്ത ഇതു സംബന്ധിച്ച് കത്തെഴുതിയിരുന്നു. തുടർന്ന് ഞാനും. ഇതിന് 'ഇതിഹാസത്തിന്റെ ഇതിഹാസം' എന്ന കൃതിയിൽ വിജയൻ ശരിക്കും മറുപടി കൊടുത്തിട്ടുണ്ട്.

മലയാളനാടിൽനിന്ന് ഞാൻ പിരിഞ്ഞുപോരുമ്പോഴും ഞാനും വിജയനും തമ്മിലുള്ള ബന്ധം തുടർന്നുകൊണ്ടേയിരുന്നു. നിരന്തരം കത്തയയ്ക്കുമായിരുന്നു വിജയൻ. എന്റെ എല്ലാ കാര്യങ്ങളും ഒരു ജ്യേഷ്ഠസഹോദരനെന്നപോലെ തിരക്കുമായിരുന്നു. ഒരിക്കൽ കലാകൗമുദി മുഖാന്തിരം വിജയൻ കുറച്ചു പണം അയച്ചുതന്നതും എനിക്കു മറക്കാനാവില്ല. അത്ര സ്നേഹമായിരുന്നു വിജയന് എന്നോട്.

മലയാള സാഹിത്യത്തിൽ ഒരെഴുത്തുകാരൻ എന്ന നിലയ്ക്കും വ്യക്തി എന്ന നിലയ്ക്കും വിജയൻ അദ്ഭുതമാണ്. ഭാഷയെ മാന്ത്രികമായ ഒരവസ്ഥയിലേക്കു പരിവർത്തിപ്പിച്ച വിജയന്റെ ആത്മീയതയെ പലരും തെറ്റിദ്ധരിച്ചു. അത് പലപ്പോഴും കത്തുകളിലൂടെ വിജയൻ എനിക്ക് എഴുതുമായിരുന്നു. 'എന്നെ ആരും മനസ്സിലാക്കുന്നില്ലല്ലോ വി.ബി.സി.' എന്നായിരുന്നു വിജയന്റെ പരാതി. മനുഷ്യന് ശാന്തിയും കാരുണ്യവും എവിടെനിന്നു കിട്ടും എന്നായിരുന്നു വിജയൻ അന്വേഷിച്ചത്.

അസുഖം വന്നതിനുശേഷം വിജയന് സ്വതന്ത്രമായി എഴുതാനോ വരയ്ക്കാനോ കഴിഞ്ഞില്ല. അതിന്റെ ദുഃഖം ഒരിക്കൽ അദ്ദേഹം ഫോണിലൂടെ എന്നോടു പറയുകയം ചെയ്തു.

ഈ മനുഷ്യന് ഒരുപാടു പറയാനും എഴുതാനും ഉണ്ടായിരുന്നു. പക്ഷേ, ഒന്നും പറയാതെ എഴുതാതെ അദ്ദേഹം കടന്നുപോയി...

(ചാത്തന്നൂർ മോഹനോടു പറഞ്ഞത്)

∎

കൊല്ലം നഗരവും ചീനാവ്യാപാരവും

കിഴക്കിനേയും പടിഞ്ഞാറിനേയും ചൈനാരാജ്യത്തേയും ഈജിപ്തിനേയും പരസ്പരം ബന്ധിപ്പിച്ചിരുന്ന മദ്ധ്യകാല സമുദ്രവ്യാപാരപാതയുടെ മദ്ധ്യഭാഗത്തിൽ ഒരു സുവർണ്ണപ്പതക്കമായി നിലനിന്ന കൊല്ലം എന്ന മഹാനഗരിയുടെ ഓർമ്മ തേച്ചുമിനുക്കിയെടുക്കാനാണ് നാമിന്ന് ഇവിടെ പരിശ്രമിക്കുന്നത്. ചേരമാൻ പെരുമാൾ ചിരകാലം വാണ കേരളരാജ്യത്തിന്റെ രണ്ടാമത്തെ തലസ്ഥാനവും - ഒന്നാം തലസ്ഥാനം കൊടുങ്ങല്ലൂരിലായിരുന്നു - ഒന്നാമത്തെ തുറമുഖവും കൂടിയായിരുന്നു കൊല്ലം. ആ കുരക്കേണി കൊല്ലത്തിന്റെ സ്ഥാപനവർഷമാണ് കേരളവർഷമായി നാം കൊല്ലവർഷമെന്ന പേരിൽ ആചരിച്ചുവന്നത്.

"കൊല്ലംകണ്ടവനില്ലം വേണ്ട" എന്ന പഴമൊഴി അന്വർത്ഥമാക്കിയ വ്യാപാരശൃംഖലയുടെ നാണയചിഹ്നങ്ങൾ ഈ വർഷമാണ് യാദൃച്ഛികമായി കൊല്ലം തങ്കശ്ശേരി ഭാഗത്ത് കടലിൽനിന്നു ലഭിച്ചത്. പൈതൃകസ്മരണകളെ കാലക്കടലിൽ വലിച്ചെറിഞ്ഞു കലഹിച്ചുകൊണ്ടിരിക്കുന്ന മലയാളി മനസ്സിനെ ഞെട്ടിച്ചുണർത്തുവാനാണ് ആ ചരിത്രമുഹൂർത്തം പിറന്നത് എന്നു ഞാൻ വിചാരിക്കുന്നു.

രണ്ടു ദശകങ്ങളിലായി ഗവേഷണയജ്ഞത്തിലൂടെ കേരളത്തിലെ നാണയശാസ്ത്രപഠനത്തിൽ റാണിയായി വളർന്നിട്ടുള്ള ശ്രീമതി ബീനാ സരസനാണ് ആ യജ്ഞപ്രസാദവുംകൊണ്ട് നമ്മെ ധന്യരാക്കാൻ ഇവിടെ ഒരുങ്ങിയെത്തിയിട്ടുള്ളത്. ഈ നാണയങ്ങൾ പുറത്തുവന്ന് ഏതാനും മാസങ്ങൾക്കകം ഇത്രയും ശ്രദ്ധേയമായ ഒരു പഠനം കാഴ്ചവെക്കുക വഴി അവർ ചരിത്രം തിരുത്തിക്കുറിച്ചിരിക്കുന്നു. ചരിത്രഗവേഷണത്തിൽ ഭാരതത്തിന്റെ മറ്റു ഭാഗങ്ങളുമായി താരതമ്യപ്പെടുത്തിയാൽ എത്രയോ പിന്നിലാണ് കേരളം. പാശ്ചാത്യരാജ്യങ്ങളുമായി താരതമ്യപ്പെടുത്തിയാൽ ഭാരതവും ഏറെ പുറകിലാണ്.

വിചിത്രമായിത്തോന്നാം, കേരളസർവ്വകലാശാലയുടെ പ്രായം ശതാഭിഷേകത്തിനടുത്തായെങ്കിലും 1970 കാലത്തു മാത്രമേ അവിടെ ചരിത്ര

പഠനത്തിന് ഒരു വിഭാഗം തുടങ്ങുന്നുള്ളൂ. അതുവരെ ഭാഷാപണ്ഡിതന്മാർ മാത്രമായിരുന്നു ചരിത്രപഠനം പ്രോത്സാഹിപ്പിച്ചിരുന്നത്. ഒരു നൂറ്റാണ്ടുപഴക്കമുള്ള സംസ്ഥാനപുരാവസ്തുവിഭാഗത്തിൽ ഇന്ന പേരെടുത്തു പറയാവുന്ന ഒരു പുരാവസ്തു വിദഗ്ദ്ധനുമില്ല എന്നത് ഒരു ദയനീയമായ പരമാർത്ഥമാകുന്നു. ഭരണത്തിലിരുന്ന മാർക്സിസ്റ്റുകൾ പട്ടണം ഖനനത്തിൽ കഴിഞ്ഞ പത്തുവർഷമായി ആർക്കിയോളജിക്കൽ സർവ്വേ ഓഫ് ഇന്ത്യ എന്ന വിശ്വപ്രസിദ്ധമായ സ്ഥാപനത്തെ അയിത്തം കല്പിച്ച് പുറത്തുനിർത്തി. അത്രയും പിന്തിരിപ്പനാണ് കേരളസംസ്ഥാനം. കോൺഗ്രസ്സുകാരും ആ സ്ഥാനം വാശിയോടെ നിലനിർത്തുന്നു.

മനോൻമണീയം സുന്ദരൻപിള്ള തിരുവിതാംകൂറിൽ ആദ്യമായി പഴയ ലിഖിതങ്ങളെ ആശ്രയിച്ച് Early Soverguins of Travancore എന്ന പുസ്തകം എഴുതുകയും അതിലൂടെ മഹാരാജാവിനെ ഈ വിഷയത്തിന്റെ പ്രാധാന്യം ബോദ്ധ്യപ്പെടുത്തുകയും ഒരു പുരാവസ്തുവകുപ്പ് തിരുവിതാംകൂറിൽ വേണമെന്ന് ഉപദേശിക്കുകയും ചെയ്തു. അദ്ദേഹത്തെ മാനിക്കാൻ കേരളീയർ ഒന്നും ചെയ്തില്ല. തമിഴ്നാട്ടിൽ അദ്ദേഹത്തിന്റെ പേരിൽ മനോൻമണീയം സുന്ദരനാർ സർവ്വകലാശാലതന്നെ പ്രവർത്തിച്ചുവരുന്നു.

ഇങ്ങനെ ആദ്യത്തെ സൂപ്രണ്ട് ഓഫ് ആർക്കിയോളജി ആയ ടി.എ. ഗോപിനാഥറാവുവിനെ ആന്ധ്രയിൽനിന്നും കൊണ്ടുവരേണ്ടിവന്നു. വലിയ പണ്ഡിതനായിരുന്നു അദ്ദേഹം. ഇന്ത്യയിലെ വിഗ്രഹങ്ങളെപ്പറ്റി നാലു ഭാഗങ്ങളിൽ ആധികാരികമായി അദ്ദേഹം ഗ്രന്ഥമെഴുതി Elements of Hindu Icongraphy ഇന്നും അത് ആധികാരികമായ രേഖയാകുന്നു.

ഇങ്ങനെ തമിഴ്നാട്ടിൽനിന്നോ ആന്ധ്രയിൽനിന്നോ കടമെടുത്ത ഗവേഷകരാണ് ഇവിടെ വല്ലതും പ്രവർത്തിച്ചിട്ടുള്ളത്. പട്ടണം പ്രദേശത്ത് ഖനനം ചെയ്യുവാൻ തഞ്ചാവൂരിലെ തമിഴ് സർവ്വകലാശാലയിൽ നിന്ന് ഡോക്ടർ സെൽവകുമാറിനെ ക്ഷണിച്ചുകൊണ്ടുവരേണ്ടിവന്നു. അതേ സമയം കൊല്ലത്തുകാരനായ ഡോക്ടർ പി. രാജേന്ദ്രൻ എന്ന പുരാവസ്തു ശാസ്ത്രജ്ഞനുണ്ട്. ചരിത്രാതീത പുരാവസ്തു ഖനനങ്ങളിൽ ലോകമറിയുന്ന പണ്ഡിതനെങ്കിലും അദ്ദേഹത്തെ വേണ്ടവിധം അംഗീകരിക്കാൻ കേരളത്തിനു കഴിഞ്ഞിട്ടില്ല. അതുപോലെ ആർക്കിയോളജിക്കൽ സർവ്വേ ഓഫ് ഇന്ത്യയിലെ ഏറ്റവും പ്രശസ്തരായ ഉദ്യോഗസ്ഥരിലൊരാളാണ് ശ്രീ.കെ.കെ.മുഹമ്മദ്. ചമ്പൽ താഴ്വരയിലും ഛത്തീസ്ഗഢിലും ചെന്നൈയിലും ആഗ്രയിലും ഗോവയിലും അനവധി ഖനനപഠനപ്രവർത്തനങ്ങൾ നടത്തിയ വ്യക്തിയാണ് അദ്ദേഹം. ലോകം അദ്ദേഹത്തെ അറിയുന്നു. കേരളം അറിയുന്നില്ല.

കേരളത്തിലെ ഗ്രാമങ്ങളിലെ പൈതൃകപ്പട്ടിക തയ്യാറാക്കാനുള്ള ഒരു ബൃഹദ്പദ്ധതിക്ക് ഹിൽപാലസ് കേന്ദ്രമായ സെന്റർ ഫോർ ഹെറിറ്റേജ് സ്റ്റഡീസ് മൂന്നു കൊല്ലം മുമ്പ് രൂപംകൊടുത്തിരുന്നുവെങ്കിലും ഒരു പൈ പോലും നല്കാൻ സർക്കാരിനു സാധിച്ചിട്ടില്ല, മറ്റു പല താത്പര്യങ്ങളാണ് നമ്മുടെ സർവ്വകലാശാലകളെയും സർക്കാരിനെപ്പോലും നിയന്ത്രിക്കാറുള്ളത്.

പൈതൃകപഠനം കഴിഞ്ഞ അറുപതുവർഷത്തിനടുത്തായി മാത്രമേ പ്രാധാന്യത്തിലെത്തിയിട്ടുള്ളൂ. ആർക്കിയോളജിയുടെ ഒരു ഉപവിഭാഗമായിട്ടാണ് പൈതൃകപഠനം അരനൂറ്റാണ്ടോളമായി പാശ്ചാത്യരാജ്യങ്ങളിൽ പ്രചരിച്ചിട്ടുള്ളത്. പുരാവസ്തുപഠനം ഒരു ശാസ്ത്രവിഭാഗമാണ്. എന്തെല്ലാമുണ്ടായിരുന്നു പഴയകാലത്തെന്നു കണ്ടെടുക്കാൻ പല മാർഗങ്ങളുപയോഗിച്ച് ശാസ്ത്ര സാങ്കേതിക മാർഗങ്ങളിലൂടെ പഠനം നടത്തുന്നു. അങ്ങനെ കണ്ടെത്തുന്ന വസ്തുക്കളിൽ ഏതെല്ലാമാണ് സംരക്ഷിക്കപ്പെടേണ്ടത് എന്നതാണ് ഹെറിറ്റേജ് പഠനത്തിൽ വ്യവഹരിക്കുന്നത്. മുമ്പ് സാംസ്കാരിക വകുപ്പുമന്ത്രിയായിരുന്ന ശ്രീ.ടി.എം. ജേക്കബിന് എവിടെനിന്നോ കിട്ടിയ ഒരു ആശയത്തിലാണ് സെന്റർ ഫോർ ഹെറിറ്റേജ് സ്റ്റഡീസ് സ്ഥാപിക്കപ്പെടുന്നത്. എന്നാൽ പിന്നീട് ആരും അത് കാര്യമായെടുത്തില്ല. മാറിമാറിവരുന്ന ബജറ്റുകളിൽ അവിടത്തെ പൈതൃകപഠനത്തിനുവേണ്ടി ഒരു സംഖ്യയും നീക്കിവെക്കാറില്ല.

തെക്കെ ഇന്ത്യയിലെ നാണയങ്ങളെക്കുറിച്ചു പഠിക്കുന്നവരുടെ കൂട്ടായ്മയായ സൗത്ത് ഇന്ത്യൻ ന്യൂമിസ്മാറ്റിക്സ് സൊസൈറ്റി 2011ൽ രാജപാളയത്തുവെച്ചു യോഗം കൂടിയപ്പോൾ എന്നെ അതിന്റെ അധ്യക്ഷനായി തിരഞ്ഞെടുക്കുകയുണ്ടായി. അപ്പോഴാണ് ശ്രീമതി ബീനാസരസ നടക്കം കേരളത്തിൽനിന്നുള്ള നാണയശാസ്ത്രപ്രേമികളെ ഞാൻ കണ്ടുമുട്ടിയത്. ഭാരതത്തിൽ മൈസൂരിലും പൂനയിലും ബനാറസിലുമാണ് നല്ല നിലയിൽ ഈ പഠനങ്ങൾ നടക്കുന്നത്. തിരുവനന്തപുരത്തെപ്പോലെ ഒരു ചെറിയ നാണയപഠനസൊസൈറ്റി കോഴിക്കോട്ടും കേരളത്തിന്റെ മറ്റു പലയിടത്തുമുണ്ട്. ശ്രീമതി ബീനാസരസൻ, ശ്രീ. ഗോപകുമാർ തുടങ്ങിയ പലരും ഈ രംഗത്തുണ്ട്. ഗോപകുമാറിന്റെ രചനകളിൽ കാവ്യഭാവനയും ആലങ്കാരികഭാഷയും ശാസ്ത്രീയമായ ഉള്ളടക്കത്തിന് കോട്ടം തട്ടിച്ചതായി കാണാം. ശ്രീ. എം.ജി. ശശിഭൂഷൺ കേരളത്തിലെ ഇയ്യാൽ, വള്ളുവള്ളി, മാള തുടങ്ങിയ സ്ഥലങ്ങളിൽനിന്നും ലഭിച്ച റോമൻ നാണയങ്ങളെപ്പറ്റി പഠിച്ചിട്ടുണ്ട്.

തിരുവിതാംകൂറിലെ ആർക്കിയോളജി വിഭാഗം ആരംഭിച്ചപ്പോൾ അന്ന് ഭാരതത്തിലെ ഏറ്റവും അറിയപ്പെട്ടിരുന്ന നാണയശാസ്ത്രവിദഗ്ധനായ ശ്രീ. പരമേശ്വരിലാൽ ഗുപ്തയെ ക്ഷണിച്ചുകൊണ്ടുവന്ന് Early Coins of

Kerala എന്നൊരു പുസ്തകം പ്രസിദ്ധീകരിക്കുകയുണ്ടായി. ഇന്നും കേരളത്തിലെ പ്രാചീനനാണയങ്ങളെപ്പറ്റി ആധികാരികമായി ഉണ്ടായ ഒരു നല്ല പഠനം ഇതാകുന്നു. അടുത്തകാലത്താണ് ചൈനീസ് നാണയങ്ങൾ ശാസ്താംകോട്ട തടാകത്തിൽനിന്നും കൊല്ലത്തെയും തങ്കശ്ശേരിയിലെയും കടലിൽനിന്നും കണ്ടെടുത്തത്. ഈ പുസ്തകം കൊല്ലത്തെ നാണയങ്ങളെപ്പറ്റിയാണ്. എന്നാൽ ശാസ്താംകോട്ടയിൽനിന്നും കിട്ടിയ നാണയങ്ങളെക്കുറിച്ചുള്ള ഒരു ചെറിയ കുറിപ്പ് ബീനാസരസൻ ഈ പുസ്തകത്തിൽ കൊടുത്തിട്ടുണ്ട്.

ചൈനയിലെ ജനങ്ങൾക്ക് അവരുടെ സംസ്കാരത്തിനോടുള്ള താത്പര്യത്തിന്റെ ഒരംശംപോലും നമുക്കില്ല. കോഴിക്കോട്ടെ ഹെറിറ്റേജ് ഫോറത്തിന്റെ കൺവീനറായ ശ്രീ. സി.കെ. രാമചന്ദ്രൻ ഐ.എ.എസ് (റിട്ടയേർഡ്) ഈയിടെ ബീജിങ്ങിൽ ചെന്നപ്പോൾ അവിടത്തെ യൂണിവേഴ്സിറ്റിയിലെ ഗവേഷകർ താത്പര്യപൂർവ്വം സ്വീകരിക്കുകയുണ്ടായി.

എ.ഡി. 1521നും അതിനടുത്തുമായി ചൈനയിലെ ചക്രവർത്തിമാർ കേരളത്തിലേക്ക് ഒരു വലിയ കപ്പൽപ്പടതന്നെ അയച്ചതായി മാഹ്വാൻ രേഖപ്പെടുത്തിയിട്ടുണ്ട്. ആ കപ്പൽപ്പട ഏഴെട്ടുപ്രാവശ്യം കേരളത്തിലെത്തുകയും ആദ്യം കൊല്ലത്തുവരികയും ചെയ്തു. അവിടെനിന്നും കോഴിക്കോടുവരികയും പിന്നീടു കടൽകടന്ന് അലക്സാൻഡ്രിയ നഗരംവരെ പോവുകയുമാണുണ്ടായത്. അങ്ങനെ ഗാമ പാശ്ചാത്യലോകത്തിനുവേണ്ടി ഇന്ത്യയിലേക്കുള്ള വഴി കണ്ടുപിടിക്കുന്നതിന് അല്പംമുമ്പ് ചൈനീസ് കപ്പൽപ്പടയുടെ നാവികർ ഇവിടെ വന്നിട്ടുണ്ട്. അവർ കോഴിക്കോട്ടും തൂത്തുക്കുടിയിലും ശ്രീലങ്കയിലും ഓരോ ഫലകങ്ങൾ സ്ഥാപിച്ചതിൽ അവസാനത്തെ രണ്ടെണ്ണം കണ്ടുകിട്ടിയെങ്കിലും കോഴിക്കോട്ടേത് ഇതുവരെ കണ്ടെടുത്തില്ല. അവർ ചൈനീസ് മുസ്ലീങ്ങളായതുകൊണ്ട് ബുദ്ധഭഗവാനെയും അല്ലാഹുവിനെയും കുറിച്ചു പറഞ്ഞുകൊണ്ടാണ് രണ്ടു ഫലകങ്ങളും എഴുതിയിട്ടുള്ളത്. കോഴിക്കോട്ടേതും അങ്ങനെ ആയിരിക്കാം.

കൊല്ലത്തു കടലിൽനിന്നും കിട്ടിയ നാണയങ്ങളിൽ 678 എ.ഡി. മുതൽ 907 വരെയുള്ള ടാങ് വംശനാണയങ്ങളുണ്ട്. ഇത് ഈ പുസ്തകത്തിൽ ചിത്രങ്ങളായി കൊടുത്തിട്ടുണ്ട്. അതിലെ ചക്രവർത്തിമാരുടെ പേര് കുറിച്ചിട്ടുണ്ട്. വടക്കൻ സോങ് വംശം (960–1117), തെക്കൻ സോങ് വംശം (1127–79), യുവാൻ വംശം (1150–1368) എന്നിങ്ങനെ 14–ാം നൂറ്റാണ്ടിന്റെ അന്തിമഘട്ടംവരെയുള്ള നാണയങ്ങളാണ് കൊല്ലത്തുനിന്ന് കിട്ടിയത്.

രസകരമായ വസ്തുത ഈ ചൈനീസ് നാണയങ്ങൾ വട്ടത്തിലുള്ളതാണ് എന്നതാകുന്നു. അതിന്റെ നടുക്ക് ചതുരത്തിലുള്ള ഒരു തുള കാണാം. നമ്മുടെ പഴയ ഓട്ടമുക്കാലിലെ വട്ടത്തുളയെപ്പോലെ.

എന്തിനാണതെന്ന് നമുക്കറിഞ്ഞുകൂടാ. ഇതിന്റെ ഒരുപയോഗം ഞങ്ങൾ കണ്ടെത്തുകയുണ്ടായി. കോഴിക്കോട് സർവകലാശാലയിൽ സംസ്കൃത വിഭാഗത്തിൽ സംസ്കൃതം പഠിക്കാൻ വന്ന ഒരു ചൈനീസ് ഗവേഷകൻ അവിടത്തെ താളിയോല ഗ്രന്ഥങ്ങൾ പരിശോധിക്കുമ്പോൾ അതിൽ രണ്ടു വശത്തും ലോഹഫലകങ്ങളായി ഉപയോഗിച്ചിരുന്നത് തുളയുള്ള ചൈനീസ് നാണയങ്ങളായിരുന്നു. ഇത്തരം നാണയങ്ങളുടെ ഉപയോഗം നമ്മുടെ നാട്ടുകാർ കണ്ടത് അങ്ങനെയാണ്. ചൈനക്കാർ നാണയങ്ങൾ കോമ്പലയായി കെട്ടി സൂക്ഷിക്കാനുള്ള സൗകര്യത്തിനായിരിക്കാം തുള യുണ്ടാക്കിയിരുന്നത് എന്നു കരുതാം. ബാങ്കുകളില്ലാതിരുന്ന അക്കാലത്ത് എണ്ണിക്കണക്കാക്കി പെട്ടിയിൽ സൂക്ഷിക്കാനായിരിക്കാം ഇങ്ങനെ നാണയങ്ങൾ നിർമ്മിച്ചിരുന്നത് എന്നു കരുതാം.

പണ്ടത്തെ ചാപ്പനാണയങ്ങൾ (punched mark coins) ലോഹനാണയ ങ്ങൾ എന്നിവയൊക്കെ ചേർത്താണ് പി.എൽ. ഗുപ്ത പഠനം നടത്തിയത്. ഗ്രീക്കുകാർ ഉപയോഗിച്ചിരുന്നതും അറബികൾ അതിന്റെ അനുകരണ മായി ഉപയോഗിച്ചിരുന്നതുമായ ദീനാരം മുമ്പുണ്ടായിരുന്നു. നമ്മുടെ മണി പ്രവാളകാവ്യങ്ങളിൽ അച്ച്, പണം, ആനയച്ച്, താരം തുടങ്ങിയ നാണയ ങ്ങളെക്കുറിച്ചു പറയുന്നതു കാണാം. ഇതിൽ താരം 15, 16, 17 നൂറ്റാണ്ടു കളിൽ കോഴിക്കോട്ടു പ്രചാരത്തിലുണ്ടായിരുന്നതാണ്. ഇതിൽ നാണയ ങ്ങൾ കിട്ടിയിടത്ത് വിവരണങ്ങൾ കിട്ടാനില്ല എന്ന ബുദ്ധിമുട്ടുകാണാം. വളരെ ശ്രദ്ധേയമായി കൈകാര്യം ചെയ്യേണ്ട വസ്തുതയാണിത്. നിർഭാഗ്യവശാൽ കേരളത്തിലെ ഒരു കോളേജിലും നാണയങ്ങളെക്കുറി ച്ചുള്ള പഠനം നടക്കുന്നില്ല. ബീനാസരസനൊഴിച്ച് ആരെങ്കിലും അതിൽ കാര്യമായ ഗവേഷണം കേരളത്തിൽ നടത്തുന്നുണ്ടോ എന്നു സംശയ മാണ്.

നാണയശാസ്ത്രപഠനത്തിന് ഒരു കുഴപ്പമുണ്ട്. നാണയത്തിന് ലോഹ ത്തിന്റെ വിലയ്ക്കുപുറമെ ഫാൻസി വാല്യു കൂടിയുള്ളതിനാൽ സൊസൈറ്റികളുടെ വാർഷികയോഗങ്ങളിൽ പങ്കെടുക്കുന്നതിൽ കച്ചവട ക്കാരായ വലിയൊരു വിഭാഗമുണ്ട്. അവർക്ക് അക്കാദമിക താത്പര്യത്തേ ക്കാളധികം വ്യാപാരതാത്പര്യമാണു കാണുക.

പ്രാചീനഭാരതീയ ചരിത്രഗവേഷണത്തിൽ വലിയ കോളിളക്കമുണ്ടാ ക്കിയ വ്യക്തിയാണ് ഡി.ഡി. കൊസാംബി. ഒരു സ്റ്റാറ്റീഷ്യൻ ആയിരുന്ന അദ്ദേഹം നാണയപഠനം നടത്തിയിട്ടുണ്ട്. നാണയങ്ങൾ കമ്മട്ടങ്ങളിൽ നിന്നും പുറത്തിറങ്ങിയശേഷം കൈമാറ്റം ചെയ്തുചെയ്ത് പ്രചരിച്ചുകൊ ണ്ടിരിക്കുമ്പോൾ തേയ്മാനം വരും. കൊസാംബി റോമൻനാണയങ്ങളുടെ തേയ്മാനം എത്ര സംഭവിച്ചു എന്നു കണക്കാക്കി അതിലൂടെ എത്രകാലം പ്രചരിച്ചതിനുശേഷമാണ് അവ നിധിശേഖരങ്ങളിലെത്തിച്ചേർന്നത് എന്നു

കണക്കെടുക്കാൻ ശ്രമിക്കുകയുണ്ടായി. ഇങ്ങനെ പലരും പലതരത്തിലും നാണയങ്ങളെ കണ്ടിട്ടുണ്ട്.

നമ്മുടെ നാട്ടിൽനിന്നും ആദിചേരന്മാരുടെ നാണയങ്ങൾ ധാരാളം കണ്ടെടുത്തിട്ടുണ്ട്. അത് കേരളത്തിലേതല്ല. ആദിചേരന്മാരുടെ ആസ്ഥാനമായിരുന്ന കരുവൂർ എന്ന സ്ഥലത്തുനിന്നും ചാപ്പനാണയങ്ങൾ ലഭിച്ചിട്ടുണ്ട്. കുറച്ചെണ്ണത്തിൽ രാജാവിന്റെ മുഖം ചിത്രണം ചെയ്തിട്ടുണ്ട്. അതിലൊന്ന് ശ്രീ. കൃഷ്ണമൂർത്തി അടുത്തകാലത്തു പ്രസിദ്ധീകരിച്ചിട്ടുണ്ട്. കുട്ടുവൻ കോതൈ (മകോതൈ) എന്നു പേരുള്ള ഒരു ചാപ്പനാണയമാണത്. റോമൻ നാണയങ്ങളെ അനുകരിച്ചുള്ളതായിരിക്കാം.

അങ്ങനെ നാനാവിധ പൗരാണികവിജ്ഞാനം പകർന്നുതരുന്നതിന് നാണയപഠനം സഹായിക്കും. അതിന്റെ ലോഹവില, പ്രചരിച്ചിരുന്ന സ്ഥലങ്ങളുടെ കണക്കെടുത്തുകൊണ്ട് ആർ, എങ്ങനെ ഭരിച്ചിരുന്നു എന്ന വിവരങ്ങൾ ലഭിക്കും.

അദ്ഭുതകരമായ ഒരു വസ്തുത കേരളം മൂന്നു നൂറ്റാണ്ടുകളോളം - ഒമ്പത്, പത്ത്, പതിനൊന്ന് നൂറ്റാണ്ടുകളിൽ - ഭരിച്ചിരുന്ന ചേരമാൻ പെരുമാക്കൾക്ക് നാണയമുണ്ടായിരുന്നില്ല എന്നതാണ്. അവരുടെ കാലത്ത് ചോളനാണയങ്ങൾ പ്രചരിച്ചിരുന്നത് കണ്ടെടുത്തിട്ടുണ്ട്. എന്നാൽ മഹോദയപുരചേരനാണയങ്ങളൊന്നും കണ്ടുകിട്ടിയിട്ടില്ല. അതിനുപകരം ഇത്ര കഴഞ്ചു സ്വർണം, അതിന് ഇത്ര പറ നെല്ല്, എന്നൊരു കണക്കു സ്ഥിരമായി നിലനിന്നിരുന്നതായി ലിഖിതങ്ങളിൽ കാണാം. നേരത്തെ മൗര്യനാണയങ്ങൾ കേരളത്തിൽ ധാരാളം പ്രചാരത്തിലിരുന്നു. റോമാ ചക്രവർത്തിമാരുടെ കാലഗണനയ്ക്ക് കേരളത്തിൽനിന്നുള്ള നാണയങ്ങളാണ് സഹായിച്ചിട്ടുള്ളത്. അവ തിരുവനന്തപുരത്തെ മ്യൂസിയത്തിലും മറ്റും കാണാം. ആകെ ലഭിച്ചതിൽ ഏറെയും ഉരുക്കിയോ വിറ്റോ പോയതിൽ ശേഷിച്ചവയാണ് അവ. ചെറിയൊരു ഭാഗം തൊഴിലാളികളിൽനിന്നോ ലഭിച്ചതാണ് ഇന്നു സൂക്ഷിച്ചിട്ടുള്ളത്. ഉള്ളതുവെച്ചു നോക്കിയാൽത്തന്നെ എ.ഡി. ഒന്നാംനൂറ്റാണ്ടു മുതൽ അഞ്ചാംനൂറ്റാണ്ടുവരെയുള്ള റോമൻ ചക്രവർത്തിമാരുടെ പേരുവിവരങ്ങൾ അതിൽനിന്നും ലഭിക്കും.

അങ്ങനെ സമൃദ്ധമായ നാണയശേഖരങ്ങൾ നമുക്കുണ്ട്, യാദൃച്ഛികമായി മണ്ണിനടിയിൽനിന്നും മറ്റും ലഭിക്കുന്നതാണെങ്കിലും. പക്ഷേ ശാസ്ത്രീയമായ പഠനത്തിന് കാത്തുകിടക്കുന്ന പലതും പല ശേഖരത്തിലായുണ്ട്. ചെന്നൈയിലും ലണ്ടനിലെ ബ്രിട്ടീഷ് മ്യൂസിയത്തിലും മറ്റുമുള്ളവ പഠിക്കാൻ ഇനിയും നമ്മുടെ സർവ്വകലാശാലകൾ മുന്നോട്ടു വന്നിട്ടില്ല. സർവകലാശാലകളിൽ ന്യൂമിസ്മാറ്റിക്സ് എന്നൊരു വിഭാഗം ചരിത്രവും ആർക്കിയോളജിയും പോലെത്തന്നെ പുരോഗമിച്ചിട്ടില്ല. ഈ അവസ്ഥയിൽ വ്യക്തികളാണ് പഠനത്തിനായി മുന്നോട്ടുവന്നിട്ടുള്ളത്, ഒരു

ഭ്രാന്ത് എന്ന പോലെ. കഥകളി ഭ്രാന്ത്, സാഹിത്യഭ്രാന്ത്, ലിഖിതഭ്രാന്ത് എന്നിങ്ങനെ പലരിലും പല ഭ്രാന്തും കാണാം. സ്വന്തം ജീവിതം പണയപ്പെടുത്തി മുന്നോട്ടുവന്നിട്ടുള്ളവരിലൊരാളാണ് ബീന. അവരുടെ വേണാടിനെക്കുറിച്ചുള്ള നാണയപഠനം നേരത്തെ വന്നിട്ടുണ്ട്. ഒരുപാടു പ്രബന്ധങ്ങൾ പ്രസിദ്ധീകരിച്ചിട്ടുണ്ട്. എന്നാൽ വ്യത്യസ്തമായ ഭാഷയുള്ള ചൈനീസ് നാണയങ്ങൾ പഠിക്കാൻ പ്രയാസമാണ്. അവരുടെ നാണയനിർമ്മാണരീതിയും ചെറുതായി ഇതിൽ കൊടുത്തിട്ടുണ്ട്.

ചൈനക്കാർ കു-ലിൻ എന്നാണ് കൊല്ലത്തെ പറഞ്ഞിരുന്നത്. ഓരോ നഗരത്തെപ്പറ്റിയും അവരുടെ ഭാഷയിൽ ഉച്ചാരണമുണ്ട്. ഇംഗ്ലീഷ് മാത്രമറിയുന്ന നമുക്ക് ആ പേരുകൾ തിരിച്ചറിയാൻ പ്രയാസമാണ്. അക്കാലത്ത് ബർമ്മ, ഇന്തോനേഷ്യ, ചൈന എന്നിവിടങ്ങളിൽ ഭാരതീയർ എത്തിയിരുന്നു. അവിടെനിന്നുള്ളവർ ഇങ്ങോട്ടും വന്നിരുന്നു. വളരെ പ്രസിദ്ധമായ ഒരു വഴിയാണ് സിൽക്ക്റൂട്ട്. അത് ചൈനതൊട്ട് കരവഴി ഹിമാലയത്തിന്റെ ഉത്തരഭാഗത്തിലൂടെ ലഡാക്കും കടന്ന് അഫ്ഗാനിസ്ഥാൻ അതായത് അന്നത്തെ ഗാന്ധാരം, പേർഷ്യയിലെത്തി ഈജിപ്തിൽ ചെന്നുചേരുന്നു. പ്രസിദ്ധമാണത്. ഇത്രയും പ്രശസ്തമല്ലെങ്കിലും പ്രസിദ്ധമാകേണ്ടതാണ് കടലുവഴിയുള്ള കച്ചവടം. സ്പൈസ്റൂട്ട് എന്ന ഇതിന്റെ പ്രാധാന്യംകണ്ട് അടുത്തകാലത്ത് യുനെസ്കോ ചില പഠനങ്ങൾ നടത്തിയിട്ടുണ്ട്. അവർ ഒരു കപ്പൽ അയയ്ക്കുകയും അത് ചെന്നൈയിലും കൊച്ചിയിലും വന്ന് അറബിക്കടൽ കടന്നുപോവുകയുണ്ടായി.

കടൽവഴിയുള്ള സ്പൈസ് റൂട്ടിന്റെ മധ്യത്തിലുള്ള ഒരു മാണിക്യക്കല്ലാണ് കൊല്ലം നഗരം. അതുകൊണ്ടാണ് അവിടെ ഇത്രയധികം നാണയങ്ങൾ കാണുന്നത്. അതുപോലെ നമുക്ക് ചീനച്ചട്ടി, ചീനമുളക്, ചീനഭരണി തുടങ്ങിയവയുമുണ്ട്. അടുത്തകാലത്ത് ടോക്യോ സർവകലാശാലയിൽനിന്നും പ്രൊഫസർ കരാഷിമയുടെ നേതൃത്വത്തിൽ വന്ന ഒരു കൂട്ടം ഗവേഷകർ മംഗലാപുരം മുതൽ കന്യാകുമാരിവരെയുള്ള സമുദ്രതീരത്ത് ഉപരിതലത്തിൽ മാത്രം പരിശോധന നടത്തുകയും അതിൽനിന്നു തന്നെ അനേകം ചൈനീസ് കലപ്പൊട്ടുകൾ ലഭിക്കുകയും അതേക്കുറിച്ച് രണ്ടുനീണ്ട ഗവേഷണപ്രബന്ധങ്ങൾ തയ്യാറാക്കുകയും ചെയ്തിട്ടുണ്ട്.

ഇങ്ങനെ കടൽവഴിയും കരവഴിയുമുള്ള ഏഷ്യൻരാജ്യങ്ങൾ തമ്മിലുള്ള ബന്ധം ശ്രദ്ധേയമാകുന്നു. ഇതിൽ കടൽവഴിയുള്ളതിൽ കേരളത്തിന് പ്രത്യേകം പങ്കുണ്ടായിരുന്നു. അതിന്റെ ഭാഗമാണ് 'കൊല്ലം തൊന്റി' എന്നു പറഞ്ഞിട്ടുള്ള വർഷാരംഭമുണ്ടായത്. പിന്നെ ചോളചക്രവർത്തിമാർ കൊല്ലം പിടിച്ചടക്കിയപ്പോൾ 'കൊല്ലം അഴിന്ത ആണ്ട്' എന്ന മറ്റൊരു ആണ്ടും തുടങ്ങി. അങ്ങനെ ഒരാണ്ടു സ്ഥാപിക്കാൻതക്കവണ്ണം പ്രാധാന്യം കൊല്ലം നഗരത്തിനുണ്ടായിരുന്നു.

എങ്കിലും അങ്ങനെയുള്ള കൊല്ലത്തുപോലും ഒരു പുരാവസ്തു ഗവേഷണവും (excavation) നടത്താൻ നമുക്കു സാധിച്ചിട്ടില്ല. തരിസാപ്പള്ളി പട്ടയത്തിൽ കൊല്ലത്ത് ഒരു ക്രിസ്ത്യൻപള്ളി ഉണ്ടാക്കാൻ വേണാട്ടു രാജാവായിരുന്ന അയ്യനടികൾ തിരുവടികൾ കൊടുത്ത പട്ടയം ഈയിടെ പരിശോധിക്കുകയും പുതിയ ഗവേഷണപ്രബന്ധം തയ്യാറാക്കുകയും ചെയ്തിട്ടുണ്ട്. തരിസാപ്പള്ളിയുടെ അതിർത്തികൾ അതിൽ പറഞ്ഞിട്ടുണ്ട്, ഇന്ന കുടിപതി, പെരുങ്കോവിലകം എന്നൊക്കെ. അങ്ങനെയൊക്കെയായിട്ടും തരിസാപ്പള്ളി എവിടെയാണെന്നന്വേഷിച്ചറിയാൻ നമുക്കായില്ല. അതുപോലെ എ.ഡി.ഒമ്പതാം ശതകം മുതൽക്ക് കേരളത്തിൽ മുപ്പത്തിരണ്ടു ആര്യബ്രാഹ്മണഗ്രാമങ്ങൾ ഉണ്ടായിരുന്നതായി പറയുന്നുണ്ട്. പലതും ഇന്നു ബാക്കിയുണ്ട്. പലതിന്റെയും അടിത്തറയിലും തൂണുകളിലും ലിഖിതങ്ങളുണ്ടായിരുന്നത് വായിച്ചെടുത്തിട്ടുണ്ട്. പക്ഷേ അവിടെയൊന്നും ഖനനം നടത്തി പുതിയ വസ്തുക്കൾ കണ്ടെത്താൻ നമുക്കു കഴിഞ്ഞിട്ടില്ല.

ഇങ്ങനെ എല്ലാ നിലയ്ക്കും ആർക്കിയോളജി പഠനമേഖലയിൽ പിന്നോക്കം നിൽക്കുന്ന ഒരു സംസ്ഥാനമാണ് കേരളം. അടുത്തകാലത്തായി പുതിയൊരുണർവ്വുണ്ടായിട്ടുണ്ട്.

(ശ്രീമതി ബീനാ സരസൻ എഴുതിയ ചൈനീസ് നാണയപഠനഗ്രന്ഥം പ്രകാശനം ചെയ്തുകൊണ്ട് 21-07-2014ന് തിരുവനന്തപുരം പ്രസ് ക്ലബ്ബിൽ നടത്തിയ പ്രഭാഷണം.)

■

സാംസ്കാരിക വിപ്ലവം തുഞ്ചത്തെഴുത്തച്ഛനിലൂടെ

ക്രിസ്തു പതിനഞ്ച് - പതിനാറ് നൂറ്റാണ്ടുകളിൽ കേരളസമൂഹത്തിന്റെ ആശയ പ്രപഞ്ചത്തിൽ സാഹിത്യകൃതികൾ എന്തു പങ്കാണ് വഹിച്ചത്?

യൂറോപ്പിൽ റോമാസാമ്രാജ്യത്തിനും നവോത്ഥാനത്തിനും ഇടയ്ക്കുള്ള കാലത്തുണ്ടായിരുന്ന (അഞ്ചുമുതൽ പതിനഞ്ചുവരെ നൂറ്റാണ്ടുകൾ) യുദ്ധപ്രഭുക്കന്മാരോട് (War Lords) താരതമ്യപ്പെടുത്താവുന്നവരാണ് ഈ കാലത്ത് കേരളം വാണിരുന്ന നാടുവാഴികൾ-വടക്കേയറ്റത്തെ കോലത്തിരി, കോഴിക്കോട്ടെ സാമൂതിരി, വള്ളുവക്കോനാതിരി, വെമ്പലനാട്ടിലും കീഴ്മലനാട്ടിലും അമ്പലപ്പുഴയിലും കൊടുങ്ങല്ലൂരും ഓടനാട്ടിലും വേണാട്ടിലും വാണ സാമന്ത പ്രഭുക്കൾ-എല്ലാം ഏതാണ്ട് അക്ഷരശൂന്യരായിരുന്നു. നമ്പൂതിരി സമ്പർക്കത്തിൽ നിന്നു കിട്ടിയ ഇത്തിരി സംസ്കൃതച്ചുവയുള്ള തമിഴാണ് അവർ സംസാരിച്ചിരിക്കാവുന്നത്. എഴുത്തും വായനയും അവർക്കറിയില്ലായിരുന്നു. വെട്ടിയും കുത്തിയും ചത്തും കൊന്നും അവർ കഴിഞ്ഞു. കോവിലകത്തോ അമ്പലത്തിലോ ഇല്ലത്തോ പടുപണികളും ചെയ്തു. അവർക്ക് നമ്പൂതിരിമാർ അക്ഷരാർത്ഥത്തിൽ ഭൂദേവന്മാരായിരുന്നു. ബ്രാഹ്മണരുടെ അമ്പലങ്ങളിൽ ഭയഭക്തികളോടെ മണ്ഢപത്തിന് താഴെ നിന്ന് ആരാധിച്ചുകൊണ്ട് അവർ ദൈവങ്ങളേയും അവരുടെ പ്രതിപുരുഷരായ ബ്രാഹ്മണരെയും സേവിച്ചുപോന്നു. യൂറോപ്പിൽ അലംഘനീയമായ പേപ്പൽ ആജ്ഞകളും ബിഷപ്പുമാരുടെ അന്ധവിശ്വാസങ്ങളും നിയമങ്ങളായിരുന്നതുപോലെ ഇവിടെ നമ്പൂതിരിമാർ വെച്ച നിയമമാണ് നാട്ടുകാരെ ഭരിച്ചത്. സ്വന്തം വിനോദത്തിനായി ചില സ്ത്രീകളെ ദേവദാസികളായി നിശ്ചയിച്ച് പാട്ടും ആട്ടവും പഠിപ്പിച്ച് അമ്പലവേശ്യമാരായി വളർത്തിയിരുന്നു.

യൂറോപ്പിൽ ഫ്യൂഡൽ കാലഘട്ടത്തിൽ ഇല്ലാതിരുന്ന ഒരു ദൗർബ്ബല്യവും കേരളസമൂഹത്തിലുണ്ടായിരുന്നു- മരുമക്കത്തായം. ഇതൊരു

പുരോഗമിച്ച, വളരെ ഉൽക്കൃഷ്ടമായ സമ്പ്രദായമായിരുന്നുവെന്നും മരുമക്കത്തായ കൂട്ടുകുടുംബങ്ങളിൽ സ്ത്രീയുടെ സംരക്ഷണവും അന്തസ്സും ഭദ്രമായിരുന്നുവെന്നും ഒരു വിഡ്ഢിത്തം തങ്ങളുടെ പാരമ്പര്യത്തിലുള്ള നാണക്കേടു മറച്ചുവെക്കുവാൻ വേണ്ടി നായർ അഭിമാനികളായ ചരിത്രപഠിതാക്കൾ പിൽക്കാലത്ത് കണ്ടെത്തിയിട്ടുണ്ട്. വസ്തുതകൾ ശ്രദ്ധിക്കാത്തതുകൊണ്ടാണ് ഇങ്ങനെ പറയുന്നത്.

മരുമക്കത്തായം ഒരു പ്രാകൃതാചാരത്തിന്റെ അവശിഷ്ടമാണ്. മലമ്പ്രദേശങ്ങളിൽ താമസക്കാരായ ആദിവാസി വർഗ്ഗങ്ങൾക്കിടയിൽ ഉണ്ടായിരുന്ന അവ്യവസ്ഥിത ലൈംഗികബന്ധങ്ങളിൽനിന്നാണ് അതുദ്ഭവിക്കുന്നത്. കുട്ടിയുടെ അച്ഛൻ ആരെന്ന് അറിയാൻ വഴിയില്ലാതിരിക്കേ അമ്മതന്നെ സഹോദരന്മാരുടെ സഹായത്തോടെ അതിന്റെ ഉത്തരവാദിത്വം ഏറ്റെടുക്കേണ്ടിവരുന്നതുകൊണ്ട് ഇങ്ങനെയൊരു കൂട്ടുകുടുംബ സമ്പ്രദായം പലേടത്തും രൂപം കൊണ്ടു. സ്ഥിരമായി ധാന്യക്കൃഷി നടപ്പിലാവാതിരുന്ന മലമ്പ്രദേശങ്ങളിലാണ് മരുമക്കത്തായം വളർന്നുവന്നത്. കേരളത്തിലും ഇതാണ് കഥയെന്ന് അനുമാനിക്കാം.

മരുമക്കത്തായം ആചരിക്കുന്ന ജാതികളിൽ – 'ക്ഷത്രിയ'രായ തമ്പുരാക്കൾ, അമ്പലവാസികൾ, നായന്മാർ, പ്രാദേശികാടിസ്ഥാനത്തിൽ ചില തിയ്യ-മാപ്പിള കുടുംബങ്ങൾ എന്നിവർ, പൊതുവേ കൃഷിയിൽ ഏർപ്പെട്ടവരല്ലായിരുന്നു. നമ്പൂതിരിമാർ സ്ഥാപിച്ച 'ഗ്രാമ'ങ്ങളിൽ, അവർതന്നെ ഊരാളരായ (ഊര് ഉടമസ്ഥരായ) ദേവസ്വം, ബ്രഹ്മസ്വം ഭൂമികളുടെ കാരാളരായിട്ടാണ്, പാട്ടക്കാരായിട്ടാണ്, നായന്മാർ നെൽകൃഷിയിൽ എത്തിപ്പെടുന്നത്. അപ്പോഴും യഥാർത്ഥത്തിൽ കൃഷിപ്പണി നടത്തിയിരുന്ന പുലയർ, ചെറുമക്കൾ, പറയർ തുടങ്ങിയ ആദിവാസികളുടെ മേൽനോട്ടം മാത്രമാണ് നമ്പൂതിരിമാരുടെ കിങ്കരന്മാർ എന്ന നിലയിൽ നായന്മാർ ഏറ്റെടുത്തത്. നിലം ഉഴാനോ വിത്തു വിതയ്ക്കാനോ കൊയ്ത്തു നടത്താനോ അവർ മുതിർന്നില്ല. പിൽക്കാലത്തു മാത്രമേ അവർ നാട്ടിൻപുറങ്ങളിൽ കൃഷിക്കാരായി കണക്കാക്കപ്പെടുന്നുള്ളൂ. പതിനഞ്ചാം നൂറ്റാണ്ടുവരെ ഒരു കവിയോ ഗ്രന്ഥകാരനോ ഈ നായർ പ്രഭുക്കളുടെ കൂട്ടത്തിൽ ഉണ്ടായില്ല. പടയാളികൾ മാത്രം.

ചരിത്രബോധമില്ലാത്ത മധ്യകാല ശതകങ്ങളുടെ അവസാനത്തിൽ അന്നത്തെ അവസ്ഥ മുൻകാല പ്രാബല്യത്തോടെ സങ്കല്പിച്ച് തങ്ങൾക്കഭിമാനകരമല്ലാത്ത പലതും മറക്കാൻ ശ്രമിച്ചതുകൊണ്ടാണ് മരുമക്കത്തായ സമ്പ്രദായത്തിൽ സ്ത്രീ സ്വാതന്ത്ര്യവും സ്ത്രീസംരക്ഷണവും ആരോപിക്കുവാൻ ചിലർക്ക് അവസരമുണ്ടായത്. ഈ പിൽക്കാല യാഥാർത്ഥ്യത്താലും അതിനനുകൂലമായ സങ്കല്പങ്ങളാലും സ്വാധീനിക്കപ്പെടാതെ കേരളചരിത്രം ആദ്യം മുതൽ പരിശോധിക്കുമ്പോൾ മാത്രമേ

മരുമക്കത്തായത്തിലെ സ്ത്രീ സ്വാതന്ത്ര്യവാദത്തിന്റെ പൊള്ളത്തരം വ്യക്തമാവുകയുള്ളൂ.

ഇതു മനസ്സിലാക്കാൻ പ്രൊഫസർ ഇളംകുളം ചെയ്തതുപോലെ ജന്മിപ്രഭുക്കളുടെ മണിപ്രവാളഭാഷയിലുള്ള അച്ചീകാവ്യങ്ങളും ക്ഷേത്ര സംബന്ധികളായ പുരാലേഖ്യങ്ങളും കൂട്ടിവെച്ചുവായിക്കണം. നായ ന്മാരായ കാരാളർ കാലക്രമത്തിൽ സമ്പത്തുനേടിവരികയും അക്ഷര ബോധം ആർജ്ജിച്ചുവരികയും ചെയ്ത നൂറ്റാണ്ടുകളിലാണ് ജന്മി വ്യവസ്ഥയിലെ കഠിനമായ ഉച്ചനീചത്വങ്ങൾ ലിഖിതപ്രമാണങ്ങളിൽ പ്രതിഫലിക്കുന്നത്. അതുവരെ കേവലം ദാസരായ കാരാളർക്ക് ഒട്ടും ശബ്ദമില്ലാതിരുന്നതിനാൽ അവർക്കെതിരെയുള്ള നിയമാവലികളും ആവശ്യമില്ലായിരുന്നു. അഴഞ്ഞ ലൈംഗികബന്ധങ്ങളുടെ ആഘോഷ മായ മണിപ്രവാളകാര്യങ്ങളുടെ ഉള്ളിൽ കടന്നുചെന്നപ്പോഴാണ് ഇളങ്കുള ത്തിന് ആ കാലഘട്ടത്തെ "നമ്പൂതിരിമാരുടെ പുളപ്പുകാലം" എന്നു വിശേഷിപ്പിക്കേണ്ടിവന്നത്. ഇത് കാണിപ്പയ്യൂരിനെ ചൊടിപ്പിച്ചു. മറ്റൊരു തരത്തിൽ പി.കെ.ബാലകൃഷ്ണനെയും.

ഈ കാലത്തു നായർ സ്ത്രീകൾ ഒന്നടങ്കം നമ്പൂതിരിമാരുടെയും മറ്റു പണക്കാരുടെയും അടിമകളായിരുന്നു. യഥാർത്ഥത്തിൽ ഏതു നമ്പൂ തിരിക്കും ഒരു നായർ വീട്ടിൽ ഏതു പാതിരയ്ക്കും കടന്നുചെന്ന് സന്ത ത്യുല്പാദനകർമ്മം നിർവ്വഹിച്ച് വന്ന വഴിക്ക് പോകാൻ കഴിയുന്ന ഒരു കാലമാണ് അതെന്ന് തുഞ്ചത്ത് എഴുത്തച്ഛനെ സംബന്ധിച്ചുള്ള ശക്ത മായ ഐതിഹ്യം തന്നെ വ്യക്തമാക്കുന്നു. ഈ ജന്മരഹസ്യത്തോടുള്ള പ്രൗഢമായ, സൃഷ്ടിപരമായ, പ്രതിഷേധപ്രകടനമായി ദേശാന്തര സഞ്ചാരത്തിനിടയിൽ വാശിയോടെ ഭാരതീയ സംസ്കൃത സാഹിത്യ സംസ്കാരം സ്വയം കഷ്ടപ്പെട്ട് ആർജ്ജിക്കുവാനും അത് ഒരു വ്രത നിഷ്ഠയോടെ സ്വജനങ്ങൾക്ക് പുതിയ സാഹിത്യ ശൈലിയിൽ പകർന്നു കൊടുക്കുവാനും തുഞ്ചൻ പ്രേരിതനാവുന്നു. ഇതാണ് നാടുവാഴി - നായർ കൂട്ടങ്ങളുടെ സാംസ്കാരികമായ ഭാരതവൽക്കരണമെന്ന ദൗത്യം ഏറ്റെ ടുക്കുവാൻ തുഞ്ചനെയും അനുയായികളേയും പ്രാപ്തരാക്കിയത്. ഇതു കൊണ്ടാണ് ബ്രാഹ്മണരോട് ആക്ഷേപഹാസ്യരീതിയിൽ മാപ്പുചോദിച്ചു കൊണ്ട് ധിക്കാരപൂർവ്വം അവരുടെ സ്വത്തായി സൂക്ഷിച്ചിരുന്ന പുരാ ണേതിഹാസങ്ങളെ കടന്നുപിടിച്ച് ശൂദ്രർക്കിടയിൽ വിതരണം ചെയ്യാൻ തുഞ്ചന് മനസ്സുണ്ടായത്. രാമായണത്തിന്റെ ആമുഖത്തിൽ

"കാരണഭൂതന്മാരാം ആരണരുടെ ചര-
ണാരുണാംബുജലീനപാംസു സഞ്ചയം മമ
ചേതോദർപ്പണത്തിന്റെ മാലിന്യമെല്ലാം തീർത്തു
ശോധന ചെയ്തീടുവാനാവോളം വന്ദിക്കുന്നേൻ"

എന്നു എഴുത്തച്ഛൻ ബഹുമാനപുരസ്സരം ബ്രാഹ്മണരെ സ്തുതിക്കു മ്പോൾ അത് ഒരു വ്യാജസ്തുതിയാണ്. കാരണം ഈ ബ്രാഹ്മണരാണ്

അദ്ദേഹത്തേയും അദ്ദേഹത്തെപ്പോലുള്ള എല്ലാ "ശൂദ്ര"രേയും വൈദിക സംസ്കാരത്തിൽ നിന്ന് മാറ്റിനിർത്തിയത്.

അതുപോലെത്തന്നെ പരാശരമഹർഷി ഗംഗാനദി കടക്കുമ്പോൾ തോണി തുഴഞ്ഞ മുക്കുവത്തിപ്പെണ്ണിനെ കയറിപ്പിടിച്ച് ഗർഭവതിയാക്കിയ കഥ പറയുന്നതും പരിഹാസസ്വരത്തിലാണ്.

"എന്തിനുപറയുന്നു വെറുതേ ബഹുവിധം
ബന്ധമോഹങ്ങളുടെ ഭേദംകണ്ടൊരു മുനി
നല്ലൊരു തീർത്ഥഭൂതയായൊരു യമുനയിൽ
എല്ലാരും കുളിച്ചുത്തു സന്ധ്യയെ വന്ദിക്കുമ്പോൾ
മത്സ്യഗന്ധിനിയായ കൈവർത്ത കന്യകയെ
മത്സ്യകേതനശരമേറ്റു പുൽകിനാൻ"

എന്ന് എഴുതുമ്പോൾ "ബ്രഹ്മർഷി"മാരെപ്പറ്റിയുള്ള പരിഹാസമാണ് സ്ഫുരിക്കുന്നത്. അങ്ങനെ പരിഹസിക്കുമ്പോൾ അദ്ദേഹത്തിന്റെ പിന്നിൽ അദ്ദേഹത്തെ തുണയ്ക്കാൻ ചില നല്ല ബ്രാഹ്മണരും ധനികരും ശക്തരും ആയ തമ്പുരാക്കളും അപ്പോഴേക്ക് ഉണ്ടായിക്കഴിഞ്ഞിരുന്നു.

ഈ സ്ഥിതിവിശേഷം ശരിക്ക് മനസ്സിലാക്കണമെങ്കിൽ കേരള മരുമക്കത്തായത്തിന്റെ ഉദ്ഭവത്തെപ്പറ്റിയുള്ള സിദ്ധാന്തം ചരിത്രപരമായ വിശകലനത്തോടെ അവതരിപ്പിക്കേണ്ടിയിരിക്കുന്നു. അതിനുവേണ്ടി അല്പം പുറകോട്ടു പോയശേഷം സാഹിത്യാവസ്ഥയിലേക്കു തിരിച്ചുവരാം. കേരളസമൂഹത്തിന്റെ ആദ്യം തൊട്ടുള്ള പരിണാമദശകളെക്കുറിച്ചുള്ള സമഗ്രാവബോധം ഇല്ലാതെ ചില വൈരുദ്ധ്യങ്ങൾ മനസ്സിലാക്കാൻ പ്രയാസമാണ്.

ഒന്നാമതായി കേരളത്തിൽ പ്രാചീനശിലായുഗമോ നവീനശിലായുഗമോ വലിയ തോതിൽ കാണപ്പെടുന്നില്ലെന്ന പരുക്കൻസത്യം ഉൾക്കൊള്ളേണ്ടിവരുന്നു. ഈ പ്രദേശത്ത് നാഗരികതയുടെ ഉദയം കുറെ വൈകിയിട്ടാണ്. നമുക്കത് നാണക്കേടായി തോന്നുമെങ്കിലും വസ്തുതകൾ നിഷേധിച്ചുകൂടാ. ഇങ്ങനെ ആവാൻ ഒരു പ്രത്യേകമായ കാരണമുണ്ട്. കാലവർഷക്കാറ്റുകൾ പറപ്പിച്ചുകൊണ്ടുവരുന്ന മഴമേഘങ്ങൾ വിടവില്ലാത്ത സഹ്യപർവ്വതനിരയിൽ തട്ടി പൊട്ടിച്ചിതറി ആ മലനിരകളെ നിബിഡവനങ്ങളായി മാറ്റുന്നു. വന്യമൃഗങ്ങളുടെ കൂത്താട്ടം മാത്രമാണ് അവിടെ നടന്നത്. അതേ പെരുമഴകൊണ്ടുണ്ടായ അത്രയധികം പുഴകളും തോടുകളും ചേർന്ന് ഫലവത്താക്കിയ താഴ്വരപ്പരപ്പിലും കാടുകൾ കട്ടിപിടിച്ചു നിൽപാണ്. വന്യമൃഗങ്ങൾക്കു മാത്രമേ അന്നത്തെ കേരളത്തിൽ ആവാസയോഗ്യതയുള്ളൂ.

ആ കൊടുംകാടുകൾ അല്പമൊക്കെ വെട്ടിനീക്കി തീയിട്ട് വെളിപ്രദേശങ്ങൾ വീണ്ടെടുത്താൽ മാത്രമേ മനുഷ്യർക്ക് പൊറുക്കാനാവൂ.

പ്രൊഫ.എം.ജി.എസ്. നാരായണൻ

അതുകാരണം ഇരുമ്പായുധങ്ങൾ പ്രചാരത്തിലാവുന്നതുവരെ, ഉദ്ദേശ്യം ക്രി.മു. അഞ്ചാംനൂറ്റാണ്ടുവരെ, കേരളത്തിൽ ജനസമൂഹമുണ്ടാവുന്നില്ല. തമിഴകത്തെ സംഘസാഹിത്യകാലത്തുപോലും കേരളത്തിലെ ചില പോക്കറ്റുകളിൽ മാത്രമേ ജനസമൂഹമുള്ളൂ. പലേടത്തും മഹാശിലായുഗ ത്തിലെത്തിയ മനുഷ്യരുടെ ശവക്കല്ലറകൾ കാണുമെങ്കിലും നാഗരികത യുടെ സൂചനകൾ ഏഴിമല, മുചിരി, തൊണ്ടി, വിഴിഞ്ഞം എന്നിങ്ങനെ ചില മൂലകളിൽ മാത്രമായി ഒതുങ്ങിക്കഴിയുന്നു. മഹാശിലാസ്മാരകങ്ങള ല്ലാതെ മറ്റൊരു കെട്ടിടവും -അമ്പലമോ പള്ളിയോ കോവിലകമോ- ഇന്നത്തെ കേരളപ്രദേശത്ത് എങ്ങും ക്രിസ്തു ആറാം നൂറ്റാണ്ടിനുമുമ്പ് കാണപ്പെടുന്നില്ല. സംഘസാഹിത്യചരിത്രത്തിൽ കേരളപ്രദേശത്തിനു സ്ഥാനം വേണ്ടതാണെങ്കിലും വാസ്തവത്തിൽ ഇങ്ങനെ ചില മൂലകളെ പ്പറ്റിയുള്ള ചുരുക്കം പരാമർശങ്ങളല്ലാതെ ഒന്നും ലഭ്യമല്ല. പതിറ്റുപ്പത്തി ലേയും മറ്റു സമാഹാരങ്ങളിലേയും ചേരമൂപ്പന്മാർ ഏതാണ്ടെല്ലാവരും തൃശ്ശിനാപ്പള്ളി കരൂർ പ്രദേശത്തെ ചേരന്മാരായതുകൊണ്ട് കേരളഭാഷാ ചർച്ചയിൽ അവരുൾപ്പെടുന്നില്ല. ചിലപ്പതികാരമാകട്ടെ സംഘകാലത്ത് ക്രിസ്തു രണ്ടാം ശതകത്തിൽ ചമച്ചതല്ലെന്നും എട്ടാം നൂറ്റാണ്ടിലോ ഒമ്പതാം നൂറ്റാണ്ടിന്റെ ആരംഭത്തിലോ തൃക്കണാമതിലകത്തെ പുതിയ ജൈനദേവാലയത്തിലെ ഒരജ്ഞാതകവി വ്യാജനാമത്തിൽ എഴുതിയതാ ണെന്നും പുതിയ തെളിവുകളുടെ വെളിച്ചത്തിൽ തീർച്ചപ്പെടുത്താം. അക്കാലത്തെ കേരളസമൂഹമാണതിൽ പ്രതിഫലിക്കുന്നത്. മാത്രമല്ല, അതിലെ ഹിമാലയ ദിഗ്വിജയത്തിലും ക്ഷേത്രനിർമ്മിതിയിലും മറ്റും ചരിത്രപരമായ ഒരു വസ്തുതയുമില്ല. ചെങ്കുട്ടുവൻ എന്ന രാജാവും ഒരു വെറും കല്പിത കഥാപാത്രമാണ്.

ചിലപ്പതികാരം തമിഴ് ഭാഷയിലായതുകൊണ്ട് മലയാള ഭാഷാചരിത്ര ത്തിന് ഇതൊന്നും നേരിട്ട് ബാധകമല്ല. ആളുപരാജാക്കളും പാലവംശ രാജാക്കളും പറവൂർ ബ്രാഹ്മണഗ്രാമവും ചാക്യാർകൂത്തും ഭരതനാട്യവും അതിലുണ്ട്. ഏതാണ്ടിതേകാലത്തുണ്ടായ കുലശേഖര ആഴ്വാരുടേയും ചേരമാൻ പെരുമാൾ നായനാരുടേയും കൃതികൾക്കും ഇതാണ് സംഭവി ക്കുന്നത്. ഈ നാട്ടിലുണ്ടായതെങ്കിലും അതൊന്നും ഈ ഭാഷയുടെ നേർവഴിക്കുള്ള പൈതൃകത്തിൽപ്പെടുന്നില്ല. പിന്നെ മലയാള ഭാഷയും സാഹിത്യവും എന്നാണ് പിറക്കുന്നത്? മലയാളിത്തത്തിന്റെ മുദ്ര ഏതെ ങ്കിലും സമുദായത്തിന് അവകാശപ്പെടാമോ?

മദ്ധ്യകാലശതകങ്ങളിൽ ഇന്ത്യയിലും പുറത്തും കേരളത്തിലെ ബഹു ഭൂരിപക്ഷം വരുന്ന, ഭരണത്തിൽ കാര്യമായ പങ്കുള്ള, സമ്പത്തിൽ മുഖ്യ സ്ഥാനമുള്ള, നായർകൂട്ടങ്ങളെയാണ് ഉദ്ദേശിച്ചിരുന്നത്. അവരാണ് മലയാളിത്തത്തെ, അതിന്റെ സംസ്കാരത്തെയോ സംസ്കാരശൂന്യത യെയോ, പ്രതിനിധീകരിച്ചിരുന്നത്.

സാങ്കേതികമായി മലയാളഭാഷയുടെ ഉല്പത്തി വികാസങ്ങളെ നിങ്ങളെങ്ങനെ നിർവ്വചിച്ചാലും ചേരമാൻ പെരുമാക്കളുടെ വാഴ്ച പന്ത്രണ്ടാം ശതകത്തിൽ അവസാനിച്ചു. തുടർന്നുവന്ന നാടുവാഴി - നായർ കൂട്ടങ്ങളുടെ അരങ്ങേറ്റത്തോടുകൂടിയാണ് ഇന്നറിയുന്ന മലയാളി വ്യക്തിത്വവും ഭാഷയും സംസ്കാരവും ഉരുത്തിരിയാൻ ആരംഭിക്കുന്നത്. കൃത്യമായി ഒരു വർഷം പറയാനില്ലെങ്കിലും ക്രിസ്തു പതിനഞ്ചാം നൂറ്റാണ്ടിന്റെ ആരംഭത്തോടെ കേരളത്തിലെ നാടുവാഴി-നായർ കൂട്ടങ്ങൾക്ക് സ്വയം ബോധം ഉണർന്ന് അവർ ഇന്നത്തെ തമിഴ്നാടുപ്രദേശത്തുനിന്ന് വന്ന (കരൂർ) ചേരമാൻ പെരുമാക്കളുടെ പരദേശസംസ്കൃതിയിൽ നിന്ന് മോചനം നേടി ആ ചട്ടവട്ടങ്ങൾ പൊട്ടിച്ചെറിയാൻ തുടങ്ങിയതോടെ മലയാളത്തിന്റെ ചരിത്രം ആരംഭിക്കുന്നുവെന്ന് പറയാം. കോഴിക്കോട്ടു സാമൂതിരി വള്ളുവനാട്ടു രാജാവിൽനിന്നു തിരുനാവായ മാമാങ്കം പിടിച്ചടക്കി അതിന്റെ അദ്ധ്യക്ഷസ്ഥാനം വഹിക്കാൻ തീരുമാനിച്ചതായി സ്വയം പ്രഖ്യാപിച്ചതോടെയാണ്, പ്രതീകാത്മകമായി കേരളാധിപത്യം സ്ഥാപിച്ചതോടെയാണ്, മലയാളി ചരിത്രവേദിയിൽ എത്തിയതെന്നു പറയാം.

മാമാങ്കത്തിനോട് ബന്ധപ്പെട്ട ചാവേർപാട്ടുകൾ, ക്രിസ്ത്യാനികളുടെ പള്ളിപ്പാട്ടുകൾ, പടപ്പാട്ടുകൾ, വടക്കൻപാട്ടുകൾ, കൃഷ്ണപ്പാട്ട് എന്നിവയാണ് ആദ്യത്തെ മലയാളകൃതികൾ. എല്ലാം തൊഴിൽവേദികളിലും ഉത്സവാഘോഷവേദികളിലും വാമൊഴിയായി പ്രചരിച്ചിരിക്കണം. അവയ്ക്ക് മകുടം ചാർത്തിക്കൊണ്ട്, മലയാളി സംസ്കാരത്തിന് ആത്മവത്തയും ദിശാബോധവും സൃഷ്ടിച്ചുകൊണ്ട്, തുഞ്ചത്ത് എഴുത്തച്ഛൻ എഴുതിയ ഭാരതീയ പുരാണേതിഹാസകൃതികൾ പതിനാറാം നൂറ്റാണ്ടോടെ പുറത്തുവന്നു. അവയും ഗൃഹസദസ്സുകളിലെ പാരായണത്തിലൂടെ ജനങ്ങൾക്കിടയിൽ പ്രതിഷ്ഠനേടി. അതോടെ പതിനാറാം നൂറ്റാണ്ടിൽ മലയാള സാഹിത്യം പിറന്നു. അനക്ഷരന്മാരായ നാടുവാഴികളും അവരുടെ നായന്മാരും ഭാരതീയ സംസ്കാര മൂല്യങ്ങളുടെ, ആദ്ധ്യാത്മികതയുടെ, പുതിയ ഒരു ലോകം കണ്ടുപിടിച്ചു.

സാഹിത്യചരിത്രം യഥാർത്ഥത്തിൽ സമൂഹചരിത്രത്തിന്റെ ഒരു നല്ല കണ്ണാടിയാണ്. സമൂഹം ഒരു വഴിത്തിരിവിലെത്തുമ്പോൾ ഒരു പുതിയ സാഹിത്യം ജനിക്കുന്നു. തമ്മിൽ തല്ലിയും മത്സരിച്ചും തിന്നും കുടിച്ചും ഒരു പാരമ്പര്യവുമില്ലാതെ നമ്പൂതിരി ബ്രാഹ്മണരുടെ ആജ്ഞാനുവർത്തികളായി ജീവിച്ച നായർ സമൂഹത്തിന് ഒരാചാര്യനുണ്ടായി; ഒരു മത മുണ്ടായി; ഭാഷയും സാഹിത്യവുമുണ്ടായി. അതുവരെ നായർ സ്ത്രീകൾ പണം മോഹിച്ചും തമ്പുരാക്കളെയും നമ്പൂരാരെയും പേടിച്ചും അവർക്കെല്ലാം വഴങ്ങിയും കാരണവന്മാർക്കടങ്ങി കഴിഞ്ഞുകൂടി. അവരുടെ മക്കൾ തമ്പുരാക്കളുടെയും നമ്പൂരാരുടെയും കിങ്കരന്മാരായി: പെൺമക്കൾ ആ യജമാനന്മാരുടെ കളിപ്പാട്ടങ്ങളായി തുടർന്നുവന്നു.

കോഴിക്കോട് വളർന്നപ്പോഴും സാമൂതിരി വള്ളുവനാടു കയ്യേറിയപ്പോഴും അവർക്ക് തെക്കുള്ള കൊച്ചിയുമായി നീണ്ടുനിന്ന വഴക്കുണ്ടായപ്പോഴും പറങ്കിപ്പട വന്നപ്പോഴും എല്ലാം നായർക്കൂട്ടങ്ങൾ കീഴ്ജാതിക്കാരെ കൊണ്ട് പണിയെടുപ്പിച്ച് വേലകളും പൂരങ്ങളും ആഘോഷിച്ചുകഴിഞ്ഞു പോന്നു. ഈ നായന്മാർക്ക് അവർ കേട്ടുശീലിച്ച എഴുത്തച്ഛൻ കൃതികളിലൂടെ പുതിയ ദിശാബോധമുണ്ടായി. തുഞ്ചന്റെ ഭാരതവൽക്കരണത്തിലൂടെ മലയാള ഭാഷയും ജനതയും സാഹിത്യവുമുണ്ടായി. സമൂഹം വളർന്നു. ഇങ്ങനെ ചരിത്രത്തിന്റെ ഓരോ വഴിത്തിരിവിലും പുതിയ സാഹിത്യപ്രസ്ഥാനങ്ങളുണ്ടാവുന്നു.

പതിനഞ്ച്-പതിനാറ് നൂറ്റാണ്ടുകളിൽ നാടുവാഴി-നായർ കൂട്ടങ്ങൾക്ക് രാഷ്ട്രീയമായും സദാചാരപരമായും സാമൂഹികമായും പുതിയ ഒരു ഉണർവുണ്ടാക്കുവാൻ പല ഘടകങ്ങളും സഹായിച്ചിരിക്കണം. അവരുടെ പിതാക്കളായ നമ്പൂതിരിമാർ വലിയ ജ്ഞാനികളും പ്രതിഭകളും ആയിരുന്നെങ്കിലും തങ്ങളുടെ നാടുവാഴി-നായർ സന്തതികളെ സംബന്ധിച്ചിടത്തോളം അവരുടെ സമീപനം നിഷേധാത്മകമായിരുന്നു. പൊതുവാൾ, വാരിയർ, പിഷാരടി, തുടങ്ങിയ അമ്പലവാസികൾക്ക് അല്പാല്പമെങ്കിലും സംസ്കൃതഭാഷയും ശാസ്ത്രങ്ങളും അവർ പകർന്നുകൊടുത്തെങ്കിലും ശൂദ്രനായന്മാർ അതൊന്നും അർഹിക്കുന്നില്ല എന്ന ഭാവമാണ് നമ്പൂതിരിമാർക്കുണ്ടായിരുന്നത്. ഒരുപക്ഷേ ജ്ഞാനിവർഗ്ഗത്തിൽ കടന്നുവന്നാൽ നായന്മാരെ അടിയാളരാക്കി അടക്കിനിർത്തുവാൻ കൂടുതൽ പ്രയാസമാണെന്ന സ്വാർത്ഥചിന്തയാവാം ഈ സമീപനത്തിനു പിന്നിലുള്ളത്. ജന്മാന്തരത്തിലെ കർമ്മഫലങ്ങളെപ്പറ്റിയുള്ള സിദ്ധാന്തം സ്വയം ന്യായീകരിക്കാൻ നായന്മാരുടെ സംസ്കാരശൂന്യത നമ്പൂതിരിമാർക്ക് നല്ലൊരുദാഹരണമായി.

എന്നാൽ പല നൂറ്റാണ്ടുകളായി നമ്പൂതിരിമാരുടെ പാടങ്ങളിൽ കൃഷിപ്പണിക്ക് മേൽനോട്ടം വഹിക്കുകയും കോവിലകങ്ങളിൽ കാര്യം നടത്തുകയും ചെയ്ത നായന്മാർ കുറെ സമ്പാദ്യങ്ങളും ഉണ്ടാക്കിയിരുന്നു. അവരുടെ പെണ്ണുങ്ങളും നമ്പൂതിരി പ്രഭുക്കളിൽ നിന്ന് സമ്മാനമായി പണം സമ്പാദിച്ചു. ഇത്തരം സമ്പാദ്യങ്ങൾ നായർ സമുദായത്തിന്റെ ആഡംബര ഭ്രമങ്ങളെയും അധികാരമോഹങ്ങളേയും ഉദ്ദീപിപ്പിച്ചുകൊണ്ടിരുന്നു. നസ്രാണി, മുസ്ലീം സമുദായങ്ങളുടെ മാതൃകയും വളർന്നുവരുന്ന കമ്പോള വ്യവസ്ഥിതിയിലെ ധനസമ്പാദനത്തിനുള്ള അവസരങ്ങളും അവർ പാഴാക്കിയില്ല.

ഈ ചരിത്രസന്ദർഭത്തിലാണ് ചോളനാട്ടിൽനിന്ന് കടുപ്പൊട്ടൻ അഭയാർത്ഥികളുടെ വരവുണ്ടായത്. സാമൂതിരികോവിലകത്തെത്തുടർന്നു മറ്റു കോവിലകങ്ങളിലും എഴുത്തുപള്ളികൾ സ്ഥാപിതമായിരിക്കണം.

സമ്പത്തും അധികാരവും പ്രതാപവും ആയി കഴിയുമ്പോൾ സേവകന്മാർ ചുറ്റും കൂടുന്നു. അല്പം വിദ്യാഭ്യാസം തങ്ങൾക്കുമുണ്ടാവുന്നതു നായന്മാർക്ക് അഭികാമ്യമായി തോന്നുന്നു. അടുത്ത തലമുറയെങ്കിലും വിദ്യയും കീർത്തിയും സ്വായത്തമാക്കണമെന്ന് ചിലർ ആഗ്രഹിക്കുന്നു. അങ്ങനെയാണ് കോവിലകങ്ങളിലും തറവാടുകളിലും ആശാന്മാരും പള്ളിക്കൂടങ്ങളും വന്നുകൂടുന്നത്. ഹരികഥ, ആട്ടകഥ, കൂടിയാട്ടം, കൂത്ത്, മുതലായവയിലൂടെ ഭാരതീയ സാഹിത്യപരിചയം നൂറ്റാണ്ടുകളായി വളർന്നുവന്നിരിക്കണം. അതിന്റെ പാരമ്യത്തിലുള്ള പരിണിതരൂപമാണ് എഴുത്തച്ഛന്റെയും ശിഷ്യരുടേയും പുരാണേതിഹാസക്കിളിപ്പാട്ടുകൾ.

മഹാമതങ്ങളും (great religions) മഹാപാരമ്പര്യങ്ങളും (great traditions) അല്ല കാളികൂളികളിലും കുട്ടിച്ചാത്തനിലും ഭൂതപ്രേതങ്ങളിലും മാരണത്തിലും മന്ത്രവാദത്തിലും വിശ്വസിക്കുന്ന ചെറുമതങ്ങളും ചെറുപാരമ്പര്യങ്ങളും (little religions and little traditions) ആണ് സാധാരണ ജനങ്ങളെ ഭരിച്ചിരുന്നത്. നമ്പൂതിരിമാരുടെ സവർണ്ണ സമൂഹത്തിൽ മാത്രമേ ഉപനിഷദ്പ്രോക്തമോ വേദാന്തവേദ്യമോ ആയ മഹാതത്ത്വശാസ്ത്രങ്ങൾ പ്രചരിച്ചിരുന്നുള്ളൂ. നായന്മാരുടേയും മറ്റും തറവാടുകൾ ക്രമേണ സമ്പന്നമായി വന്നെങ്കിലും അക്ഷരാഭ്യാസമില്ലാത്തതിനാൽ മാനസികമായി ഉയർന്ന സംസ്കാരത്തിന്റെ പടിക്കു പുറത്തായിരുന്നു. ശൂദ്രസമുദായക്കാരിൽ ഇന്നും തുടർന്നുകാണപ്പെടുന്ന സങ്കുചിത സ്വാർത്ഥബന്ധിതമായ വിശ്വാസാചാരങ്ങളാണ് നായന്മാരെ നയിച്ചിരുന്നത്. ഈ അന്തരീക്ഷത്തിൽ നിന്ന് അവരെ മോചിപ്പിച്ച് മഹാമതങ്ങളും മഹാപാരമ്പര്യങ്ങളും സ്ഥാനം പിടിച്ചു കഴിഞ്ഞ ഭാരതീയ സംസ്കൃത സാഹിത്യാന്തരീക്ഷത്തിലേക്ക് ഉയർത്തുകയാണ് എഴുത്തച്ഛന്റെ ലക്ഷ്യമായിത്തീർന്നത്. ആഴ്വാന്മാരുടേയും നായനാർമാരുടേയും സംസ്കൃതത്തിലും ക്ലാസിക്കൽ തമിഴിലും ഉള്ള കൃതികളിൽ മഹാമതവും മഹാപാരമ്പര്യവും പ്രതിഫലിച്ചിരുന്നു. പക്ഷേ അത് ബ്രാഹ്മണരിൽ നിന്നും രാജാക്കന്മാരിൽ നിന്നും താഴേക്ക് ഇറങ്ങിവന്നില്ല. ഒരുപക്ഷേ നായർ കൂട്ടങ്ങളിൽ എഴുത്തച്ഛനാവും ആദ്യമായി, ഫലപ്രദമായി, മഹാമതവും (great religion) മഹാപാരമ്പര്യവും (great tradition) നാട്ടുകാർക്ക് തുറന്നുകൊടുത്തത്. വിഷ്ണുവിന്റെ അവതാരകഥകൾ, ശൈവതത്ത്വചിന്തകൾ, ജന്മ-കർമ്മ സിദ്ധാന്തങ്ങൾ എന്നിവ ആദ്യമായി മലയാള ഭാഷയിൽ സുഗമമായ കിളിപ്പാട്ടിലൂടെ അവതരിപ്പിക്കുന്നത് എഴുത്തച്ഛനാണ്. അവ കുറെയൊക്കെ നാട്ടിൽ പാട്ടായി.

സംസ്കൃതഭാഷാപഠനത്തിൽനിന്നാണ് ഈ പുതിയ മാനം കേരളത്തിലെ ഭാഷയിൽ ഉണ്ടാവുന്നത്. വടക്കൻപാട്ടുകളിൽ ഈ മഹാപാരമ്പര്യം അത്രമാത്രം പ്രതിഫലിക്കുന്നില്ല. മരണത്തെയും കുടുംബത്തെയും ബന്ധപ്പെടുന്ന കഥകളെ നാടൻപാട്ടുകളിൽ സൂക്ഷ്മപരിശോധന

ചെയ്യുമ്പോൾ എഴുത്തച്ഛന്റെ വിപ്ലവകരമായ വിശ്വാസപ്പുതുമകൾ വേർതിരിഞ്ഞുകാണാവുന്നതാണ്. അതാണ് അദ്ദേഹം രാമായണങ്ങളിൽ അദ്ധ്യാത്മരാമായണം തന്നെ തർജ്ജമയ്ക്കായി തിരഞ്ഞെടുത്തത്. അദ്ദേഹം പല വർഷങ്ങൾ ആന്ധ്ര-കർണ്ണാടക-തമിഴ് പ്രദേശങ്ങളിൽ സഞ്ചരിച്ച് സംസ്കൃതവും മറ്റു ഭാഷകളും പഠിച്ച് ആര്യന്മാരുടെ സാഹിത്യ ചിന്തകൾക്ക് സ്വയം വിധേയനായതിന്റെ ഫലമാണ് പിന്നീട് ഇവിടെ ഇറക്കുമതി ചെയ്തത്. നാട്ടിലായിരുന്നെങ്കിൽ സംസ്കൃതപഠനമോ ഭാരതീയ സംസ്കാരത്തിന്റെ ഉന്നതപരിശീലനമോ ചക്കാലനായരായ തുഞ്ചന് അപ്രാപ്യമായിരുന്നു.

സമൂഹത്തിന്റെ ഒരു തട്ടിൽ നിന്ന് (ബ്രാഹ്മണർ, അമ്പലവാസികൾ, ചില തമ്പുരാക്കൾ) അതിന്റെ തൊട്ടുതാഴെയുള്ള തട്ടിലേക്ക് മഹാമതങ്ങളും മഹാപാരമ്പര്യങ്ങളും എടുത്തുവെയ്ക്കുക എന്നതിലുള്ള പുതുമ എഴുത്തച്ഛൻ കൃതികൾ വായിക്കുമ്പോൾ ഇന്ന് നമുക്കനുഭവപ്പെടുന്നില്ല. കാരണം നമ്മുടെ സാധാരണക്കാർക്കിടയിൽ ഭാരതീയമഹാമതങ്ങളും മഹാപാരമ്പര്യങ്ങളും സുപരിചിതമായിക്കഴിഞ്ഞിരിക്കുന്നു. പല നൂറ്റാണ്ടുകൾകൊണ്ട് അവ നമുക്ക് സ്വാഭാവികമായി മാറിയിരിക്കുന്നു. പതിനഞ്ച് -പതിനാറ് നൂറ്റാണ്ടുകളിൽ നവീനവും കൃത്രിമവും ആയി ജനങ്ങൾക്കനുഭവപ്പെട്ടത് ഇന്ന് ശരാശരി മലയാളിക്ക് പാരമ്പര്യമായി തോന്നുന്നു. എഴുത്തച്ഛൻ കൃതികൾ രചിക്കപ്പെട്ട് നായർ പ്രഭുക്കളുടെ തറവാടുകളിൽ നിത്യപാരായണത്തിലൂടെ സ്വന്തമാക്കി കഴിഞ്ഞിട്ടുള്ളതുകൊണ്ടാണ് അങ്ങനെ ആയത്. സ്വതന്ത്രതർജ്ജമയാണെങ്കിലും എഴുത്തച്ഛന്റെ രാമായണാദി കൃതികൾ മൗലികത്വമുള്ള സ്വതന്ത്രകൃതികളെപ്പോലെയാണ് കേരളത്തിൽ അംഗീകരിക്കപ്പെട്ടത്. അവരുടെ കണക്കിൽ എഴുത്തച്ഛൻ തർജ്ജമക്കാരനല്ല, മൗലികത്വമുള്ള മഹാകവിയാണ്. ആശയങ്ങളെയല്ല, ഭാഷയെയാണ് നാം ഇവിടെ പരിഗണിക്കുന്നത്. ഭാഷാപ്രയോഗങ്ങളെ സംബന്ധിച്ചിടത്തോളം അദ്ദേഹത്തിന്റെ മൗലികത്വത്തിലും സ്വാതന്ത്രത്തിലും സംശയമില്ല. ഭാഷയുടെ പിതാവായിത്തന്നെ ഒന്നിലധികം അർത്ഥത്തിൽ അദ്ദേഹം കണക്കാക്കപ്പെടുന്നു.

അർത്ഥം: 1. ആദ്യമായിട്ടാണ് മഹാമതങ്ങളുടേയും മഹാപാരമ്പര്യത്തിന്റേയും വാഹനമായി കേരളത്തിലെ ഭാഷ ഉപയോഗിക്കപ്പെട്ടത്.

അർത്ഥം: 2. അങ്ങനെ ചെയ്തപ്പോൾ ഏറെ സംസ്കൃതപദങ്ങൾ നാടൻ പദങ്ങളോടിണക്കി മണിപ്രവാളത്തിന്റെ കുറെക്കൂടി മലയാളീകരിച്ച ഭാഷാരൂപം സൃഷ്ടിക്കപ്പെട്ടു, ഇതിന്റെ ഫലമായി പഴയപോലെ വട്ടെഴുത്തു ലിപികളിൽ നമ്മുടെ ഭാഷ എഴുതാൻ പ്രയാസമായി വന്നു. ആ ലിപിയിൽ തമിഴ് ലിപിയിലെന്നപോലെ 21 അക്ഷരങ്ങളേയുള്ളൂ. 'ക' കഴിഞ്ഞാൽ 'ങ' മാത്രം. 'ച' കഴിഞ്ഞാൽ 'ഞ' മാത്രം. 'ട' കഴിഞ്ഞാൽ

'ണ' മാത്രം. 'ത' കഴിഞ്ഞാൽ 'ന' മാത്രം. യ ര ല വ കഴിഞ്ഞാൽ 'റ'യും 'ള' യും മാത്രം. സംസ്കൃത പദങ്ങൾ എഴുതണമെങ്കിൽ സംസ്കൃതം എഴുതാൻ ഉപയോഗിക്കുന്ന ലിപിമാല തന്നെയല്ലേ നല്ലത്? അങ്ങനെ ദക്ഷിണേന്ത്യയിൽ സംസ്കൃതം എഴുതാൻ ഉപയോഗിച്ചുവന്ന ഗ്രന്ഥലിപി തന്നെ മലയാളം എഴുതാൻ ഉപയോഗിച്ചു തുടങ്ങി. ഒരുപക്ഷേ ഈ പരിപാടി തുഞ്ചൻ തന്നെയാവാം തുടങ്ങിയത്. അദ്ദേഹം സൃഷ്ടിച്ചതല്ല കടം വാങ്ങിയതാണ് ഗ്രന്ഥലിപി എന്നു മാത്രം. ആരും പെട്ടെന്നു കൃത്രിമ മായി ഒരു ലിപി സമ്പ്രദായം സൃഷ്ടിക്കാറില്ല. സൃഷ്ടിച്ചാൽ നിലനിൽ ക്കാറുമില്ല. ചില്ലറ മാറ്റങ്ങൾ ചിലപ്പോൾ സൗകര്യം പ്രമാണിച്ചു ഒരുക്കേ ണ്ടിവരും. ഇവിടെ അതുപോലും വേണ്ടിവന്നില്ല. ഭാഷയുടേതെന്നപോലെ ലിപിയുടേയും സൃഷ്ടാവെന്ന പരമോന്നതപദവി എഴുത്തച്ഛന്ന് കൈവന്ന തങ്ങനെയാണ്.

പലപ്പോഴും മലയാളികളുടെ കാര്യത്തിൽ പല ഘട്ടങ്ങളിൽ പല രംഗ ങ്ങളിൽ ഇത് സംഭവിച്ചിട്ടുണ്ട്. എഴുത്തച്ഛൻ പതിനാറാം നൂറ്റാണ്ടിൽ നായർക്കൂട്ടങ്ങൾക്കു ചെയ്ത ഈ സേവനം, ഭാരതവൽക്കരണം, ആശയ ങ്ങളുടെ മേഖലയിൽ, പാരമ്പര്യ വിഷയത്തിൽ, ശ്രീനാരായണനാണ് ഇരുപതാം നൂറ്റാണ്ടിൽ ഈഴവ സമുദായത്തിനുവേണ്ടി ചെയ്തത്. അദ്ദേഹവും മൗലികമായ ചിന്ത അവതരിപ്പിക്കയല്ല, മഹാമതങ്ങളുടെ ചിന്തയും തത്ത്വശാസ്ത്രവും പുതിയ ഭാഷയിൽ അവതരിപ്പിക്കയും സ്വന്തം സമുദായത്തിന്റെ ആവശ്യമായ ജാതിലംഘനത്തിന് വേണ്ടി വിപ്ലവകരമായ രീതിയിൽ പ്രയോഗിക്കുകയുമാണ് ചെയ്തത്.

■

തമിഴകത്തിലെ ഭക്തിപ്രസ്ഥാനം

തമിഴകത്തിലെ പ്രാചീനമായ ഭക്തിപ്രസ്ഥാനത്തെ സാമൂഹ്യ-സാമ്പത്തിക വികാസങ്ങളുടെ പരിണിതഫലമായി കണ്ട് അഖിലേന്ത്യാപശ്ചാത്തലത്തിൽ അതിനെ വിലയിരുത്തുന്നതിൽ ചരിത്രകാരന്മാർ വിജയിച്ചിട്ടില്ലെങ്കിൽ അതിന്റെ കാരണം പ്രാദേശികവും വിഭാഗീയവും ആയ സമീപനമാണ്. പ്രൊഫ.കെ.എ.നീലകണ്ഠശാസ്ത്രിയെപ്പോലെ മഹാനായ ഒരു ചരിത്രകാരൻപോലും പ്രസ്ഥാനത്തിന്റെ മതപരവും സാഹിത്യപരവും ആയ ഒരു വിവരണം കൊണ്ട് തൃപ്തിപ്പെടുകയും ദക്ഷിണേന്ത്യയുടെ ഒരു സവിശേഷ സംഭവമായി അതിനെ ചോദ്യം ചെയ്യാതെ അംഗീകരിക്കുകയുമാണുണ്ടായത്. അക്കാലത്ത് വേദവിരുദ്ധമായ ജൈന-ബൗദ്ധ മതങ്ങളും ഹിന്ദുമതവും തമ്മിൽ നടന്ന മത്സരം അറിയപ്പെടുന്നുണ്ട്. മാത്രമല്ല ഭക്തന്മാരുടെ സംഖ്യയിലും ക്രമത്തിലും ശൈവനായ ചേക്കിഴരുടെ പെരിയപുരാണം ജൈനകവിയായ ചാമുണ്ഡരായരുടെ ത്രിഷഷ്ടിലക്ഷണമഹാപുരാണത്തോട് കടപ്പെട്ടിരിക്കുന്നതായി പ്രൊഫ. ശാസ്ത്രി തന്നെ ചൂണ്ടിക്കാണിച്ചിട്ടുമുണ്ട്. എന്നിരിക്കലും ഈ ശൈവ-വൈഷ്ണവ പ്രസ്ഥാനത്തിന്റെ വിജയം പ്രധാനമായും രാജാക്കന്മാരുടെ പ്രോത്സാഹനത്തിന്റെയോ ഭക്തന്മാരുടെ വ്യക്തിപരമായ പ്രാമാണ്യത്തിന്റെയോ അടിസ്ഥാനത്തിലാണ് മിക്കവരും വ്യാഖ്യാനിച്ചിട്ടുള്ളത്. ഈ ഘടകങ്ങൾ തീർച്ചയായും പ്രാധാന്യമർഹിക്കുന്നു. എന്നാൽ ഇതൊരു വ്യാഖ്യാനമാണെങ്കിൽ ആ നിലയ്ക്ക് തികച്ചും അപര്യാപ്തമാണ് എന്ന് സമ്മതിക്കാതിരുന്നുകൂടാ.

സാഹിത്യകൃതികളും ലിഖിതങ്ങളും അവശിഷ്ടങ്ങളും പരിശോധിച്ചാൽ ഉത്തരേന്ത്യയിലും ഇതിന്റെ മുന്നോടികളും മാതൃകാസംഭവങ്ങളും നേരത്തേ ഉണ്ടായിരുന്നതായി തിരിച്ചറിയാൻ കഴിയും. ഭക്തിമാർഗ്ഗത്തിന്റെ വിത്തുകൾ വേദാനന്തര സാഹിത്യത്തിൽ ധാരാളമായി കാണപ്പെടുന്നു. ഹൈന്ദവ പുരാണ സാഹിത്യത്തിൽ അത് വർണ്ണിക്കപ്പെട്ടിട്ടുണ്ട്. പാശുപത ഭാഗവത മാർഗ്ഗങ്ങളിലും മഹായാന ബൗദ്ധന്മാരുടെ

ബോധിസത്വ സങ്കല്പത്തിലും അതിന്റെ ഉദാഹരണങ്ങളുണ്ട്. ക്ലാസിക്കൽ സംസ്കൃതത്തിൽ ശിവനേയും വിഷ്ണുവിനേയും രക്ഷകന്മാരായ ദൈവങ്ങളായി ചിത്രീകരിച്ചിരിക്കുന്നു. മൗര്യാനന്തര കാലഘട്ടത്തിൽ ഇത്തരം കല്പനകളുടെ ജനപ്രീതിയെപ്പറ്റി യവനനായ ഹീലിയോഡോറസിന്റെ സാക്ഷ്യപത്രവും നമുക്ക് ലഭിച്ചിട്ടുണ്ട്. മാത്രമല്ല, ഗുപ്തകാലത്തെ ശില്പകലയിലൂടെ ഭക്തിഭാവത്തിന് മോഹനമായ ശിലാരൂപങ്ങൾ ആവിഷ്കരിക്കപ്പെട്ടു. വ്യത്യസ്ത ചിന്താപദ്ധതികളുടെ അതുല്യമായ സംയോജനത്തിലൂടെ അധഃകൃതരുടേയും ബഹിഷ്കൃതരുടേയും മാത്രമായി കണക്കാക്കപ്പെട്ടിരിക്കുന്നു. ഭക്തിമാർഗ്ഗത്തിന് കർമ്മ മാർഗ്ഗത്തോടും ജ്ഞാന മാർഗ്ഗത്തോടും തുല്യമായ പദവിയാണ് ഭഗവത്ഗീതയിൽ ഉള്ളത്. വളരെ പുരാതനമായ കാലം തൊട്ടു തന്നെ വാരണാസിയിലും മധുരയിലും ഉജ്ജയിനിയിലും ദ്വാരകയിലും വലിയ ഭക്തികേന്ദ്രങ്ങൾ ഉണ്ടായിക്കഴിഞ്ഞിരുന്നു. ഈ ആശയങ്ങളും സമീപനങ്ങളും ഒക്കെ തന്നെയാണ് ക്രിസ്തു ഏഴാം ശതകത്തോടുകൂടി ബ്രാഹ്മണാധിവാസ കേന്ദ്രങ്ങളിലൂടെയും സംസ്കൃത ഭാഷയുടേയും കൂടെ ദക്ഷിണേന്ത്യയിലേക്ക് മെല്ലെ മെല്ലെ വ്യാപിച്ചുതുടങ്ങിയത്.

ഭക്തിപ്രസ്ഥാനത്തിന്റെ സംഘടനാപരമായ അടിത്തറയും പ്രായേണ വിസ്മയിക്കപ്പെട്ടിരിക്കുകയാണ്. ആത്മീയവും തത്ത്വചിന്താപരവും ആയ സന്ദേശത്തിൽ നിന്നും വ്യത്യസ്തമായി ആ പ്രസ്ഥാനത്തിന്റെ തനതായ ചരിത്രപ്രാധാന്യം വ്യക്തമാക്കപ്പെടണമെങ്കിൽ ഭക്തകവികളുടെ ആശയങ്ങൾക്ക് അക്കാലത്തെ സാമൂഹ്യ സാമ്പത്തിക പ്രവണതകളുമായുള്ള ബന്ധവും ജനങ്ങൾക്കിടയിൽ അന്നുണ്ടായിരുന്ന വർഗ്ഗബന്ധങ്ങളും അപഗ്രഥിച്ച് പഠിക്കേണ്ടിയിരിക്കുന്നു.

ഈ പശ്ചാത്തലത്തിൽ കാഞ്ചിയിലെ ബ്രാഹ്മണവൽക്കരിക്കപ്പെട്ട പല്ലവ രാജാക്കന്മാർ ഭരിച്ചുവന്ന തൊണ്ട മണ്ഡലത്തിലാണ് ഭക്തിപ്രസ്ഥാനത്തിന്റെ ആവിർഭാവം എന്ന വസ്തുത ഓർമ്മിക്കാവുന്നതാണ്. ഈ പ്രദേശം തമിഴകത്തിന്റെ വടക്കു കിഴക്കൻ മൂലയിൽ സ്ഥിതി ചെയ്യുന്നതുകൊണ്ട് ഉത്തരദേശ സ്വാധീനതകൾക്ക് ഏറ്റവുമധികം വശംവദമായിരുന്നു. അഗ്രഹാരങ്ങളിൽ വലിയ തോതിലുള്ള ബ്രാഹ്മണരുടെ കുടിയേറ്റം ആദ്യമുണ്ടായതും പല്ലവരുടെ നേതൃത്വത്തിലാണ്. കർണ്ണാടകത്തിൽ നിന്നു ഇങ്ങോട്ടു നീങ്ങിയ ഈ രാജവംശക്കാർ സംസ്കാരത്തിന്റെ കാര്യത്തിൽ തികച്ചും ബ്രാഹ്മണവൽക്കരിക്കപ്പെട്ടുകഴിഞ്ഞിരുന്ന ഡക്കാനിലെ ചാലൂക്യരുമായി ഒരു പ്രത്യേക വിധം രാഗ-ദ്വേഷ ബന്ധമാണ് വളർത്തിയെടുത്തത്. ഏഴാം ശതകം തൊട്ട് ഒമ്പതാം ശതകത്തിന്റെ അവസാനംവരെയുള്ള മൂന്നു ശതകങ്ങളിൽ ഈ പ്രസ്ഥാനം തെക്കുഭാഗത്തെ ചോള-പാണ്ഡ്യ പ്രദേശങ്ങളിലേക്കും പിന്നീട് പടിഞ്ഞാറൻ കരയിൽ ചേരന്മാരുടെ പ്രദേശങ്ങളിലേക്കും നീങ്ങിച്ചെന്നു. അവിടെയാണ്

പ്രൊഫ.എം.ജി.എസ്. നാരായണൻ

ചേരമാൻ പെരുമാൾ, നായനാർ, കുലശേഖര ആൾവാർ എന്നിങ്ങനെ രണ്ട് അതിപ്രഗദ്ഭന്മാരായ രാജകീയ ഭക്തന്മാർ അരങ്ങത്തുവന്നത്. ഇതിൽ ആദ്യത്തെയാൾ രാജശേഖരൻ എന്ന പേരുള്ള കേരളരാജാവ് തന്നെ ആയിരിക്കാനാണ് വഴിയുള്ളത്. അദ്ദേഹം മഹാനായ ശങ്കരാചാര്യരുടെ സമകാലികനായിരുന്നുവെങ്കിലും സുന്ദരമൂർത്തി നായനാരുടെ സുഹൃത്തും സഹചാരിയുമായിട്ടാണ് തമിഴ് സാഹിത്യത്തിൽ കൂടുതൽ അറിയപ്പെടുന്നത്. കുലശേഖര ആഴ്‌വരാകട്ടെ തമിഴിലും സംസ്കൃതത്തിലും എഴുതി പ്രസിദ്ധിയാർജ്ജിക്കുകയും ചെയ്തു. ഈ കാലഘട്ടത്തിലെ പല്ലവ-പാണ്ഡ്യ-ചേര സദസ്സുകളിലും ദേവാലയങ്ങളിലും സൃഷ്ടിക്കപ്പെട്ട തമിഴ്-സംസ്കൃത കൃതികളെല്ലാം തന്നെ ഒരേ സംസ്കാര പ്രവണതകളുടെ പ്രകാശനമായി വേണം കണക്കാക്കുവാൻ അവയെല്ലാം തന്നെ ബ്രാഹ്മണ അഗ്രഹാരങ്ങളുടേയും ക്ഷേത്രങ്ങളുടേയും ദക്ഷിണോന്മുഖമായി നീങ്ങുന്ന ഒരതിർത്തിയുമായി ബന്ധപ്പെട്ടിരിക്കുന്നു.

തമിഴകത്തിന്റെ വടക്കു കിഴക്കൻ അതിർത്തി കേന്ദ്രമായ വെങ്കടമല ഈ കാലഘട്ടത്തിൽ അസുരചക്രവർത്തിയായ മഹാബലിയെ തന്ത്രപരമായ രീതിയിൽ അഭിമാനസ്പർശിയായ നീക്കത്താൽ തോൽപ്പിച്ച് കീഴടക്കിയ വിഷ്ണുവിന്റെ വാമനാവതാരവുമായി ബന്ധപ്പെട്ട വൈഷ്ണവ കേന്ദ്രമായി വളരുന്നുണ്ട്. ബാലാജി എന്ന പേരിൽ അറിയപ്പെടുന്ന സമർത്ഥനായ ഈ ബ്രാഹ്മണബാലന്റെ വിജയത്തിൽ അടങ്ങിയിരിക്കുന്ന പ്രതീകാത്മകതയും വെങ്കിടമലയിലെ ക്ഷേത്രത്തിന്റെ ജനപ്രീതിയും ബന്ധപ്പെടുത്തി കാണേണ്ടതാണ്. ഏതാണ്ട് ക്രിസ്തുവർഷം ഒമ്പതാം ശതകം തൊട്ടാണെങ്കിലും പശ്ചിമതീരത്തിൽ തൃക്കാക്കരയിൽ ഒരു വാമനക്ഷേത്രം ഉണ്ടായിക്കഴിഞ്ഞു. ശ്രാവണം അല്ലെങ്കിൽ ഓണം എന്ന വാമനന്റെ ജന്മനക്ഷത്രം തമിഴകത്തിന്റെ ഒട്ടാകെ വൈഷ്ണവരുടെ ഒരു സുപ്രധാന ഉത്സവമായിത്തീർന്നു. ഈ കാലഘട്ടത്തിൽ കാഞ്ചിയെന്ന പല്ലവ തലസ്ഥാനം വെഷ്ണവ-ശൈവ ക്ഷേത്രങ്ങളുടെ ഒരു നഗരമായി വളർന്നു. കാവേരി നദിയുടെ ദ്വീപിൽ സ്ഥിതി ചെയ്യുന്ന കോട്ടയിലെ ശ്രീരംഗം ക്ഷേത്രത്തിനു ചുറ്റുമുള്ള ഫലപുഷ്ടമായ നദീതടങ്ങൾ പുതിയ പുതിയ അഗ്രഹാരങ്ങളുടെ കേന്ദ്രമായി. അനന്തശായിയായ ശ്രീരംഗത്തിലെ വിഷ്ണു ധാരാളം ആരാധകന്മാരെ ആകർഷിച്ചു കൊണ്ടിരുന്നു. ഈ ക്ഷേത്രം, ക്രിസ്തു ഏഴാം ശതകത്തോളം പഴക്കമുള്ളതാണ്. അതേപോലെ മറ്റു ക്ഷേത്രങ്ങളും നിലവിൽവന്നു.

തമിഴകത്തിന്റെ വിവിധ കേന്ദ്രങ്ങളിൽ ശൈവമാർഗ്ഗത്തിന്റെ ആരാധനാകേന്ദ്രങ്ങളും ഉയിരെടുത്തുകൊണ്ടിരുന്നു. ജനഭാവനയെ പിടിച്ചു നിർത്തുവാൻ പര്യാപ്തമായ വിധം പുരാണകഥകളും കലാരൂപങ്ങളും ആ വിഭാഗത്തിലുണ്ടായി. തില്ലൈ അഥവാ ചിദംബരത്തുള്ള പൊന്നമ്പലം

കിഴക്കൻ തീരത്തിൽ ഉയർന്നുവന്നു. പ്രപഞ്ചത്തിന്റെ ലോലമായ താളം നിലനിർത്തിക്കൊണ്ടും അപസ്മാരത്തെ കാലിന്നടിയിൽ ചവുട്ടിപ്പിടിച്ചു കൊണ്ടും വിശ്വവ്യാപിയായ, നൃത്തം ചെയ്യുന്ന നടരാജന്റെ അനശ്വര പ്രതീകം അവിടെയാണ് കല്പിക്കപ്പെട്ടത്. പടിഞ്ഞാറൻ തീരത്തിലെ ചേരമാൻ പെരുമാൾക്ക് തിരുവഞ്ചിക്കുളത്തുള്ള സ്വന്തം രാജധാനിയിൽ ആ ചിലമ്പൊലി കേൾക്കുമായിരുന്നു എന്നു വിശ്വാസം. കാലക്രമത്തിൽ സുന്ദരമൂർത്തി നായനാരുടെ സുന്ദരമായ ഒരു കീർത്തനത്തിന് വിഷയ മായ തിരുവഞ്ചിക്കുളം തന്നെ മറ്റൊരു ശൈവതീർത്ഥാടന കേന്ദ്രമായി മാറി. രാജാവും തോഴനായ സുന്ദരമൂർത്തിയും ചേർന്ന് ദക്ഷിണേന്ത്യ യിലെ ശൈവകേന്ദ്രങ്ങളെല്ലാം സന്ദർശിച്ച് കീർത്തനങ്ങൾ രചിക്കുകയും അവർ ഒന്നിച്ചുതന്നെ ദേഹം വിട്ട് കൈലാസ പ്രാപ്തി നേടുകയും ചെയ്തു. ഈ മഹാദ്ഭുതം ശൈവകലയിലും സാഹിത്യത്തിലും നാടകീയ മായി ചിത്രീകരിച്ചിരിക്കുന്നു. മധുരയിൽ പാണ്ഡ്യൻ തലസ്ഥാന നഗരി യുടെ പരദേവതയായ മീനാക്ഷിയെ പാർവ്വതിയുമായി സമന്വയിച്ച് പരമേശ്വരനെ ഒരു നിത്യകാമുകനും വരനും ആയി രംഗത്തിറക്കുകയാണ് ചെയ്തത്. ഇങ്ങനെ വിഷ്ണുവിന്റെയും ശിവന്റെയും മാർഗ്ഗങ്ങൾ ഐതിഹ്യങ്ങളുടേയും അദ്ഭുതങ്ങളിലൂടെയും നാടൻ മണ്ണിൽ വേരോടി ച്ചുകൊണ്ടിരുന്നു. ഇവയും ക്ഷേത്രാവശിഷ്ടങ്ങളും പരിശോധിച്ചാൽ തമിഴ് ശൈലിയിൽ പുനരാവിഷ്കരിക്കപ്പെട്ട ബ്രാഹ്മണജീവിതരീതിയുടെ ഭാഗ മായി ഭക്തിപ്രസ്ഥാനത്തിന്റെ പുരോഗതിയെ മനസ്സിലാക്കുവാൻ കഴിയും. ആഴ്വാന്മാരുടേയും നായനാർമാരുടേയും സാഹിത്യം ഉത്തരേന്ത്യയിലെ പുരാണ കവികളുടെ സൃഷ്ടികളെ സ്വന്തം രീതിയിൽ പിന്തുടരുകയും ഭക്തിയെന്ന കേവല സങ്കല്പത്തെ മധുരമായ തമിഴ് ഗാനങ്ങളിലൂടെ മനുഷ്യരൂപവും ഗ്രാമീണവസതിയും നൽകി ജനകീയമാക്കിത്തീർക്കു കയാണ് ചെയ്തത്.

എന്നാൽ ബ്രാഹ്മണർ ഈ ഭക്തിസാഹിത്യത്തിന്റെ കാര്യത്തിൽ പിന്നണിയിൽ സ്ഥാനംപിടിച്ചു. എങ്കിലും ഭക്തിപ്രസ്ഥാനത്തിന്റെ തീർത്ഥാടന കേന്ദ്രങ്ങളെല്ലാം തന്നെ ബ്രാഹ്മണദേവാലയങ്ങളായിരുന്നു. അവയുടെ മന്ദിരങ്ങൾ മാത്രമല്ല, വലിയവരുടേയും ചെറിയവരുടേയും ദാനങ്ങളിലൂടെ കൈവന്ന വിശാലമായ ഭൂസ്വത്തുക്കളും ബ്രാഹ്മണരുടെ മേൽനോട്ടത്തിലായിരുന്നു. അവർ തന്നെയാണ് രാജാക്കന്മാരുടെ സദസ്യ രായും മന്ത്രിമാരായും ചിലപ്പോൾ സൈനിക ഉദ്യോഗസ്ഥന്മാരായും പല പ്പോഴും നികുതി പിരിവുകാരായും സീമാതീതമായ ശക്തിയും പ്രതാ പവും കാണിച്ചത്. സാധാരണയായി സാമ്പത്തിക വ്യവസ്ഥ, കല, മതം, സാഹിത്യം എന്നിങ്ങനെ വെവ്വേറെ അദ്ധ്യായങ്ങളിൽ വിവരിക്കാറുള്ള സംഗതികളെ സമഗ്രമായ രീതിയിൽ ഒന്നിച്ചുകൊണ്ടുവന്ന് കാലക്രമ ത്തിൽ ചേർത്തുവെക്കുമ്പോൾ തമിഴകത്തിൽ അഗ്രഹാരങ്ങളുടെ

സ്ഥാപനമാണ് ആദ്യമായി ശ്രദ്ധയിൽപ്പെടുന്നത്. പല്ലവ ഭരണത്തിൽ തൊണ്ടമണ്ഡലത്തിലും ചോളമണ്ഡലത്തിലും അവ രൂപം കൊണ്ടു. പിന്നീട് ഈ അഗ്രഹാരങ്ങളിൽ ക്ഷേത്രങ്ങൾ ഉയർന്നുവന്നു. അവയുടെ സഖ്യവും വലിപ്പവും സ്വത്തും സ്വാധീനവും ക്രമേണ വർദ്ധിച്ചുവന്നു. അവയാണ് ഭക്തി കേന്ദ്രങ്ങളായി മാറിയത്. ഇങ്ങനെ ഭക്തിപ്രസ്ഥാനം അഗ്രഹാരങ്ങളുടേയും ക്ഷേത്രങ്ങളുടേയും സൃഷ്ടിയാണന്ന് വന്നു കൂടുന്നു.

ക്ഷേത്രങ്ങൾക്ക് ചുറ്റുമായി പല വർഗ്ഗക്കാരേയും ഒരു സമൂഹമായി സംഘടിപ്പിക്കുവാൻ കഴിഞ്ഞു. ഈ പുതിയ ശ്രേണീബന്ധമായ സാമൂഹിക വ്യവസ്ഥയിൽ ഗ്രാമക്ഷേത്രത്തിലെ ദേവനോടുള്ള ഭക്തിയാണ് അന്യോന്യബന്ധത്തിന്റെ ചുണ്ണാമ്പായി വർത്തിച്ചത്. ഈ ദേവൻ ജീവനുള്ള ഒരു വ്യക്തിയായി കല്പിക്കപ്പെട്ടു. അദ്ദേഹം ഒരു കേവലാർത്ഥത്തിൽ പ്രപഞ്ചനാഥനായിരുന്നുവെങ്കിലും ഫലത്തിൽ ചുറ്റുമുള്ള ഗ്രാമപ്രദേശങ്ങളിലെ തന്റെ കാരാളരുടേയും കാര്യക്കാരുടേയും ജീവിതോപാധികളുടെ അധിപനായിരുന്നു.

രാവിലെ മുതൽ സ്തുതിഗീതങ്ങൾ, സ്നാനക്രിയകൾ, നൃത്തഗാനാലാപങ്ങൾ എന്നിവയിലൂടെ ഒരു രാജാവിനെയോ പ്രഭുവിനെയോ പരിചരിക്കുന്നതിന്റെ പ്രതീതിയാണ് സൃഷ്ടിച്ചുകൊണ്ടിരുന്നത്. അദ്ദേഹത്തിന്റെ പേരിൽ, അദ്ദേഹത്തിന്റെ ഇഷ്ടാനിഷ്ടങ്ങളെ വ്യാഖ്യാനിച്ചു കൊണ്ട്, ആ ട്രസ്റ്റികൾ സ്വത്ത് സമ്പാദിച്ചു, കരാറുകൾ സൃഷ്ടിച്ചു, ശിക്ഷകൾ വിധിച്ചു, പിഴകൾ പിരിച്ചു. അദ്ദേഹത്തിന്റെ പിറന്നാളുകൾ ഗ്രാമം മുഴുവനും ആഘോഷിച്ചു. അദ്ദേഹത്തിന്റെ ആവശ്യത്തിനായി ക്ഷേത്രപരിസരങ്ങളിൽ കുടിപാർപ്പിച്ച് പാരമ്പര്യ നെയ്ത്തുകാരെക്കൊണ്ട് ഒന്നാന്തരം വസ്ത്രങ്ങൾ നെയ്യിച്ചു. അദ്ദേഹത്തെ ആനന്ദിപ്പിക്കുവാനായി ദേവദാസികൾ എന്ന പേരിൽ ഒരു സ്ത്രീ സൈന്യത്തെ സ്ഥിരമായേർപ്പെടുത്തി. ഇത്തരം ഏർപ്പാടുകളിൽ നിന്ന് എല്ലാ ക്ഷേത്രങ്ങളുടേയും പതിവു ചടങ്ങുകളെ ആദർശവൽക്കരിച്ച് കലാപരമായി വളർത്തിയെടുക്കുകയാണ് ഭക്തിപ്രസ്ഥാനം ചെയ്തതെന്ന് എളുപ്പത്തിൽ കാണാം. ഭക്തകവികൾ ഈ വിധേയത്വത്തെ ആവേശമൂർച്ഛയുടേയും ആത്മവിസ്മൃതിയുടേയും അച്ചടക്കത്തിന്റേയും ത്യാഗത്തിന്റേയും ഉത്തുംഗശിഖിരങ്ങളിൽ കൊണ്ടുപോയെത്തിച്ചു.

ചേരമാൻ പെരുമാൾ നായനാരുടെ ആഭിയുല (തിരുക്കൈലാസ ജ്ഞാന ഉല) ക്ഷേത്രവീഥികളിലൂടെയുള്ള ഒരു ദേവപ്രദക്ഷിണത്തിനിടയിൽ പല പ്രായക്കാരായ ദാസിമാർ പരമേശ്വരനെ താണുവണങ്ങി വന്ദിക്കുന്നതിനെയാണ് ചിത്രീകരിച്ചിരിക്കുന്നത്, കുലശേഖര ആഴ്വരുടെ

തിരുമൊഴിയാകട്ടെ ക്ഷേത്രപ്പടവുകളുടെ കല്ലുകളായോ, ക്ഷേത്രക്കുളത്തിലെ മത്സ്യങ്ങളായോ പുനർജന്മം തേടുവാനുള്ള തന്റെ ആഗ്രഹം വിളിച്ചുപറയുന്നു. ഈ അർത്ഥത്തിൽ ഭക്തിപ്രസ്ഥാനത്തിന്റെ സാമൂഹിക വശം യജമാനന്മാരോടുള്ള ആശ്രയഭാവത്തെയാണ് ഉൾക്കൊള്ളുന്നത്.

കോവിലുകൾ ദക്ഷിണേന്ത്യൻ പ്രതിഭയുടെ അത്യന്തസുന്ദരമായ പ്രകാശനമാണ് കാഴ്ചവെക്കുന്നതെന്ന് എല്ലാവർക്കുമറിയാം. പല വിതാനങ്ങളും ഉള്ളിലുള്ളിൽ പല മതിലുകളുമുള്ള സങ്കീർണ്ണമായ സമൂഹത്തിന്റെ ഒന്നാന്തരം പ്രതീകമാണത്. ഒരു ചെറിയ പാരമ്പര്യ സംഘടനയാണ് അതിനെ മുഴുവൻ നിയന്ത്രിച്ചതെങ്കിലും ക്ഷേത്രമെന്ന സ്ഥാപനത്തിന് വിശാലമായ ജനസംഘങ്ങളുടെ പ്രീതി ആർജ്ജിക്കുവാൻ സാധിച്ചു. ശില്പങ്ങളാലും ചിത്രങ്ങളാലും ആകർഷകമാക്കപ്പെട്ട കൃഷ്ണശിലാ മന്ദിരങ്ങൾ നാട്ടിൻപുറത്തിന്റെ ചക്രവാളത്തിൽ തലപൊക്കി നിന്നു. സാമ്പത്തിക-സാമൂഹിക ചക്രവാളത്തെ സംബന്ധിച്ചും ഇതൊരു യാഥാർത്ഥ്യമായിരുന്നു. ഈ പശ്ചാത്തലത്തിൽ ഭക്തിസാഹിത്യം ക്ഷേത്രസാഹിത്യത്തിന്റെ സ്വഭാവമാണ് ഉൾക്കൊള്ളുന്നത്. നാടൻശൈലിയിൽ എഴുതപ്പെട്ട സ്ഥലമാഹാത്മ്യങ്ങളോ, ക്ഷേത്രമാഹാത്മ്യങ്ങളോ ആണ് ആ കൃതികളെന്ന് പറയാം.

ഇതൊരു ജന്മിസമ്പ്രദായമായി കണക്കാക്കാമെങ്കിൽ ദക്ഷിണേന്ത്യയിൽ ക്ഷേത്രകേന്ദ്രീകൃതമായ ജന്മിസമ്പ്രദായമാണ് ഉടലെടുത്തതെന്ന് കാണാവുന്നതാണ്. ഈ സമ്പ്രദായം ഉരുത്തിരിഞ്ഞുവന്ന പല്ലവ-പാണ്ഡ്യ-ചേര ഭരണത്തിന്റെ മൂന്നു ശതകങ്ങളിൽ-ഏഴാം നൂറ്റാണ്ടു മുതൽ പത്താം നൂറ്റാണ്ടുവരെ - ഭക്തിപ്രസ്ഥാനമാണ് ആദർശപരമായ ചൈതന്യം പകർന്നുകൊടുത്തത്. പിൽക്കാലത്തും അത് ഹൈന്ദവാദർശത്തിന്റെ ഒരു ഭാഗമായി നിലനിന്നുവെങ്കിലും ആ വികാരാവേശം നഷ്ടപ്പെടുകയും കേന്ദ്രസ്ഥാനത്തുനിന്ന് ഇളക്കം തട്ടുകയും ചെയ്തു. നാം പരിശോധിക്കുന്ന കാലഘട്ടത്തിൽ അത് മധ്യകാല യൂറോപ്പിലെ ആദ്യ ശതകങ്ങളിൽ കുരിശുയുദ്ധക്കാർക്കുണ്ടായിരുന്ന ക്രിസ്തീയ വിശ്വാസത്തെപ്പോലെ ഒരു പ്രതിഭാസമായിരുന്നു. പള്ളികളിലൂടെ രൂപം കൊണ്ട ഒരു തത്ത്വത്തിന്റെ പേരിൽ ഇസ്ലാമിനോട് സമരം ചെയ്യാനും ക്രൈസ്തവ ലോകത്തിന്റെ അതിരുകൾക്ക് വിസ്താരം കൂട്ടുവാനും ആണല്ലോ അവർ പരിശ്രമിച്ചത്. അങ്ങനെ ഒരു കേന്ദ്രവിശ്വാസത്തോടുകൂടി ജൈന-ബൗദ്ധമതങ്ങളെ നേരിടുവാനും ബ്രാഹ്മണാധിപത്യമുള്ള ഹൈന്ദവ സംസ്സാരത്തെ ക്ഷേത്രങ്ങളിലൂടെ നാട്ടിലെങ്ങും പ്രതിഷ്ഠിക്കുവാനുമാണ് ഭക്തപ്രമാണികൾ ഒരുങ്ങിയത്. ■

ചിലപ്പതികാരം - ഇതിഹാസത്തിന്റെ പുനർവായന

ക്രിസ്തുവർഷം രണ്ടാം നൂറ്റാണ്ടിൽ ചേരൻ ചെങ്കുട്ടുവൻ എന്ന രാജാവിന്റെ ഇളങ്കൂറും(അനുജൻ, യുവരാജാവ്) ജൈനഭിക്ഷുവുമായ ഒരാൾ - ഇളംകോ അടികൾ - എഴുതിയ കാവ്യമാണ് ചിലപ്പതികാരം എന്നാണ് പൊതുവിശ്വാസം.[1] ആ വിശ്വാസത്തിന്റെ അടിസ്ഥാനം കാവ്യാരംഭത്തിലെ ചില പ്രസ്താവനകളും മറ്റൊരടിസ്ഥാനം ചേരതലസ്ഥാനത്തു ചേർന്ന കണ്ണകിപ്രതിഷ്ഠാസമ്മേളനത്തിൽ സംബന്ധിച്ച രാജാക്കന്മാരുടെ കൂട്ടത്തിൽ ഈഴത്തുനാട്ടിലെ ഗജബാഹു (കചപാകു) എന്ന രാജാവിനെപ്പറ്റിയുള്ള പരാമർശവുമാണ്. ഈഴത്തുനാടിന്റെ ചരിത്രത്തിൽ ഗജബാഹു എന്ന പേരിൽ രണ്ടു രാജാക്കന്മാർ ഉണ്ടായിരുന്നു. ഒരാൾ രണ്ടാം നൂറ്റാണ്ടിലും മറ്റെയാൾ പന്ത്രണ്ടാം നൂറ്റാണ്ടിലും. ഈ പ്രചീനഭാഷാ കാവ്യം രണ്ടാം നൂറ്റാണ്ടിലെ സ്ഥിതിഗതികളോടാണ് യോജിക്കുന്നതെന്ന

---

1. പലരും പല കാലമാണ് ഈ കാവ്യത്തിന് കല്പിച്ചത്. കഴിഞ്ഞ നൂറ്റാണ്ടിൽ ഗ്രന്ഥം കണ്ടെത്തിയ കാലത്ത് വി.കനകസഭൈ ഇതൊരു യഥാർത്ഥ സംഭവകഥയായെടുത്തു. ചേരൻ ചെങ്കുട്ടുവനെന്ന രാജാവിന്റെ അനുജനായതുകൊണ്ട് ഇളങ്കോ അടികൾ എന്നറിയപ്പെട്ട കവി കുണവായിൽക്കോട്ടം എന്ന ദേവാലയത്തിൽ സ്വന്തം സാമ്രാജ്യമുണ്ടാക്കിയ കാലത്താണ് ഈ ചരിത്ര കാവ്യം രചിച്ചതെന്ന പ്രസ്താവന പതികത്തിലുണ്ട്. അതും കാവ്യാഖ്യാനത്തിൽ കണ്ണകീപ്രതിഷ്ഠയ്ക്ക് വേണ്ടി ചേരതലസ്ഥാനമായ വഞ്ചിയിൽവന്ന രാജാക്കന്മാരുടെ കൂട്ടത്തിൽ ഈഴത്തരചനായ ഗജബാഹുവിനെപ്പറ്റിയുള്ള പാരമർശവും ചേർത്ത് ഒരു കാലസമത്വപ്രമാണം അദ്ദേഹം സൃഷ്ടിച്ചു. ഈഴത്തുനാട്ടിലെ മഹാവംശം ദീപവംശം മുതലായ ഉല്പത്തി പുരാണങ്ങളിൽ ഗജബാഹുവെന്ന പേരുള്ള രണ്ട് രാജാക്കളെ പറയുന്നുണ്ട്. ഒന്ന് ക്രിസ്തു രണ്ടാം ശതകത്തിലും മറ്റെയാൾ പന്ത്രണ്ടാം ശതകത്തിലും ആണ് എന്നാണ് പണ്ഡിതമതം. ആദ്യത്തെയാളുടെ സമകാലികരായി ചേരനും അനുജനും വരുന്നതുകൊണ്ട് കാവ്യകാലം, ചരിത്രകാലം, ക്രിസ്തു രണ്ടാംനൂറ്റാണ്ടായി കനകസഭ നിശ്ചയിച്ചു. തമിഴ് പണ്ഡിതന്മാർ പ്രായേണ അതംഗീകരിച്ചു. കെ.ഏ.നീലകണ്ഠശാസ്ത്രിയെപ്പോലെ ചില ഉന്നത ചരിത്രകാരന്മാർ ഭാഷാശൈലിയും സമൂഹചിത്രീകരണവും

ധാരണയിൽ ആദ്യത്തെ ആളാണ് ചെങ്കുട്ടുവന്റെ സുഹൃത്തെന്ന് വിദ്വാന്മാർ തീരുമാനിച്ചു.[2] ചേരൻ ചെങ്കുട്ടുവൻ, ഇളംകോ അടികൾ, ഗജബാഹു എന്നിവർ സമകാലികരായതിനാൽ രണ്ടാം നൂറ്റാണ്ടാണ് കാവ്യത്തിന്റെ രചനാകാലമായി കൽപ്പിക്കപ്പെട്ടത്.[3]

ഇക്കാര്യങ്ങളിൽ ഇപ്പോൾ മാറി ചിന്തിക്കേണ്ടിവന്നിരിക്കുന്നു. രണ്ടാം നൂറ്റാണ്ടിലെ ഗജബാഹുവിനു പുറമേ നാലാം നൂറ്റാണ്ടിലെ ആളുപരും എട്ടാം നൂറ്റാണ്ടിലെ പാലരും പരാമർശിക്കപ്പെടുന്നുണ്ട്. പിൽക്കാലത്തുണ്ടായ മറ്റു പലതും. ഒമ്പതാം നൂറ്റാണ്ടിലുണ്ടായ കുണവായിൽ കോട്ടത്തിലാണ് കാവ്യം പിറന്നത്. ചരിത്രകൃതിയല്ല, ജൈനധർമ്മ പ്രകാശനത്തിനുവേണ്ടി എഴുതപ്പെട്ട സങ്കല്പകാവ്യമാണ്. ഈ വസ്തുതകളാണ് പ്രബന്ധത്തിൽ അടങ്ങുന്നത്. ആവശ്യമായ തെളിവുകൾ ചൂണ്ടിക്കാണിക്കുന്നു.

ചെങ്കുട്ടുവൻ, ഇളംകോ എന്നിവ പേരുകളല്ല, സ്ഥാനപ്പേരുകളാണ്. ചെങ്കുട്ടുവൻ എന്ന പേരിൽ ഒരു രാജാവിനെയും നൂറു നൂറു സംഘകാല കവികളിൽ ആരും വർണ്ണിച്ചിട്ടില്ല. കുട്ടുവൻ എന്നത് ഒരുപക്ഷേ കുട്ടനാടിന്റെ - അതൊരു കുഴിഞ്ഞ കുട്ടകമാണല്ലോ - അധിപനെന്നർത്ഥത്തിൽ എല്ലാ ചേരമൂപ്പന്മാർക്കും പ്രയോഗിക്കപ്പെടുന്നുണ്ട്. ചെങ്കുട്ടുവൻ എന്നാൽ നല്ല കുട്ടുവൻ എന്നു പറയാം, ചെന്തമിഴ് എന്നാൽ നല്ല തമിഴ് എന്നർത്ഥം പറയുന്നതുപോലെ. ഇളംകോ എന്നാൽ ഇളയ രാജാവെന്നേയുള്ളൂ. ഈ രണ്ടുപേർക്കും പേരില്ലാത്തതു സംശയജനകമാണ്. അറിയപ്പെടുന്ന രണ്ടും ബിരുദപ്പേരുകൾ മാത്രമാണ്. യഥാർത്ഥമായ വ്യക്തിനാമങ്ങൾ ഒളിച്ചുവെച്ചുകൊണ്ട് വായനക്കാരിൽ വിശ്വാസമുണ്ടാക്കാൻ

ആസ്പദമാക്കി സംഘം കൃതികൾക്കുശേഷം അഞ്ചാം നൂറ്റാണ്ടിലോ എട്ടാം നൂറ്റാണ്ടിലോ രചിക്കപ്പെട്ട കൃതി ആകണമെന്നഭിപ്രായപ്പെട്ടിരുന്നു.

കാണുക:

Kanakasabhai, V., Tamils Eighteen Hundred Years Ago, Madras, 1904.
Krishnaswami Iyengar, Beginings of South Indian History, Madras, 1918
Mahalingam, T.V., South Indian Polity, 1955.
Neelakanta Sastri, K.A., History of South India, 1939, 56.
Vaiyapuri Pillai, S., History of Tamil Language and Literature, 1956.
Kailasapathy, Tamil Heroic Poetry.
Kamal Svelabil, Smile of Murugan.
Obayasekare, Pattini Cult.

2. മേലെ കൊടുത്ത പട്ടികയിൽ കനകസഭയുടെ ഗ്രന്ഥം നോക്കുക.
3. ഇതാണ് മുപ്പിരികാലസമത്വപ്രമാണം(Triple Synchronism) എന്ന പേരിൽ ഏതാണ്ട് സാർവ്വത്രികമായ അംഗീകാരം നേടിയത്.

വേണ്ടി ആരോ വ്യാജ മേൽവിലാസങ്ങൾ ഉപയോഗപ്പെടുത്തിയതാണെന്ന് അനുമാനിക്കാം.[4]

ഇങ്ങനെ മറച്ചുപിടിക്കുന്നതിന് ഒരുദ്ദേശമുണ്ടായിരിക്കണമല്ലോ. ജൈന ധർമ്മ പ്രചരണമാണ് ലക്ഷ്യമെന്ന് ആ തത്ത്വഘോഷണങ്ങളിൽ നിന്ന് മനസ്സിലാക്കാം. ആവുന്നിടത്തോളം ആധികാരികതയും പഴമയുടെ പരിവേഷവും ദക്ഷിണേന്ത്യയിൽ ആ പ്രസ്ഥാനത്തിന് കൊടുക്കുവാനായിരിക്കണം കവിയുടെ ഒളിച്ചുകളിയെന്ന് വിചാരിക്കാം.[5] സംഘകാലത്തിന്റെ സമ്പ്രദായങ്ങൾ - ശൈലികളും സങ്കേതങ്ങളും - പ്രയോഗിച്ചിട്ടുണ്ടെങ്കിലും സംഘകാലത്തെ പ്രാകൃതമായ മലങ്കോട്ടകളും പടയാളികളും അല്ല, സംസ്കൃത സ്വാധീനമുള്ള ആര്യസമൂഹത്തിലെ വൈദികർ, ജോതിഷക്കാർ, കഥാപ്രസംഗകർ എന്നിവർ ചേർന്ന രാജസദസ്സുകളും രഥ്യകളും നഗരങ്ങളും ആണ് ചിലപ്പതികാര സമൂഹത്തിൽ പ്രതിഫലിക്കുന്നത്.[6] പഴംതമിഴിൽ അത്ര സാധാരണമല്ലാത്ത ചില പ്രയോഗങ്ങൾ ഉള്ളതുകൊണ്ട് അവയെ 'മലൈനാട്ടുവഴക്കം' എന്ന് വിശേഷിപ്പിച്ച് വ്യാഖ്യാതാക്കൾ രക്ഷപ്പെടേണ്ടിയിരിക്കുന്നു. ആദികാല സംഘ വാമൊഴിപ്പാട്ടുകളിൽ കുടക്കൂത്തും കുടൈക്കൂത്തുമൊക്കെ മാത്രമുള്ളപ്പോൾ ചിലപ്പതികാരത്തിൽ ഭരതനാട്യ നിയമങ്ങൾ പാലിച്ചുള്ള മുദ്രകളും ചിട്ടകളും നട്ടുവരും എല്ലാം സ്ഥാനം പിടിച്ചിരിക്കുന്നു.[7] പലതുകൊണ്ടും മധ്യകാല സ്വഭാവം പ്രകടമാണ്.

ഈ സംശയങ്ങൾ മനസ്സിൽ ഇരിക്കെയാണ് കേരളത്തിലെ പെരുമാൾ

---

4. ഇങ്ങനെ കഥാപാത്രങ്ങളുടെ ബന്ധുക്കളായും സുഹൃത്തുക്കളായും കവികൾ സ്വയം പ്രഖ്യാപിക്കുന്നത് പ്രാചീന സാഹിത്യകൃതികളിൽ സാധാരണമാണ്. രാമായണ കർത്താവായ വാല്മീകി - അതും വ്യക്തിനാമമല്ല, തൂലികാനാമമാണ് - സീതയുടെ രക്ഷകർത്താവായി കഥയിൽ പ്രത്യക്ഷപ്പെടുന്നു. മഹാഭാരതകർത്താവായ വ്യാസനും - അതും വ്യാജനാമമാണ് - കുരുവംശപൂർവ്വികനായി സ്വയം വർണിക്കുന്നു. ഭവഭൂതിയുടെയോ കാളിദാസന്റെയോ ദാസന്റെയോ സ്വന്തം പേരുകൾ നമുക്കറിഞ്ഞുകൂടാ. ദക്ഷിണേന്ത്യയിലെ ആദ്യത്തെ സംസ്കൃത നാടകമായ ആശ്ചര്യചൂഢാമണിയുടെ കർത്താവായ ശക്തിഭദ്രന്റെയും കാര്യം ഇങ്ങനെയാണ്. യൂറോപ്പിലെ ഹോമറും തഥൈവ. കവികൾ മാത്രമല്ല, കലാകാരന്മാരും ഇങ്ങനെയാണ്. ലിയെനാർഡോ ഡാവിഞ്ചി ആൾക്കൂട്ടത്തിൽ സ്വയം വരച്ചുകാണിക്കുന്ന പതിവുണ്ടായിരുന്നു.

5. പത്നീപൂജ തന്നെ ജൈനധർമ്മത്തിന്റെ ഭാഗമാണ്. അതല്ലാതെ കവുന്തി അടികൾ മുതലായ കഥാപാത്രങ്ങളും ജന്മാന്തര കഥകളും സദാചാരോപദേശങ്ങളും ചിലപ്പതികാരത്തിൽ നിറഞ്ഞുനിൽക്കുന്നു.

6. പുകാർ കാണ്ഡത്തിൽ (5) ഇന്ദ്രവിഴാ, വഞ്ചികാണ്ഡത്തിൽ (26) കാൽകോട് കാതൈ (ബിംബനിർമ്മാണാരംഭം) (28)നടുകർ കാതൈ (ബിംബപ്രതിഷ്ഠാപനം) തുടങ്ങിയ ഭാഗങ്ങൾ നോക്കുക.

7. പുകാർ കാണ്ഡത്തിൽ അരങ്ങേറ്റു കാതൈയിൽ കൂത്തിയുടെയും നാട്യാചാരന്റെയും പെരുമയും കൂത്തുലക്ഷണങ്ങളും അംഗോപാംഗങ്ങളും ഗാനാചാര്യന്റെയും കവിയുടെയും മാർദ്ദംഗികന്റെയും കുഴലാചാര്യന്റെയും തുലാക്കോലിന്റെയും പെരുമകൾ, മാധവിയുടെ ആട്ടം എന്നീ ഭാഗങ്ങൾ നോക്കുക.

കാലഘട്ടത്തെപ്പറ്റിയുള്ള ഗവേഷണത്തിനിടയിൽ കുണവായിൽ കോട്ടമെന്ന പേരിനെപ്പറ്റി ഒരു പുതിയ വെളിച്ചം തെളിഞ്ഞത്.

ക്രിസ്തു ഒമ്പത്, പത്ത്, പതിനൊന്ന് ശതകങ്ങളിലെ ചേരലിഖിതങ്ങൾക്കിടയിൽ കാണപ്പെട്ട ബ്രാഹ്മണക്ഷേത്രപ്രമാണങ്ങളിൽ പലപ്പോഴും പൊതുനിയമങ്ങളടങ്ങിയ മൂഴിക്കുളംക്കച്ചം പ്രത്യക്ഷപ്പെടുന്നുണ്ട്. അപ്രതീക്ഷിതമായി അതേകാലത്തെ ഉത്തരകേരളത്തിലെ അഞ്ചാറ് ജൈനക്ഷേത്രങ്ങളും അവയ്ക്ക് പൊതുവായ ഒരു കച്ചവും കാണപ്പെട്ടു. കുണവായിൽ കോട്ടത്തെ ചട്ടങ്ങളാണ് ആ ജൈനക്ഷേത്രലിഖിതങ്ങളിൽ ഉദ്ധരിച്ചിട്ടുള്ളത്. കുണവായിൽ കോട്ടമെന്നാൽ 'കുണവായ്' എന്നും 'ഗുണക' എന്നും മണിപ്രവാള കൃതികളിൽ വ്യവഹരിക്കപ്പെടുന്ന തൃക്കണാമതിലകം തന്നെയാണ് (തിരു+കുണവായ്+മതിലകം) എന്നു മനസ്സിലായി.[8] വടക്കേടത്തും തെക്കേടത്തുമുള്ള നായന്മാർ കാര്യം നടത്തിയ - ബ്രാഹ്മണരല്ല - മതിലകം ക്ഷേത്രത്തെപ്പറ്റിയും അയൽപക്കത്തുള്ള ഇരിങ്ങാലക്കുട ഗ്രാമത്തിലെ ബ്രാഹ്മണർ നടത്തിയ ക്ഷേത്രത്തെപ്പറ്റിയും അവ തമ്മിലുള്ള സംഘർഷങ്ങളിൽ തൃക്കണാമതിലകം നശിക്കാൻ ഇടയായതിനെപ്പറ്റിയും ഉള്ള ഐതിഹ്യങ്ങൾ തിരഞ്ഞുപിടിച്ച് കുഞ്ഞിക്കുട്ടൻ തമ്പുരാൻ ഭംഗിയായി ഉപന്യസിച്ചിട്ടുണ്ട്.[9] നായന്മാരുടെ ധിക്കാരംകൊണ്ട് ഗ്രാമവിസ്താരം കൂട്ടിയെടുത്ത് മതിൽ കെട്ടുവാൻ ശ്രമിക്കുകയും നിസ്സഹായരായ ബ്രാഹ്മണർ അവിടെ നിരന്നു കിടന്നപ്പോൾ അവരുടെ ശരീരത്തിൽക്കൂടി മതിൽ കെട്ടുകയും ബ്രാഹ്മണർ സ്വീകരിച്ച 'പട്ടിണി' എന്ന ആഭിചാരപ്രയോഗത്തിന്റെ ഫലമായി അയൽഗ്രാമത്തിലെ നായകസ്ഥാനത്തുള്ള രണ്ടു നായന്മാർ തമ്മിൽ മത്സരം വളരുകയും അവർ തമ്മിൽ തല്ലി നശിക്കുകയും ചെയ്ത കഥയാണ് തമ്പുരാൻ കേട്ടുകേൾവിയെ അടിസ്ഥാനമാക്കി വിവരിച്ചിട്ടുള്ളത്. നായന്മാരുടെ ക്ഷേത്രം ജൈനക്ഷേത്രമാവാം എന്ന് ഞാൻ അനുമാനിച്ചു. രണ്ടു ക്ഷേത്രങ്ങളും അവയുടെ ഗ്രാമങ്ങളും തമ്മിലുള്ള കിടമത്സരം ജൈന-ബ്രാഹ്മണ

8. കുണവായിൽക്കോട്ടം എന്ന സ്ഥലപ്പേരിനും എട്ടാം നൂറ്റാണ്ട് മുതൽക്കുള്ള വ്യാഖ്യാതാക്കൾ തെറ്റായാണ് അർത്ഥം പറഞ്ഞത്. കുണ എന്നാൽ തമിഴിൽ കിഴക്ക് എന്നർത്ഥം. വായിൽ എന്നാൽ വാതിൽ അഥവാ പ്രവേശന കവാടം. ചേരന്റെ തലസ്ഥാനമായ വഞ്ചി നഗരത്തിന്റെ കിഴക്കെ ഗോപുരത്തിനടുത്തുള്ള കോട്ടം (കോഷ്ടം അഥവാ അബ്രാഹ്മണ ദേവാലയം) എന്നവർ എഴുതിവെച്ചു. കരൂർ വഞ്ചിയാണ് ആദി ചേര തലസ്ഥാനമെന്നറിഞ്ഞ പുരാവസ്തു ഗവേഷകർ ആ ഭാഗത്തു കുഴിച്ചു നോക്കിയിട്ടും ഒന്നും കണ്ടില്ല.

   വാസ്തവത്തിൽ തൃക്കണാമതിലകം എന്ന (തിരുക്കുണവായ് ക്ഷേത്രം) കേരള നഗരമാണ് ആ സ്ഥലപ്പേര് സൂചിപ്പിച്ചതെന്ന് ഒമ്പതാം നൂറ്റാണ്ടു മുതൽക്കുള്ള കേരളത്തിലെ ജൈനക്ഷേത്ര ലിഖിതങ്ങൾ തെളിയിക്കുന്നു. നോക്കുക: എം.ജി.എസ്. നാരായണൻ, Cultural Symbiosis in Kerala, "Tirukkunavay and the Date of Cilappatikaram" Trivandrum 1972 പരിശോധിക്കുക

9. കുഞ്ഞിക്കുട്ടൻതമ്പുരാൻ, ഗദ്യലേഖനങ്ങൾ, "തൃക്കണാമതിലകം", പുറങ്ങൾ 38–44, ഡി.സി. ബുക്സ്, 1983.

മത്സരമാണെന്നും ഊഹിച്ചു.[10] രാജപരാമർശമില്ലാത്തതിനാൽ പെരുമാൾക്കാലത്തിന് ശേഷമുള്ള കഥയാവാം ഇതെന്നുംകൂടി ഊഹിച്ചു.[11]

പിന്നീട് അവിടെ ഒരു ശിവക്ഷേത്രമുണ്ടായതായും എന്നാൽ ബ്രാഹ്മണർക്ക് ആ 'കുണകത്തമ്പുരാ'നെ മുമ്പിൽപ്പോയി നേരെ കാണാനരുതെന്ന ഒരു ആചാരം നിലനിന്നതായും ചില പ്രസ്താവനകൾ കാണാം. "നേരേ കാണ്മാനരുതു കുണകത്തമ്പുരാനെ ദ്വിജന്മാർക്ക്" എന്നാണ് പതിനഞ്ചാം നൂറ്റാണ്ടിലുണ്ടായ സന്ദേശകാവ്യത്തിൽ പറയുന്നത്.[12] തൃക്കണാമതിലകത്തിന്റെ ഗൃഹപ്പിഴകൾ അവിടംകൊണ്ടവസാനിച്ചില്ല. പറങ്കികളും നാടുവാഴികളും തമ്മിലുണ്ടായ ഒരു യുദ്ധത്തിൽ ആ ക്ഷേത്രം വീണ്ടും നശിപ്പിക്കപ്പെട്ടതായി പ്രമാണമുണ്ട്. സ്വയംഭൂ എന്ന് വിശ്വസിക്കപ്പെടുന്ന കൂറ്റൻ ശിവലിംഗം കുറെക്കാലം കപ്പൽക്കടവിലെ നങ്കൂരക്കല്ലായി മാറുകയും പിന്നീട് മട്ടാഞ്ചേരിയിൽ ഗോവയിൽ നിന്ന് അഭയാർത്ഥികളായി വന്ന കൊങ്ങിണികൾ അത് ലേലം വിളിച്ചെടുത്ത് കൊണ്ടുപോയി തങ്ങളുടെ ക്ഷേത്രത്തിൽ പ്രതിഷ്ഠിക്കയുമുണ്ടായി. അതാണവർ ഇപ്പോഴും ആരാധിക്കുന്നത്, തൃക്കണാമതിലകത്തിന്റെ പേർപോലും അംഗഭംഗം വന്ന് വെറും മതിലകമായി. ആ ക്ഷേത്രസ്ഥാനവും കുളവും മാത്രം അവിടെ ഇന്നവശേഷിക്കുന്നു.[13]

അതിരിക്കട്ടെ, നമുക്ക് ചിലപ്പതികാരപ്രശ്നത്തിലേക്ക് തിരിച്ചുപോകാം. ഒമ്പത്, പത്ത്, പതിനൊന്ന് ശതകങ്ങളിൽ കുണവായിൽ കോട്ടത്തിലെ ചട്ടങ്ങൾ ഉദ്ധരിക്കുന്ന ചില ജൈനക്ഷേത്ര ശിലാരേഖകളെപ്പറ്റി ഒരു ഗവേഷണപ്രബന്ധം എന്റെ കൾച്ചറൽ സിംബയോസിസ് എന്ന പ്രബന്ധ സമാഹാരത്തിൽ ചേർത്തിട്ടുണ്ട് (കുണവായിർ കോട്ടവും ചിലപ്പതികാരവും). 'കുണവായിൽ കോട്ടം' ഉത്തര കേരളത്തിലെ പ്രധാന ജൈനക്ഷേത്രമായിരുന്നു. ജൈനമതകേന്ദ്രമായിരുന്നു. ആ കേന്ദ്രത്തോടുബന്ധപ്പെട്ട ചില ക്ഷേത്രങ്ങളുടെ പേർ താഴെ കൊടുക്കുന്നു. ജൈന

---

10. തൃക്കണാമതിലകം നായന്മാരുടെ ഭരണത്തിലായിരുന്നു എന്നതുകൊണ്ട് അബ്രാഹ്മണഗ്രാമമായിരുന്നു എന്നനുമാനിക്കാം. ആ നായന്മാർ ഇരിങ്ങാലക്കുട അടുത്ത ഗ്രാമത്തിലെ ബ്രാഹ്മണ ഊരാളരെ മാനിക്കുന്നില്ല. ജൈന-ബ്രാഹ്മണ സ്പർദ്ധയും ഈ മത്സരത്തിന് പിന്നിൽ ഉണ്ടായിരിക്കണം. കൾച്ചറൽ സിംബയോസിസ് നോക്കുക.

11. പെരുമാൾ ഭരണം ക്രിസ്തു പന്ത്രണ്ടാം നൂറ്റാണ്ടോടുകൂടി അവസാനിക്കുന്നു. അതുവരെ ജൈന ക്ഷേത്രങ്ങളും ഐശ്വര്യത്തോടെ നിലനിൽക്കുന്നുണ്ട്. കേന്ദ്രഭരണം പെരുമാൾ വാഴ്ച - ഇല്ലാതായ ശേഷമാണ് തമ്പുരാൻ വർണിക്കുന്ന പോലെ തൃക്കണാമതിലകത്തിന്റെ പതനത്തിനാസ്പദമായ സംഭവങ്ങൾ ഉണ്ടായത്. അല്ലെങ്കിൽ ആ മത്സരത്തിൽ പെരുമാളുടെ ഇടപെടൽ ഉണ്ടാകേണ്ടതായിരുന്നു. (എം.ജി.എസ്. നാരായണൻ, Perumals of Kerala നോക്കുക. Cosmo Books, 2013.)

12. ഉണ്ണിയച്ചീ ചരിതം, ഇളംകുളം കുഞ്ഞൻപിള്ള.

13. കുഞ്ഞിക്കുട്ടൻ തമ്പുരാൻ. ഗദ്യലേഖനങ്ങൾ. പുറം44.

വിശ്വാസം ഒരു സംഘടിത ശക്തിയായി കേരളത്തിൽ അക്കാലത്ത് നില നിന്നിരുന്നു.[14]

1. തിരുമണ്ണൂരിൽ ഇപ്പോഴത്തെ ശിവക്ഷേത്രപ്പറമ്പിൽ നിന്ന് കിട്ടിയ ലിഖിതത്തിൽ (220 of 1895) (Also Logan Malabar II, 1987. App. XII, CXXII, SII.V, 1926. No.784, p.338, Symbiosis, III) തിരുക്കുണവായ് മാതൃകാ നിയമത്തെപ്പറ്റി പറയുന്നുണ്ട്. തിരുമണ്ണൂർ പടാരർ എന്ന ദേവൻ ആദ്യം ജൈനമൂർത്തിയായിരുന്നിരിക്കണം. 11-ാം നൂറ്റാണ്ടിലാവണം മധ്യ ചോള ശില്പശൈലിയുള്ള ശിവക്ഷേത്രമുണ്ടായത്.[15]

2. പാലക്കാടിനടുത്ത് ആലത്തൂരിലെ കാവശ്ശേരി അംശത്തിൽ കണ്ടെടുത്ത ഒരു ശിലാരേഖ (561 of 1908, 238 of 1960, J. of I.H XLIV.II.pp.537-43))യുടെ കൂടെ ഭദ്രാസനത്തിലിരിക്കുന്ന ഗന്ധർവ്വസമേതനായ മഹാവീരന്റെയും ത്രിശിരസ്കനായ സർപ്പം കാക്കുന്ന കായോത് സർഗ്ഗനിലയിലുള്ള പാർശ്വനാഥന്റെയും വിഗ്രഹങ്ങളുണ്ട്. ഈ രേഖയിലും തിരുക്കുണവായ് മാതൃക ഉദ്ധരിക്കുന്നു. പള്ളിയെന്നാണ് ദേവാലയത്തെ പറയുന്നത്.[16]

3. വയനാടൻ കാട്ടിൽ താഴെക്കാവിൽ കണ്ടെടുത്ത ശിലാരേഖയിൽ തിരുക്കുണവാ തേവരുടെ നൂറ്റിമുപ്പത്തേഴാമാണ്ടിൽ ഉണ്ടായതെന്ന് അവ കാശപ്പെടുന്നുണ്ട്. അവിടെ അന്ന് ഒരു നഗരം സ്ഥാപിച്ചതായും തിരുക്കുണവാ നിയമം ഏർപ്പെടുത്തിയതായും പറയുന്നു. അക്ഷരവടിവും ഭാഷയും പത്താം ശതകത്തിലേതാണ്. സമീപത്ത് യക്ഷി വിഗ്രഹവും ഉണ്ട്. ആകയാൽ തിരുക്കുണവായ് പള്ളി ഒമ്പതാം നൂറ്റാണ്ടിന്റെ ആരംഭത്തിൽ സ്ഥാപിക്കപ്പെട്ടിരിക്കണം (Symbiosis, III).[17]

4. കിണാലൂർ (കുണവായ്നല്ലൂർ) അംശത്തിൽ കണ്ടെടുത്ത ശിലാ രേഖയിൽ (No.14 of 1901; SII.P.174. Symbiosis) തിരുക്കുണവായ് നല്ലൂർ ദേവന്റെ ആരാധനച്ചടങ്ങുകൾ പരാമർശിക്കുന്നു.[18]

മേൽപ്പറഞ്ഞ നാലു ജൈനദേവാലയങ്ങളും - (തിരുമണ്ണൂർ, ആലത്തൂർ, താഴെക്കാവ്, കിണാലൂർ) വയനാട്ടിൽ നിന്നും പാലക്കാട്ടുനിന്നും കൊടുങ്ങല്ലൂരിലേക്കുള്ള വ്യാപാരമാർഗ്ഗത്തിലാണ് കുടികൊള്ളുന്നത്.

---

14. M.G.S. Narayanan, Cultural Symbiosis in Kerala, "Tirukkunavay and the Date of Cilappatikaram", Kerala Society Papers, Trivandrum, 1972.

15. M.G.S.Narayanan, Cultural Symbiosis in Kerala, "Tirukkunavay and the Date of Cilappatikaram", pp.17-18; No.220 of 1895; Logan, Malabar, II. 1887, App.XI1. CXXII. S.I.I.V, 1926 No. 784, p.338.

16. No.561 of 1908; 238 of 1960, Journal of Indian History. XLIV.11. pp.537-43. Cultural Symbiosis, pp.l7-19.

17. Talaikavu in Kutadi Amsam, The 138th year of Kunavayil Kottam in mentioned in this record, recovered from the forest by the Department of History, Calicut University, Cultural Symbiosis, p.19.

18. No.14 of 1901; SII.VL1, p.174, Cultural Symbiosis, pp.20-21.

ജൈനർ വ്യാപാരി സമൂഹങ്ങളുടെ കൂടെയാണ് എന്നും കുടിയേറ്റം നടത്തിയത്. ഇവയുടെ തെളിവനുസരിച്ച് കൊടുങ്ങല്ലൂർ (മഹോദയപുരം) തലസ്ഥാനമായ ചേരമാൻ പെരുമാക്കളുടെ കാലത്ത് ഒമ്പതാം നൂറ്റാണ്ടിലുണ്ടായി, പത്തും പതിനൊന്നും ശതകങ്ങളിൽ ഉത്തരകേരളത്തിലെ ജൈനദേവാലയങ്ങൾക്ക് മാതൃകയായി, ഐശ്വര്യപൂർണ്ണമായി, കുണവായിൽക്കോട്ടം നിലനിന്നു എന്ന് അംഗീകരിക്കാം. എന്നാൽ അതിന് ഒമ്പതാം ശതകത്തിന് പിന്നിലേക്കു പോകുന്ന ചരിത്രമില്ല എന്നുകൂടി ഓർമ്മിക്കണം.

ചിലപ്പതികാരത്തിന്റെ തുടക്കത്തിൽ കാവ്യത്തിന്റെ കർത്താവിനെപ്പറ്റി "കുണവായിർകോട്ടത്തുരചു തുറന്തിരുന്ന കുടക്കോച്ചേരൽ ഇളങ്കോവടികൾ" എന്നാണ് നിർദ്ദേശിക്കുന്നത്.[19]

അപ്പോൾ കാവ്യം രചിക്കപ്പെട്ടത് ഒമ്പതാം നൂറ്റാണ്ടിന്റെ ആരംഭത്തിലെങ്ങാനുമാവണം. ഇളംകോ അടികൾ എന്നത് ഒരു തൂലികാനാമം മാത്രമാണെന്ന് മുമ്പേ സൂചിപ്പിച്ചുവല്ലോ.

ഈ നിഗമനങ്ങളെ ബലപ്പെടുത്തുന്ന മറ്റൊരു ശക്തമായ വസ്തുത ചിലപ്പതികാരം പലരും ധരിച്ചതുപോലെ ഒരു ചരിത്രകൃതിയല്ലെന്നും വിശ്വാസ്യതയ്ക്കും ജൈനധർമ്മ പ്രചരണത്തിന്റെ ആധികാരികതയ്ക്കും വേണ്ടി കവി സ്വകപോലകല്പിതമായ കഥയ്ക്ക് ചരിത്രബന്ധം നൽകുവാൻ ശ്രമിച്ചതാണെന്നുള്ള കണ്ടെത്തലാണ്.

ചെങ്കുട്ടുവൻ എന്നൊരു ചേരചക്രവർത്തിയുടെ ഹിമാലയ ദിഗ്വിജയത്തെപ്പറ്റി ചിലപ്പതികാരത്തിലല്ലാതെ സംഘകാലത്തെ കൃതികളിൽ ഒന്നും പരാമർശമില്ലെന്ന് ചൂണ്ടിക്കാണിച്ചുവല്ലോ. എന്നാൽ 'പതിറ്റുപ്പത്ത്' എന്ന സമാഹാരം പത്തു ചേരമൂപ്പന്മാരെപ്പറ്റി പത്തു കവികൾ എഴുതിയ പത്തുപാട്ടുകൾ എല്ലാം ഒന്നിച്ച് കൂട്ടിയതാണ്.[20] അതിലെ ചില സൂചനകൾ ചിലപ്പതികാരകഥയുമായി ബന്ധപ്പെട്ടതാണ് എന്ന് വിചാരിക്കേണ്ടിയിരിക്കുന്നു. അതിൽ നാലാം പത്തിൽ എട്ടാം പാട്ടിൽ വാനവരമ്പൻ എന്ന് രാജാവിനെ സംബോധന ചെയ്യുന്നു. പതികങ്ങളിൽ ചിലത് (രണ്ട്, മൂന്ന്, ആറ്) 'ഇമയവരമ്പൻ' സ്ഥാനം പിടിച്ചിരിക്കുന്നു.[21] പതികങ്ങൾ അതാതു കാലത്ത് കവിതയുടെ കൂടെ ഉണ്ടായതാണോ പിന്നീട് സമാഹരിച്ചപ്പോൾ ചേർത്തതാണോ എന്നുറപ്പിച്ചുകൂടാ.

ഈ പ്രയോഗങ്ങളുടെ അർത്ഥം എട്ടാം നൂറ്റാണ്ടിലെ അടിയാർക്കു നല്ലാർ, നച്ചിനാർക്കിനിയർ മുതലായ പണ്ഡിതന്മാരാണ് വ്യാഖ്യാനിച്ചിട്ടുള്ളത്. അവർ ഈ ബിരുദങ്ങളെ ഇമയം+വരമ്പൻ എന്നും വാനം+വരമ്പൻ എന്നും വ്യാഖ്യാനിച്ചു.[22] ഇമയം തമിഴിൽ ഹിമാലയമാണ്. അങ്ങനെ

---

19. Cilappatikaram, Patikam
20. G.Vaidyanatha Ayyar, Patittuppathu. (Tamil Text and Malayalam Translation), Kerala Sahitya Akademi, Trivandrum, 1961
21. Ibid.
22. Ibid. Kumattur Kannanar, Patta No.2

ആ ബിരുദത്തിന് ഹിമാലയം വരമ്പായുള്ളവൻ, അതിർത്തിയായുള്ളവൻ, എന്നർത്ഥം ലഭിച്ചു. പക്ഷേ 'വാനവരമ്പൻ' എന്നതിനെ വാനം + വരമ്പൻ = വാനവരമ്പൻ എന്ന് വ്യാഖ്യാനിക്കുമ്പോൾ അത് അർത്ഥശൂന്യമാവുന്നു. വാനം എല്ലാവർക്കുമുള്ള പൊതുമേൽപ്പുരയും അതിർത്തിയുമാണല്ലോ. അങ്ങനെ ഈ സമീപനത്തിന്റെ കുഴപ്പം ഇതിലൂടെ തിരിച്ചറിയാൻ കഴിയുന്നു. ഇതുവരെ ആരും തിരിച്ചറിയാത്തത് അദ്ഭുതമാണ് എന്നെനിക്ക് തോന്നി.

വാമൊഴിക്കവിതകൾ വന്നുകഴിഞ്ഞ് എട്ടോ പത്തോ നൂറ്റാണ്ടുകൾക്കു ശേഷം അവയുടെ പശ്ചാത്തലം അറിയാത്ത കാലത്ത് എഴുതപ്പെട്ട വ്യാഖ്യാനങ്ങൾ ഇങ്ങനെ തെറ്റിപ്പോയതിൽ അദ്ഭുതമില്ല. മാത്രമല്ല, പുരാതന കാവ്യസാഹിത്യം വളർന്നുവന്നേടത്തെല്ലാം - സ്കാൻഡിനേവ്യ, ഗ്രീസ്, ഉത്തരേന്ത്യ - ചെറിയ വാമൊഴിക്കവിതകളുടെ കാലഘട്ടവും നീണ്ട ഇതിഹാസങ്ങളുടെ കാലഘട്ടവും തമ്മിൽ ഏറെ നൂറ്റാണ്ടുകളുടെ വിടവ് കാണപ്പെടുന്നുണ്ട്.[23] ഈ ഭാഷാശാസ്ത്രനിയമം ദ്രാവിഡ ഭാഷയ്ക്കും ബാധകമാണ്. അതുകൊണ്ടുതന്നെ ചിലപ്പതികാരം എന്ന ഇതിഹാസവും സംഘകാലവാമൊഴിപ്പാട്ടുകളും ഒരേ കാലത്തായിക്കൂടാ എന്ന് ഇപ്പോൾ നമുക്ക് പറയാൻ കഴിയും. ഏ.ഡി. രണ്ടാം നൂറ്റാണ്ടിൽ സംഘകാലപ്പാട്ടുകൾക്കൊപ്പം തന്നെ ചിലപ്പതികാരവും പിറന്നു എന്ന് പണ്ഡിതന്മാർ ഊഹിച്ചപ്പോൾ ഇവിടെ ഭാഷാശാസ്ത്രപഠനങ്ങൾ ശൈശവദശയിലായിരുന്നു.[24]

മാത്രമല്ല, തമിഴ്നാട്ടിൽ ഒരേ സ്ഥലത്തുനിന്ന് പഴയ വാമൊഴിപ്പാട്ടുകളുടെയും ഇതിഹാസങ്ങളുടെയും കയ്യെഴുത്തടങ്ങിയ ഗ്രന്ഥക്കെട്ടുകൾ കണ്ടെടുക്കപ്പെട്ടതും അവ ഒരേ കാലത്തുണ്ടായെന്ന ധാരണയ്ക്ക് വഴിവെച്ചു.[25] ഇതിഹാസം യഥാർത്ഥ സംഭവങ്ങളുടെ കഥയാണെന്ന തെറ്റിദ്ധാരണയും ആ തെറ്റായ കാലബോധത്തിലേക്കാണ് വിരൽ ചൂണ്ടിയത്. രാമായണമഹാഭാരതാദികളുടെ കാര്യത്തിൽ അത്തരം ധാരണകൾ ഇന്നും ഒരളവോളം നിലനിൽക്കുന്നുണ്ടല്ലോ.[26]

'ഇമയവരമ്പൻ', 'വാനവരമ്പൻ' എന്നീ ബിരുദങ്ങൾക്കു ചേരുന്ന മറ്റൊരു വ്യാഖ്യാനം ഈയിടെയാണ് എന്റെ ശ്രദ്ധയിൽപെട്ടത്. അതി

---

23. The Sangam works were discovered in the 20th century by U.V.Swaminatha Ayyar and others from Jain Monasteries in Tamilnadu. എന്റെ കഥ by Swaminatha Ayyar, chapters No.51 and 55 pp.296-8 and 320. Dr.S.K. Nayar, (Translator), Sahitya Akademi, New Delhi, 1961. Chapters 51,55. See also Kanakasabha, The Tamils Eighteen Hundred Years Ago, Kailasapathy, Ta,nil Heroic Poetry.
24. K.A.Nilakanta Sastri, A History of South India, Oxford University Press, 1956, chapter on "Sangam Age and After"
25. See Note No.23 above
26. 1b1d.

പ്രധാനമാണത്. ചിലപ്പതികാരത്തിന്റെ ഉദ്ഭവരീതിയും യഥാർത്ഥ സ്വഭാവവും തിരിച്ചറിയാൻ ഈ അറിവ് സഹായിക്കുന്നു. ഇതുവരെ വിദ്വാന്മാർ കണ്ടപോലെ ഒരു ചരിത്രകൃതിയല്ല, മതഗ്രന്ഥമാണത്. ബറോവും എമനോവും കൂടി തയ്യാറാക്കിയ ദ്രവീഡിയൻ എറ്റിമളോജിക്കൽ ഡിക്ഷണറിയിൽ ആ ബദൽ വ്യാഖ്യാനം കാണാം.[27]

നച്ചിനാർക്കിനിയരും മറ്റും വിഗ്രഹിച്ചതിൽ നിന്നും വ്യത്യസ്തമായി ഇമയവർ + അൻപൻ എന്നും വാനവർ + അൻപൻ എന്നും ആണ് ഈ ബിരുദപദങ്ങൾ വിഗ്രഹിക്കേണ്ടത് അവർ പ്രസ്താവിക്കുന്നു. അപ്പോൾ ദേവകളുടെ ഇഷ്ടതോഴൻ എന്നർത്ഥം കിട്ടും. ഇമയവരും വാനവരും ദേവകളാണ്. ഇതിൽ അശോകചക്രവർത്തിയുടെ ദേവാനാം പിയ (പ്രിയ) എന്ന ബിരുദത്തോടുള്ള സാമ്യം പ്രസ്താവ്യമാണ്. ആ കാലത്തുതന്നെ തിസ്സൻ എന്ന ശ്രീലങ്കൻ രാജാവ് 'ദേവാനാം പിയ തിസ്സൻ' എന്ന ബിരുദ സ്വീകരണത്തിലൂടെ അശോകനോടുള്ള വിധേയത്വം പ്രഖ്യാപിച്ചിരുന്നു.[28] ചേരരാജാവും ഇങ്ങനെ ഒരു നടപടി സ്വീകരിച്ചെങ്കിൽ അദ്ഭുതപ്പെടാനില്ല. അശോക ബിരുദം സ്വഭാഷയിലേക്ക് തർജ്ജമ ചെയ്താണ് പ്രയോഗിച്ചതെന്ന് മാത്രമേ ഒരു പ്രത്യേകതയുള്ളൂ. അശോകന്റെ കാലത്തും അതിനടുത്ത കാലത്തുമായി മൗര്യ സാമ്രാജ്യത്തിനും ചേരന്മാർക്കും തമ്മിൽ അടുത്ത സൗഹൃദം ഉണ്ടായിരുന്നതിന്റെ തെളിവുകൾ ഈ ലേഖകൻ മുമ്പേ കണ്ടെത്തി "സംഘസാഹിത്യത്തിലെ മൗര്യൻ പ്രശ്നം" എന്ന പ്രബന്ധത്തിലൂടെ വെളിച്ചത്തു കൊണ്ടുവന്നിരുന്നു.[29] മാമൂലനാർ എന്ന സംഘകാലകവിയുടെ പാട്ടുകളിൽ നന്ദ-മൗര്യ വംശക്കാരെപ്പറ്റിയും പാടലീപുത്രത്തെപ്പറ്റിയും അശോകൻ ദക്ഷിണേന്ത്യയിൽ മലമ്പാതകൾ വെട്ടി വ്യാപാര-സൗഹൃദബന്ധങ്ങൾ സ്ഥാപിച്ചതിനെപ്പറ്റിയും ഉള്ള വിവരങ്ങൾ ആ പ്രബന്ധത്തിൽ പ്രതിപാദിച്ചിട്ടുണ്ട്. ആ നിലയ്ക്ക് ഇത്തരം ബിരുദസ്വീകരണം തികച്ചും സ്വാഭാവികമാണ്. ഇതും മറ്റൊരു വഴിക്ക് ചിലപ്പതികാരത്തിന്റെ കാലഗണന പുതുക്കേണ്ടതിന്റെ ആവശ്യകതയിലേക്ക് തന്നെ നയിക്കുന്നു.

പിൽക്കാലത്തെ ഒരു കവി ബോധപൂർവ്വം കവികളുടെ സ്വാതന്ത്ര്യം പ്രയോഗിച്ച് പഴക്കവും ആധികാരികതയും ദ്യോതിപ്പിക്കുവാൻ വേണ്ടി വ്യാജമായ ഒരു മേൽവിലാസത്തിൽ ഒളിഞ്ഞിരുന്നുകൊണ്ട് ജൈനധർമ്മ പ്രചരണം ഉദ്ദേശിച്ചെഴുതിയ നീണ്ട ഇതിഹാസകാവ്യത്തിൽ പ്രാചീനമായ സംഘസാഹിത്യഭാഷയും ശൈലികളും ഉപയോഗപ്പെടുത്തിയതിന്റെ ലക്ഷണങ്ങൾ നേരത്തേ ചൂണ്ടിക്കാണിച്ചതാണല്ലോ. എന്നാൽ ആ ഭാഷയ്ക്ക് ചേരാത്ത മലനാട്ടു വഴക്കങ്ങളും മറ്റും അതിൽ വന്നുകൂടി. കേരളത്തിലെ ജൈനമഠത്തെപ്പറ്റി, തൃക്കണാമതിലകത്തെപ്പറ്റി,

27. Emenou and Burrow, Dravidian Etymological Dictionary.
28. M.G.S.Narayanan, "The Mauryan Problem in Sangam Literature", Reinterpretations in South Indian History
29. Ibid.

ചിലപ്പതികാര പ്രാരംഭത്തിലുള്ള പ്രസ്താവനയും തൃക്കണാമതിലക ത്തിന്റെ ചരിത്രഗതിയും വീണ്ടെടുത്ത് ചേർത്തുവെച്ചപ്പോൾ അതും കാവ്യകൃതിയുടെ പുതിയ കാലബോധത്തിന് സഹായകമായി വന്നു.

സ്ഥലപ്പേരിന്റെ കാര്യത്തിലും തമിഴ് പണ്ഡിതർക്ക് തെറ്റുപറ്റി. “കുണവായിൽ” എന്ന ഭാഗത്തിന് ‘പടിഞ്ഞാറെ കവാടം’ എന്നർത്ഥം ആരോപിച്ച് (കുണ = പടിഞ്ഞാറ്: വായിൽ = വാതിൽ) അവർ വഞ്ചിക്ക രുവൂറിന്റെ പടിഞ്ഞാറുവശത്ത് ഒരു ജൈനക്ഷേത്രാവശിഷ്ടങ്ങൾ ഉണ്ടാകാം എന്നുവെച്ച് പുരാവസ്തു വിദഗ്ധർ അന്വേഷണം നടത്തി നൈരാശ്യത്തിലെത്തുകയാണുണ്ടായത്.[30] ആ പാഴ്വേലയും പഠിപ്പിക്കു ന്നത് കുണവായിൽ കോട്ടം കേരളത്തിലെ തൃക്കണാമതിലകം തന്നെ ആണെന്നാണ്.

ചിലപ്പതികാരത്തിന്റെ കർത്താവായ ജൈനഭിക്ഷു ക്രിസ്തു ഒമ്പതാം നൂറ്റാണ്ടിൽ തൃക്കണാമതിലകം ജൈനക്ഷേത്രമുണ്ടായ കാലത്ത് പഴയ പതിറ്റുപ്പത്തിലെ ഇമയവരമ്പൻ, വാനവരമ്പൻ (ഇമയവർ അൻപൻ, വാനവർ അൻപൻ) എന്നീ ബിരുദങ്ങളെ ആധാരമാക്കി ചേരന്റെ ഹിമാലയ ദിഗ്വിജയത്തിന്റെ കഥ തന്റെ സമൃദ്ധമായ കാവ്യഭാവനയിലൂടെ മെനഞ്ഞെടുക്കുകയാണ് ഉണ്ടായതെന്ന് ഇപ്പോൾ കൂടുതൽ തെളിഞ്ഞു കിട്ടിയിരിക്കുന്നു. കഥാപാത്രങ്ങളും രംഗങ്ങളും സംഭവങ്ങളുമെല്ലാം കേവലം ഭാവനാസൃഷ്ടികളാണ്. പക്ഷേ അതീവ സുന്ദരമായ നിലയിൽ ഉള്ള അവയുടെ സമർത്ഥമായ നിബന്ധനം ചരിത്രപ്രതീതി ഉണ്ടാക്കി എന്ന് സമ്മതിക്കാതിരുന്നുകൂടാ.

ഇതിഹാസകാവ്യത്തിന്റെ സൂക്ഷ്മപരിശോധന ഇനിയും വിലപ്പെട്ട തെളിവുകൾ ഹാജരാക്കുവാൻ പര്യാപ്തമാണ്. ഈഴത്തു നാട്ടിലെ ഗജ ബാഹു രാജാവു മാത്രമല്ല കഥാകാവ്യത്തിൽ പ്രത്യക്ഷപ്പെടുന്നത്.

‘കുടകക്കൊങ്കരും ആളുപവേന്തരും കചപാകുവും’ എന്ന വരിയിൽ ത്തന്നെ മംഗലാപുരത്തിനടുത്ത് ക്രിസ്തു നാലാം ശതകത്തിൽ പ്രത്യക്ഷ പ്പെടുന്ന ആളുപരാജാക്കളെപ്പറ്റി സൂചനയുണ്ട്. പക്ഷേ ‘മാളുവവേന്തർ’ എന്ന് ചില വ്യാഖ്യാനങ്ങളെ അവലംബിച്ചുവായിച്ച തമിഴ് വിദ്വാന്മാർ കലാസംബന്ധിതമായ ആ വിലപ്പെട്ട തെളിവിനെ അവഗണിക്കാൻ ഇട യായി.[31] മാത്രമല്ല, ചെങ്കുട്ടുവൻ ഹിമാലയത്തിൽ നിന്നുള്ള കണ്ണകിശില ചുമപ്പിച്ച് വഞ്ചിവരെ നടത്തിയെന്ന് അതിശയോക്തിപരമായി ചിലപ്പതി കാരത്തിൽ വർണ്ണിച്ചിട്ടുള്ള കനക-വിജയന്മാർ എന്ന ആര്യമന്നന്മാർ “പാലകുമരന്മക്കൾ” ആണെന്ന ഇതിഹാസ പ്രസ്താവനയും ഇതുവരെ

30. M.G.S.Narayanan, Foundations of South Indian Society and Culture, New Delhi
31. See Note No. 19 above, Cilappatikaram, Vanji Kandam

അവഗണിക്കപ്പെട്ടു കിടക്കുന്നു.[32] വംഗദേശത്ത് എട്ടാം നൂറ്റാണ്ടിലുണ്ടായ പാലവംശരാജാക്കളെപ്പറ്റിയുള്ള പരാമർശമാണ് ഇതെന്ന് തമിഴ് പണ്ഡിതന്മാർക്ക് ഓർക്കാൻ കഴിഞ്ഞില്ല. അതായത് ക്രിസ്തു രണ്ടാം ശതകത്തിലെ ഈഴത്തു താജാവായ ഗജബാഹു മാത്രമല്ല, നാലാം ശതകത്തിലെ ആളുപവംശരാജാവും എട്ടാം ശതകത്തിലെ പാലവംശരാജാവും അവ്യക്തമായ കാലബോധത്തോടെ കവിഭാവനയിൽ കലർന്നുവന്നതിന്റെ ഉദാഹരണമാണിതെല്ലാം.

രണ്ടാം നൂറ്റാണ്ടിലുണ്ടായ ഒരു ചരിത്ര കൃതിയല്ല ചിലപ്പതികാരം, ഒമ്പതാം നൂറ്റാണ്ടിൽ അജ്ഞാതനാമാവായ ജൈനഭിക്ഷുവിന്റെ മത പ്രചാരണലക്ഷ്യമുള്ള കല്പിത കാവ്യമാണ് എന്ന് തിരിച്ചറിയുമ്പോൾ ഇതെല്ലാം സ്വാഭാവികമായി അതാത് സ്ഥാനങ്ങളിൽ ഇണക്കിച്ചേർത്ത് കാണാൻ കഴിയും. മലമുകളിലെ കോട്ടയ്ക്കുപകരം ഗുപ്തകാലത്തോടു ചേരുന്ന ജ്യോതിഷികളും ശാസ്ത്രികളും അടങ്ങിയ രാജസദസ്സിന്റെ വർണ്ണനയും കുടക്കൂത്തിനും കുടൈക്കൂത്തിനും പകരം ഭരതമുനിയുടെ നാട്യശാസ്ത്രത്തിലെ മുദ്രകളും ആചാരക്രമങ്ങളും - നട്ടുവനടക്കം ചീക്കോൽ അടക്കം - ക്ലാസിക്കൽ നൃത്തകലാപാഠങ്ങൾ എല്ലാം ചിലപ്പതികാരത്തിൽ പ്രത്യക്ഷപ്പെടുന്നുണ്ട് പിൽക്കാല പ്രതീതി ഉണ്ടാക്കുന്നുണ്ട്.[33] അക്കൂട്ടത്തിൽ ചാക്യാർ കൂത്തുകൂടി ഉള്ളതായി എന്റെ പരിശോധനയിൽ ഈയിടെ കണ്ടെത്തുകയായിരുന്നു.[34]

"പാത്തരു നാൽവകൈ മറൈയോർ പറൈയൂർ കൂത്തച്ചാക്കയൻ, ആടലിൽ മികഴ്ന്തവൻ" എന്ന ചിലപ്പതികാര വർണ്ണനയാണ് ക്രിസ്തു ഒമ്പതാം നൂറ്റാണ്ടിലേക്ക് ഈ കാവ്യകൃതിയുടെ രചനയെ മാറ്റി പ്രതിഷ്ഠിച്ചതിന്റെ ഔചിത്യം കൂടുതൽ വ്യക്തമാക്കുന്നത്. ഈ ചാക്യാർ പരാമർശം പഴയ വിദ്വാന്മാർ കണ്ടിരുന്നെങ്കിലും ബ്രാഹ്മണസങ്കേതങ്ങളുടെ ഭാഗമായി ചാക്യാർകൂത്തുണ്ടാവുന്നത് ഒമ്പതാം ശതകത്തിൽ മാത്രമാണെന്ന് പെരുമാൾ ചരിത്രജ്ഞാനത്തിന്റെ അഭാവത്തിൽ അവർക്കറിഞ്ഞുകൂടായിരുന്നു.[35] പറവൂർ എന്ന കേരള ബ്രാഹ്മണസങ്കേതം, ഐതിഹ്യ പ്രസിദ്ധമായ മുപ്പത്തിരണ്ട് മൂലഗ്രാമങ്ങളുടെ കൂട്ടത്തിൽ ക്രിസ്തുവർഷം

---

32. It is strange that the Palas, rulers of Bengal in the 8th_9th centuries, are mentioned as the leaders of the Aryan Confederacy defeated by the Cera king. Bengal does not come in the path of the Cera king from the Himalayas to Kerala
33. See Cilappatikaram, Pukar Kandam, The details of training in Bharatanatyam are described. The roles of Nattuvan and the musicians are also elaborated
34. Ibid.
35. See M.G.S.Narayanan, Perumals of Kerala, Ph.D. Thesis in Kerala University, 1972. Published by Cosmo Books, Thrissur, 2013, pp.351-2

ഒമ്പതാംനൂറ്റാണ്ടോടുകൂടി മാത്രമാണ് സ്ഥാപിക്കപ്പെട്ടതെന്ന് ഈ ലേഖകൻ അന്യത്ര രേഖപ്പെടുത്തിയിട്ടുണ്ട്. പറവൂരിൽ ബ്രാഹ്മണ ക്ഷേത്രം ഉണ്ടായ ശേഷം മാത്രമേ ചാക്യാർകൂത്തും പതിവാകാൻ ഇടയുള്ളൂ. ഇതും ചിലപ്പതികാരത്തെപ്പറ്റിയുള്ള മറ്റൊരു കൃത്യമായ സൂചനയാണ്.[36] ഈ പുതിയ കാലക്രമബോധം സമൂഹവളർച്ചയുടെ ഘട്ടങ്ങളെ കാര്യകാരണബന്ധിതമായി മനസ്സിലാക്കാൻ സഹായിക്കുന്നു. ഇവിടെ യഥാർത്ഥ പ്രമേയം ഒരു കാവ്യത്തിന്റെ നിർമ്മാണകാലമല്ല, ഒരു സമൂഹത്തിന്റെ വളർച്ചയെന്ന പ്രതിഭാസമാണ്.

ഇങ്ങനെ പലവിധം പ്രമാണങ്ങൾ ചിലപ്പതികാരം എന്ന ഇതിഹാസ നിർമ്മിതിയുടെ സ്ഥലകാലങ്ങളെപ്പറ്റി ഇപ്പോൾ നമുക്ക് ലഭ്യമായിട്ടുണ്ട്. ഈ തെളിവുകൾ നിമിത്തം ദ്രാവിഡനാട്ടിലെ സാഹിത്യസംസ്കാരാദികളുടെ വികസന പ്രക്രിയകളെപ്പറ്റി നിലവിലുള്ള ബോധം ആകെ അട്ടിമറിക്കപ്പെടുന്നു. കേരളത്തിൽ ജൈനധർമ്മത്തിന്റെ രംഗപ്രവേശത്തെപ്പറ്റിയും ബ്രാഹ്മണ-ജൈന ബന്ധങ്ങളുടെ വിവിധ ഘട്ടങ്ങളെപ്പറ്റിയും പുതിയ വസ്തുതകൾ പുറത്തുവന്നതിലൂടെ പഴയ തമിഴകത്തിന്റെ ചരിത്രത്തിൽ നാടകീയമായ വിധം അഴിച്ചുപണി നടക്കുവാൻ ഈ അന്വേഷണം വഴി തെളിയിച്ചിരിക്കുന്നു. അതോടുകൂടി മലനാട്ടുഭാഷയുടെ പരിണാമദശകളിലേക്കും ശ്രദ്ധതിരിക്കേണ്ടിവരും. കാരണം ചിലപ്പതികാരവും ആഴ്വാർ - നായനാർ കൃതികളും ചേരലിഖിതങ്ങളും ഏതാണ്ട് ഒരേ കാലഘട്ടത്തിൽ വെളിച്ചം കണ്ടതായി കണക്കാക്കേണ്ടി വരുമ്പോൾ അവയിലെ ഭാഷാപരമായ സാദൃശ്യങ്ങളും വ്യത്യാസങ്ങളും അപഗ്രഥിച്ചു പഠിക്കാവുന്നതാണ് എന്നുകൂടി കാണാം.

ഭാഷാപ്രയോഗത്തിന്റെ ആവശ്യങ്ങളും വിഷയസ്വഭാവങ്ങളും പ്രയോഗിക്കുന്നവരുടെ വിശ്വാസക്കൂട്ടായ്മകൾക്കുള്ള പ്രത്യേകതകളും ലേഖനമാധ്യമങ്ങളുടെ സ്വഭാവവും എല്ലാം എങ്ങിനെ ഭാഷയെ രൂപപ്പെടുത്തുന്നു എന്നറിയാൻ അവസരമുണ്ടാവുന്നു. സാംസ്കാരിക-മത രാഷ്ട്രീയ ചരിത്രത്തിലെന്നപോലെ ഭാഷാചരിത്രത്തിലും ചിലപ്പതികാരത്തിന്റെ കാലത്തെപ്പറ്റിയുള്ള പുതിയ ബോധം ധാരാളം മാറ്റങ്ങൾക്ക് വഴി വെക്കുന്നു. ∎

---

36. Ibid.

പരശുരാമകഥ –
സത്യവും മിഥ്യയും

പ്രാചീന കേരളചരിത്രത്തിന്റെ ചർച്ചകളിൽ ഏറെക്കാലമായി മാന്യ സ്ഥാനം കൈക്കലാക്കിയതാണ് പരശുരാമകഥ. ക്ഷത്രിയരുടെ വംശനാശം വരുത്തിയതിനു പ്രായശ്ചിത്തം ചെയ്യാൻ അദ്ദേഹം മഴുവെറിഞ്ഞ് കടലിൽനിന്ന് മലയാളക്കര പൊക്കിയെടുത്തുവെന്നും കാശ്യപബ്രാഹ്മണർക്കായി അതു ദാനം ചെയ്ത് അതിന്റെ രക്ഷയ്ക്കും വളർച്ചയ്ക്കുമായി പല ഏർപ്പാടുകൾ ചെയ്തെന്നും ഉള്ള കഥയാണിത്.

ഹൈന്ദവപുരാണങ്ങൾ പലതിലും ഭാർഗ്ഗവഗോത്രക്കാരനും ഭൃഗുമുനിയുടെ പുത്രനും ആയ പരശുരാമന്റെ പല പരാക്രമങ്ങളും വർണ്ണിച്ചിട്ടുണ്ടെങ്കിലും ഇങ്ങനെയൊരു കഥയില്ല. ഇത് എന്നെ അദ്ഭുതപ്പെടുത്തി. പിന്നെങ്ങനെയാണ്, എപ്പോഴാണ്, എന്തിനാണ്, ആരാണ് ഇങ്ങനെ ഒരു കഥ മെനഞ്ഞെടുത്തത്? അതിനെന്തുകൊണ്ടാണ് ഇത്രയധികം പ്രചാരം കിട്ടിയത്? അതിൽ എന്തെങ്കിലും സത്യത്തിന്റെ അംശമുണ്ടാവുമോ?

കോളനിഭരണകാലത്ത് ഭാരതത്തിലെ ബ്രാഹ്മണ ഐതിഹ്യങ്ങളെപ്പറ്റി, വിശ്വാസങ്ങളെപ്പറ്റി പൊതുവെ പരിഹാസമാണ് ഇംഗ്ലീഷ് വിദ്യാഭ്യാസം പ്രചരിപ്പിച്ചത്. ഭാരതത്തിന്റെ സംസ്കാരപൈതൃകം പൊക്കിപ്പിടിക്കയും വാഴ്ത്തിസ്തുതിക്കയും സമൂഹത്തിന്റെ തലപ്പത്തിരുന്ന് എല്ലാവിധ സൗജന്യങ്ങളും ആസ്വദിക്കുകയും ചെയ്തിരുന്ന ബ്രാഹ്മണരാണ് ആശയമേഖലയിൽ ആധുനിക യൂറോപ്യൻ മേധാവികളുടെ പ്രധാന ശത്രുക്കൾ. എല്ലാ സാമുദായിക വിദ്യാഭ്യാസ പരിഷ്കരണപ്രസ്ഥാനങ്ങളും നവോത്ഥാനചിന്തകളും (ബ്രഹ്മസമാജം, ആര്യസമാജം) അസമത്വത്തിൽ ഊന്നിയ വർണ്ണാശ്രമവ്യവസ്ഥയേയും ബ്രാഹ്മണമേധാവിത്വത്തേയും തള്ളിപ്പറയുക എന്ന ലക്ഷ്യമുള്ളവയായിരുന്നു. ഏറക്കുറെ വിജയിക്കുകയും ചെയ്തു.

എന്നാൽ ബ്രാഹ്മണമേധാവിത്വത്തിന് പകരം വെയ്ക്കാൻ പാശ്ചാത്യനാടുകളിൽ നിന്ന് ഇറക്കുമതി ചെയ്ത ക്രൈസ്തവപ്രമാണങ്ങളും

ജനാധിപത്യ പ്രമാണങ്ങളും കമ്യൂണിസ്റ്റു പ്രമാണങ്ങളും ചില മെച്ചങ്ങളു ണ്ടെങ്കിലും പല സംശയങ്ങളും അവശേഷിക്കുന്നു. ആ പ്രശ്നങ്ങളി ലേക്കൊന്നും കടക്കാതെ പരശുരാമകഥയുടെ കാര്യം ചിന്തിക്കുവാനാണ് ഈ ലേഖനത്തിൽ ഉദ്ദേശിക്കുന്നത്.

പല പണ്ഡിതന്മാരും ഈ കഥ യുക്തിയുക്തമായി പരിശോധിക്കാൻ ശ്രമിച്ചിട്ടുണ്ട്. പശ്ചിമഘട്ടങ്ങളുടെ അടിവശംവരെ നിലനിന്നിരുന്ന കടൽ ഒരു കാലത്ത് ഏതോ പ്രകൃതിക്ഷോഭത്തിലൂടെ പിൻവാങ്ങിയിട്ടാണ് കേരളക്കര ഉണ്ടായതെന്നും അതിന്റെ ആലങ്കാരിക ചിത്രീകരണമാണ് പരശുരാമകഥയെന്നും ഒരു വ്യാഖ്യാനമുണ്ട്. കാടുനിറഞ്ഞുനിന്ന ഈ പ്രദേശം വെട്ടിത്തെളിച്ച് വാസയോഗ്യമാക്കിയ കർഷകനേതാവാണ് ഹിന്ദുക്കൾ ഒരവതാരമായി കാണുന്ന പരശുരാമനെന്നാണ് മറ്റൊരു വ്യാഖ്യാനം. തങ്ങൾ പല കൗശലപ്രയോഗത്തിലൂടെയും കൈക്കലാക്കി ദേവസ്വം, ബ്രഹ്മസ്വം എന്നീ മേൽവിലാസത്തിൽ വെച്ചുകൊണ്ടിരിക്കുന്ന കേരളത്തിലെ ഒന്നാംതരം കൃഷിഭൂമികൾ കൈമോശം വന്നു പോവാ തിരിക്കാൻ ദൈവികനിയോഗമെന്ന ഒരവകാശം കൊണ്ടുവരികയാണ് പരശുരാമകഥയിലൂടെ ബ്രാഹ്മണജന്മികൾ ചെയ്യുന്നതെന്ന മാർക്സിസ്റ്റ് വാദവും ഒറ്റ നോട്ടത്തിൽ യുക്തിസഹമാണ്. ഈ മൂന്നുവിധം വ്യാഖ്യാന ങ്ങളിലും വാസ്തവത്തിന്റെ അംശങ്ങൾ കണ്ടേക്കാം.

എന്നാൽ സാഹിത്യപരമായ തെളിവുകളും യുക്തികളും പ്രശ്നം പരിഹരിക്കുന്നില്ല. കാലഗണനാപരമായ ചോദ്യങ്ങളും അർത്ഥപരമായ സംശയങ്ങളും വേണ്ടത്ര വ്യക്തത നൽകുന്നില്ല. പുരാവസ്തുശാസ്ത്ര ത്തിന്റെ രംഗപ്രവേശമാണ് പ്രാചീന ചരിത്രത്തിനു കുറേക്കൂടി വ്യക്തതയും വിശ്വാസ്യതയും കൈവരിക്കാൻ സഹായിക്കുന്നത്. കേരള ചരിത്രത്തിലെ അടുത്തകാലത്തുണ്ടായ നേട്ടങ്ങൾ അങ്ങോട്ടു വിരൽചൂണ്ടുന്നു.

ബ്രാഹ്മണസംസ്കാരം സിന്ധു-ഗംഗാ സമതലത്തിലാണല്ലോ വളർന്നുവന്നത്. വേദങ്ങൾതൊട്ടു പുരാണേതിഹാസങ്ങൾവരെയുള്ള സൃഷ്ടികളുടെ പശ്ചാത്തലം സിന്ധു-ഗംഗാതടമാണ്. വർണ്ണാശ്രമ വ്യവസ്ഥയും അവിടെയാണ് പുഷ്ടിപ്പെട്ടത്. അവിടെ കുറെക്കൂടി ചരിത്ര ത്തിന് വ്യക്തത കൈവന്നിരിക്കുന്നു. ആ സംസ്കാരവും അതിന്റെ പ്രതി സംസ്കാരമായി അവിടെത്തന്നെ ഉയർന്നുവന്ന ജൈന-ബൗദ്ധസംസ്കാര ങ്ങളും എപ്പോൾ, എങ്ങനെ വിന്ധ്യനു തെക്കുള്ള ദക്ഷിണേന്ത്യയിൽ പരന്നുവെന്നും ഇവിടത്തെ ആദിവാസികളുടെ സമൂഹത്തിൽ ഇടപെട്ട് പലേടത്തും ആധിപത്യം കൈക്കലാക്കിയെന്നും അതിലൂടെ കേരള ത്തിന്റെ ബ്രാഹ്മണാധിപത്യ കഥയിലേക്കു വെളിച്ചം വീശാൻ കഴിയും. കേരളത്തിന്റെ ചരിത്രം യഥാർത്ഥത്തിൽ കേരളത്തിന്റെ മാത്രം ചരിത്ര മല്ലല്ലോ. കേരളം ഭാരതത്തിന്റെ ഭാഗവും ഭാരതം ഏഷ്യാവൻകരയിൽ നിന്ന് ഹിമാലയംകൊണ്ട് വേർതിരിക്കപ്പെട്ട ഒരു ഭാഗമായതുകൊണ്ടും

ആ വിശാലമായ ചരിത്രത്തിന്റെ ഭാഗമായി മാത്രമേ കേരളചരിത്രം മനസ്സിലാക്കാൻ കഴിയൂ.

ദക്ഷിണേന്ത്യാചരിത്രം കഴിഞ്ഞ നൂറ്റാണ്ടിന്റെ മദ്ധ്യകാലംതൊട്ടു മാത്രമേ കുറെയൊക്കെ വിശദമായിട്ടുള്ളൂ. മദ്രാസ്, മൈസൂർ സർവ്വകലാ ശാലകളുടെ ദീർഘകാലപ്രയത്നത്തിലൂടെ അതു വളർന്നു. പ്രൊഫസർ കെ.എ.നീലകണ്ഠശാസ്ത്രികളാണ് ഇന്നും ആധികാരികത്വം നഷ്ട പ്പെടാത്ത കൃതികളിലൂടെ അതിന്റെ ചട്ടക്കൂട് നിർണ്ണയിച്ചത്. അദ്ദേഹ ത്തിന്റെ A History of South India (Madras University: 1956) എന്ന കൃതിയിൽ 'ചരിത്രപ്പുലരി: ആര്യവത്കരണം' എന്ന അദ്ധ്യായത്തിൽ (അധ്യായം 1 - പേജുകൾ 80-81) മുഖ്യമായും സാഹിത്യത്തെളിവുകളെ ആധാരമാക്കി ബ്രാഹ്മണ-ജൈന-ബൗദ്ധ ആശയങ്ങൾ ദക്ഷിണേന്ത്യ യിൽ വ്യാപിച്ചുതുടങ്ങിയതിനെപ്പറ്റിയാണ് ചർച്ച ചെയ്യുന്നത്. മൗര്യ സാമ്രാജ്യത്തിന്റെ ആവിർഭാവത്തോടെ അത് പൂർത്തീകരിക്കപ്പെട്ടതായും പറയുന്നു. എന്നാൽ സംഘകാലത്തിനുശേഷം പ്രാദേശിക രാജവംശ ങ്ങൾ ഭരിച്ചപ്പോഴാണ് ഏതാണ്ട് എട്ടാം നൂറ്റാണ്ടോടുകൂടി ദക്ഷിണേന്ത്യ യുടെ ദക്ഷിണഭാഗത്തു പഴയ തമിഴകത്ത് ബ്രാഹ്മണഗ്രാമങ്ങൾ സ്ഥാപിതമാവുകയും അവയ്ക്ക് രാഷ്ട്രീയ-സാമൂഹിക-സാമ്പത്തിക മേഖലകളിൽ മേൽക്കൈ ലഭിക്കുകയും ചെയ്യുന്നത്. ഈ പ്രതിഭാസത്തെ പുരാവസ്തു പഠനത്തിലൂടെ പഠിക്കാൻ നീലകണ്ഠശാസ്ത്രികളുടെ കാലത്തും സാധ്യമായിരുന്നില്ല. എന്നാൽ കുറേയധികം പ്രാദേശിക രാജ്യ ചരിത്രങ്ങൾ - കദംബ, ചാലൂക്യ, ആളുവ, ചോള, പാണ്ഡ്യ, ചേര രാജ്യ ങ്ങൾ - പഠിക്കുകയും പ്രാചീന ചരിത്രത്തിന്റെ സൈദ്ധാന്തിക ചർച്ച കൾ ഏറെ പുരോഗമിക്കുകയും ചെയ്തതിനാൽ ഇന്ന് ഈ വിഷയം പുതിയ രീതിയിൽ പരിശോധിക്കാൻ കഴിയുന്നു.

ഈയിടെ മുഖ്യമായും പുരാലേഖ്യങ്ങളുടേയും പുരാവസ്തുക്കളു ടേയും അടിസ്ഥാനത്തിൽ അഗ്രഹാരം എന്നുകൂടി പേരുള്ള ബ്രാഹ്മണ ഗ്രാമങ്ങളുടെ ആര്യാവർത്തത്തിൽ നിന്നു തെക്കോട്ടുള്ള വ്യാപനത്തെ ഞാൻ പരിശോധിച്ചു. ബ്രിട്ടീഷ് കാലഘട്ടത്തിൽ അവരുടെ നേതൃത്വത്തിൽ ഇന്ത്യൻ പണ്ഡിതരടക്കം പലരും സഹകരിച്ചു ആയിരക്കണക്കിൽ ദക്ഷി ണേന്ത്യൻ പുരാലേഖ്യങ്ങൾ പ്രസിദ്ധീകരിക്കപ്പെടുകയുണ്ടായി. തെലുങ്കു, കന്നഡ, തമിഴ് ഭാഷകളിൽ അവയുടെ സംഖ്യ വളരെ കൂടുതലുണ്ട്. പക്ഷേ മലയാളത്തിൽ അധികമില്ല. ഇവയിൽ പൊതുവെ പ്രശസ്തി അഥവാ മെയ്ക്കീർത്തി എന്ന ഒന്നാംഭാഗവും ഭൂമിയോ സ്വർണ്ണമോ ദാനം ചെയ്യുന്നതിന്റെ വിശദാംശങ്ങൾ അടങ്ങുന്ന രണ്ടാം ഭാഗവും കാണാം. രാജകീയ ദാതാവിന്റേയും പൂർവ്വികരുടേയും വിവരങ്ങൾ പലപ്പോഴും അതിശയോക്തിപരമായ ശൈലിയിൽ പ്രതിപാദിക്കുന്നു. ഒന്നാം ഭാഗ ത്തിൽ രാജവംശം, യുദ്ധങ്ങൾ, സഖ്യങ്ങൾ, സംഭവങ്ങൾ, എന്നിവയാണ്

രേഖപ്പെടുത്തുന്നത്. രാജ്യചരിത്രനിർമ്മിതിയിൽ ഇവ സഹായിച്ചു. അധികവും ഭൂമിദാനപത്രങ്ങളാണ് (landgrants) എന്നാൽ ദാനം ചെയ്യേണ്ട ഭൂമിയുടെ അളവുകൾ, അതിർത്തികൾ, നികുതി, ഉദ്യോഗസ്ഥർ തുടങ്ങിയ വിവരങ്ങൾ ശ്രദ്ധിക്കപ്പെട്ടില്ല.

രണ്ടാമത്തെ ഘട്ടത്തിൽ പ്രൊഫസർ ഡി.ഡി. കൊസാംബിയുടെ നേതൃത്വത്തിൽ ദാനപത്രങ്ങളുടെ വിശദാംശങ്ങൾ അപഗ്രഥിച്ച് ജന്മി-കുടിയാൻ ബന്ധങ്ങൾ പഠിക്കുകയും ഇന്ത്യൻ ഫ്യൂഡലിസത്തിന്റെ വളർച്ച മനസ്സിലാക്കാൻ ശ്രമിക്കുകയും ചെയ്തു. ഈ ലേഖകൻ മേൽപറഞ്ഞ രണ്ടുവിധത്തിലും ദക്ഷിണേന്ത്യൻ പുരാലേഖ്യങ്ങളെ പഠിച്ചിട്ടുണ്ട്.

ഇപ്പോൾ മറ്റൊരു ഘട്ടത്തിൽ ഈ ദാനപത്രപുരാലേഖ്യങ്ങളെ നോക്കിക്കാണാൻ ഞാൻ ശ്രമിച്ചു. ബി.സി. രണ്ടാംനൂറ്റാണ്ടു മുതൽ ഏ.ഡി. ഒമ്പതാം നൂറ്റാണ്ടുവരെ ബ്രാഹ്മണർക്ക് അധിനിവേശ ഗ്രാമങ്ങൾ അനുവദിക്കുന്ന ദാനപത്രങ്ങൾ കാണാം. ഏ.ഡി. രണ്ടാം നൂറ്റാണ്ടുവരെ മധ്യഭാരതത്തിലെ ശാതവാഹനന്മാരുടെ രാജ്യത്തുമാത്രമാണ് ആ ദാനപത്രങ്ങൾ ഉണ്ടായത്. പിന്നീട് രണ്ടു വഴിയായി ബ്രാഹ്മണഗ്രാമങ്ങൾ രാജാക്കളുടെ ദാനങ്ങളോടെ തെക്കോട്ടുനീങ്ങുന്നു. പടിഞ്ഞാറും കിഴക്കുമുള്ള കടൽക്കരയിലെ നദീതാഴ്വരകളിലാണ് ഈ ഗ്രാമങ്ങൾ സ്ഥാപിക്കപ്പെടുന്നത്. ഫലപുഷ്ടിയുള്ള കൃഷിനിലങ്ങൾ അന്വേഷിച്ചാണ് ബ്രാഹ്മണ സംഘങ്ങൾ നീങ്ങിയതെന്നു കാണാം. അതുകൊണ്ട് വരണ്ട ഡക്കാൻ പീഠഭൂമി അവർ ആവാസയോഗ്യമായിക്കണ്ടില്ല. പടിഞ്ഞാറൻ കരയിൽ ക്രിസ്തു അഞ്ചാം നൂറ്റാണ്ടുവരെ കദംബരാജാക്കളും അതിനുശേഷം എട്ടാം നൂറ്റാണ്ടുവരെ അവരുടെ രാജ്യത്തിനു തെക്കുള്ള വാതാപി ചാലൂക്യരും പിന്നീട് ഏഴും എട്ടും നൂറ്റാണ്ടുകളിൽ മംഗലാപുരം ഭാഗത്തുള്ള അളുവവംശക്കാരും ഇങ്ങനെ ബ്രാഹ്മണഗ്രാമങ്ങളെ കുടിയിരുത്തുന്നു.

പക്ഷേ അതിനു തെക്കോട്ടുള്ള കേരളത്തിൽ ഇങ്ങനെ രാജാക്കന്മാർ ബ്രാഹ്മണർക്ക് ഭൂമിദാനപത്രങ്ങൾ നൽകുന്നതായി രേഖപ്പെടുത്തിയിട്ടില്ല. എന്നാൽ ക്രിസ്തു ഒമ്പതാം നൂറ്റാണ്ടോടെ കേരളത്തിൽ മുപ്പത്തിരണ്ടു ബ്രാഹ്മണഗ്രാമങ്ങൾ സ്ഥാപിതമായിക്കഴിഞ്ഞതായി ആ ഗ്രാമക്ഷേത്രങ്ങളുടെ അധിഷ്ഠാനങ്ങളും അവയിലെ പുരാലേഖ്യങ്ങളും തെളിയിക്കുന്നു. അപ്പോൾ ദക്ഷിണേന്ത്യയിലെ മറ്റു ഭാഗങ്ങളിൽ നിന്ന് വ്യത്യസ്തമായി രാജകല്പനയില്ലാതെ കേരളത്തിൽ എങ്ങനെയാണ് ബ്രാഹ്മണഗ്രാമങ്ങൾ സ്ഥാപിതമായതെന്ന ചോദ്യം ഉദ്ഭവിക്കുന്നു. ഇവിടെയാണ് പരശുരാമകഥയെപ്പറ്റി ഒരു വീണ്ടുവിചാരം ആവശ്യമായി വരുന്നത്.

പടിഞ്ഞാറൻകരയിലെ ദക്ഷിണായനത്തിന് സമാന്തരമായി കിഴക്കൻ കടൽക്കരയിലൂടെയും ബ്രാഹ്മണസംഘങ്ങളുടെ അധിനിവേശം

പുരാലേഖ്യ- പുരാവസ്തു പ്രമാണങ്ങളിൽ പ്രത്യക്ഷപ്പെടുന്നു. ഏ.ഡി. രണ്ടാംനൂറ്റാണ്ടിനുശേഷം ആറാം നൂറ്റാണ്ടുവരെ കല്യാണി ചാലൂക്യവംശ ക്കാരും പിന്നീട് അവരുടെ രാജ്യത്തിന് തെക്ക് ഏഴ്, എട്ട് നൂറ്റാണ്ടുകളിൽ കാഞ്ചീപുരത്തെ പല്ലവരാജാക്കന്മാരും പിന്നീട് അതിന് തെക്ക് എട്ട്, ഒമ്പത്, പത്ത് നൂറ്റാണ്ടുകളിൽ ചോള-പാണ്ഡ്യ വംശക്കാരും ബ്രാഹ്മണാ ധിനിവേശ ഗ്രാമങ്ങൾക്ക് ദാനപത്രം നൽകുന്നുണ്ട്. അങ്ങനെ ഇന്നത്തെ തമിഴ്നാട്ടിലെ കന്യാകുമാരിവരെ ബ്രാഹ്മണരുടെ അഗ്രഹാരങ്ങൾ സ്ഥാപിക്കപ്പെടുന്നു. അത് നോക്കുമ്പോഴും കേരളത്തിന്റെ വ്യതസ്തത യെയാണ് കുറിക്കുന്നത്.

ബ്രാഹ്മണർ ഇങ്ങനെ ക്രമാനുഗതമായി ഒരായിരം വർഷങ്ങൾ ക്കിടയ്ക്ക് തെക്കോട്ടു നീങ്ങുന്നത് കൃഷിയന്വേഷിച്ചാണ്. ഈ ദക്ഷിണ മഹാപ്രസ്ഥാനം ഇന്ത്യാചരിത്രത്തിൽ അതിപ്രധാനമായ ഒരധ്യായമാണ്. തങ്ങൾക്ക് ഭൂമി നൽകിയ രാജവംശങ്ങളെ അവർ ക്ഷത്രിയരായി വാഴ്ത്തുന്നു. അവർക്ക് പൗരാണികമായ വംശാവലി സമ്മാനിക്കുന്നു. കൃഷിയിലും ഗണിതത്തിലും രാഷ്ട്രമീമാംസയിലും തത്ത്വചിന്തയിലും കാമസൂത്രത്തിലും ആയുർവേദത്തിലും അവർ ആർജ്ജിച്ച പാണ്ഡി ത്യവും വേദകാലംതൊട്ടു രാജസ്തുതിയിലും ദേവസ്തുതിയിലും ഒരു പോലെ അവർ പ്രകടിപ്പിച്ച വൈദഗ്ധ്യവുമായിരിക്കണം ഇതിന്റെ പ്രേരണയെന്ന് വിചാരിക്കാം.

ഈ ദക്ഷിണമഹാപ്രസ്ഥാനത്തിൽ പങ്കെടുത്ത ബ്രാഹ്മണർ ആര്യ വംശക്കാരാണോ? അവർ കുടിയേറിപ്പാർത്ത ഭാരതത്തിന്റെ വിവിധ പ്രദേശ ങ്ങളിൽ ഉള്ളവരെല്ലാം ദ്രാവിഡരാണോ? ഇവർ തമ്മിൽ വംശീയ സംഘർഷങ്ങൾ പതിവായിരുന്നുവോ? അതോ ഭൂമി സംബന്ധമായ, സാമ്പത്തികമായ, അധികാരമത്സരങ്ങളാണോ സംഘർഷങ്ങൾ സൃഷ്ടി ച്ചത്? കുറേക്കാലമായി ആര്യ-ദ്രാവിഡ വംശീയ മത്സരങ്ങളുടെ പശ്ചാ ത്തലത്തിലാണ് പണ്ഡിതന്മാർ ഇന്ത്യാചരിത്രസംഭവങ്ങൾ ചിത്രീകരി ച്ചിരിക്കുന്നത്. എന്നാൽ തങ്ങൾ ആര്യന്മാരാണെന്ന് ബ്രാഹ്മണരും ബൗദ്ധരും അഭിമാനിച്ചിരുന്നതായി അവരുടെ സാഹിത്യത്തിൽ ഉടനീളം കാണാമെങ്കിലും വംശാഭിമാനമല്ല സാമ്പത്തിക രാഷ്ട്രീയ താത്പര്യ ങ്ങളാണ് ചരിത്രത്തിന്റെ ചാലകശക്തിയായതെന്ന് അഭിമാനിക്കാവുന്ന താണ്.

സംസ്കൃതനാടകങ്ങളിൽ വരേണ്യകഥാപാത്രങ്ങൾ സംസ്കൃത ഭാഷയും സാധാരണ കഥാപാത്രങ്ങൾ പ്രാകൃതഭാഷയും സംസാരി ക്കുന്നു. അതിൽ പദവിഭേദമില്ലാതെ വംശവ്യത്യാസം കാണുന്നില്ല. എന്നാൽ വരേണ്യ സ്ത്രീകഥാപാത്രങ്ങൾ ഭർത്താക്കന്മാരെ 'ആര്യപുത്രാ' എന്നു വിളിക്കുമ്പോൾ അതിൽ വംശീയത വരുന്നുണ്ട്. മാത്രമല്ല,

ഭഗവദ്ഗീതയിൽ ശ്രീകൃഷ്ണൻ അർജ്ജുനന്റെ വിഷാദയോഗത്തെ "അനാര്യജുഷ്ടം, അസ്വർഗ്യം അകീർത്തികരം" എന്നൊക്കെ ആക്ഷേപിക്കുന്നുണ്ട്, അവിടെയും വംശാഭിമാനം കാണാം.

ഈയിടെ ചില ചരിത്രകാരന്മാർ ഈ ആര്യപദപ്രയോഗം വംശമെന്ന അർത്ഥത്തിലല്ല ഭാഷയെന്ന അർത്ഥത്തിലാണ് എന്ന് എഴുതിക്കാണാറുണ്ട്. വംശാഭിമാനം ആരോഗ്യകരമല്ല എന്ന ആധുനികവാദത്തെ തൃപ്തിപ്പെടുത്താനാണ് ഇങ്ങനെ ചെയ്യുന്നത്. പക്ഷേ നമ്മുടെ ഇന്നത്തെ ആശയങ്ങൾ പൂർവ്വികർക്ക് ഉണ്ടായിരുന്നില്ല. പിൽക്കാല പ്രാബല്യത്തോടെ പഴയ പദപ്രയോഗങ്ങളിൽ ഇന്നുള്ളവരുടെ ആശയങ്ങൾ കെട്ടിയേല്പിക്കുന്നത് ശാസ്ത്രീയ ചരിത്രപദ്ധതിയിൽ അനുവദനീയമല്ല. നല്ലതായാലും ചീത്തയായാലും ഇഷ്ടപ്പെട്ടാലും ഇല്ലെങ്കിലും പണ്ടുണ്ടായതിനെ തമസ്കരിക്കാൻ നമുക്കവകാശമില്ല. വർണ്ണസങ്കരത്തെ ഭയപ്പെട്ട് പാപമായി കരുതിയിരുന്നവരാണ് രാജാക്കന്മാരും ഉദ്യോഗസ്ഥരും. അതു മറച്ചുവെയ്ക്കേണ്ട കാര്യമല്ല എന്നാണ് എന്റെ അഭിപ്രായം.

∎

ഒരു യഥാർത്ഥ
പൈതൃക പഠനകേന്ദ്രം

കേരളത്തിന് ഒരു പൈതൃകപഠനകേന്ദ്രം എന്ന സങ്കല്പത്തിന് ആദ്യമായി രൂപം കൊടുത്തത് പഴയ ഒരു സാംസ്കാരിക വകുപ്പ് മന്ത്രിയാണ് - പരേതനായ ടി.എം.ജേക്കബ്. രാഷ്ട്രീയക്കാരനായ ഒരാളിൽ നിന്ന് അത്തരം ഒരാശയം പുറത്തുവന്നത് ഒരു കണക്കിൽ അപ്രതീക്ഷിതമാണ്. മറ്റു സ്റ്റേറ്റുകളിൽ ഇങ്ങനെ ഒന്ന് കണ്ടിട്ടില്ല. പക്ഷേ കേരളം അത്തരം വൈപരീത്യങ്ങളുടെ ഒരു നാടാണല്ലോ. അപൂർവ്വങ്ങളിൽ അപൂർവ്വം. എങ്കിലും അത് സത്യമാണ്.

ഒരു സങ്കല്പം ഉണ്ടാക്കുക മാത്രമല്ല, അതിന് ഏറ്റവും അനുയോജ്യമായ ഒരു സംവിധാനം കണ്ടെത്തുകയും ചെയ്തു. അദ്ദേഹത്തിന്റെ മണ്ഡലമായ തൃപ്പൂണിത്തുറയിലെ കുന്നുമ്മൽ കൊട്ടാരം (ഹിൽപാലസ്) ഐക്യകേരള സർക്കാറിന് ഒഴിഞ്ഞുകിട്ടിയിരുന്നു. കേരളത്തിന്റെ നടുക്ക് അമ്പത്താറേക്കർ വിസ്താരമുള്ള ഉയരം കുറഞ്ഞ ഒരു കുന്നിന്റെ നെറുകയിൽ ഈ നാട്ടിലെ ഏറ്റവും അഭിജാതമായ രാജകുടുംബം താമസിച്ചിരുന്ന രാജധാനി. പ്രൗഢമായ നാലുകെട്ടുകൾ. എട്ടുകെട്ടുകൾ. കൂട്ടത്തിൽ പാശ്ചാത്യ വാസ്തുശില്പകലയെ അനുസ്മരിപ്പിക്കുന്ന വട്ടത്തൂണുകളും വൻ കണ്ണാടി ജനലുകളുമുള്ള മണിമന്ദിരങ്ങൾ. ഇവയിലേക്ക് വട്ടംചുറ്റി കയറിപ്പോകുന്ന പാതകളും കുത്തനെ കേറാവുന്ന വിശാലമായ പടവുകളും. ചുറ്റുമതിൽക്കകത്ത് ആ പുണ്യാത്മാക്കൾ പലേടത്തുനിന്നുമായി തേടിക്കൊണ്ടുവന്ന് വെച്ചുപിടിപ്പിച്ച വിശേഷപ്പെട്ട വൃക്ഷങ്ങളുടെ വളർത്തുകാട്, തട്ടുതട്ടായി ഒരുക്കിയ ഉദ്യാനങ്ങൾ, കെട്ടിപ്പടുത്ത നാലഞ്ചുകുളങ്ങൾ. ഒരു കാവിനുള്ളിൽ ഒരു കൊച്ചമ്പലം. പിന്നാമ്പുറത്ത് സേവകപ്പരിഷയ്ക്ക് പാർക്കാനും പണിയെടുക്കാനും വേണ്ട ചെറിയ കെട്ടിടങ്ങൾ. അതീവസുന്ദരമായ ഈ പൈതൃക സ്ഥാനം തന്നെയാണ് പൈതൃക പഠനകേന്ദ്രത്തിന്റെ ആസ്ഥാനമായി തിരഞ്ഞെടുക്കപ്പെട്ടത്.

മുമ്പ് ഒരു സന്ദർശനത്തിനായി ഞാനിതു ചെന്നുകണ്ടിട്ടുണ്ട്. ചില പടങ്ങളിൽ ഇതിന്റെ ചില ഭാഗങ്ങളും കണ്ടിട്ടുണ്ട്.

അവിടെ കേരളത്തിലെ ഏറ്റവും പ്രധാനപ്പെട്ട സാംസ്കാരിക കേന്ദ്രം പടുത്തുയർത്താൻ തുടക്കമിട്ടത് 2004 ൽ ആയിരുന്നു. അനുയോജ്യമായ വിധത്തിൽ അഞ്ചു സർവ്വകലാശാലകളുടെ വൈസ്ചാൻസലർമാർ: മൂന്നു ഭരണവകുപ്പുകളുടെ - സാമ്പത്തികം, സാംസ്കാരികം, വിദ്യാഭ്യാസം - സെക്രട്ടറിമാർ; മൂന്ന് ശാസ്ത്രവിഭാഗങ്ങളുടെ - ആർക്കിയോളജി, ആർക്കൈവ്സ്, മ്യൂസിയം - ഡയറക്ടർമാർ; ബന്ധപ്പെട്ട അഞ്ചു മേഖലകളുടെ വിദഗ്ധന്മാർ - ഇത്രയുമടങ്ങിയ ഉഗ്രൻ ഭരണസമിതിയാണ് വിഭാവനം ചെയ്തത്. സാംസ്കാരിക വകുപ്പ് മന്ത്രി അദ്ധ്യക്ഷൻ; സാംസ്കാരിക വകുപ്പ് സെക്രട്ടറി ഉപാദ്ധ്യക്ഷൻ, ഒരു ഡയറക്ടർ ജനറൽ, ഒരു ഡീൻ ഓഫ് അക്കാദമിക് അഫയേഴ്സ്, റജിസ്ട്രാർ, അക്കാദമിക്ക് കൗൺസിൽ, പഠന വിഭാഗങ്ങൾ, ക്ലാസുമുറികൾ, മൃഗശാലകൾ, ഉദ്യാനങ്ങൾ, കേരളാ സ്റ്റേറ്റിന്റെ ശ്രീതിലകമായ ഗോശ്രീ നഗരത്തിൽ നിന്ന് അല്പമകലെ, പൂർണ്ണത്രയീശന്റെ പുരാതന ക്ഷേത്രത്തിനരികെ, സുറിയാനികളുടെയും യഹൂദരുടെയും ആദിമ സങ്കേതങ്ങൾക്കരികെ, ആ കാമ്പസ് ഒരതുല്യസംഗമസ്ഥാനമാണ്. ആനന്ദലബ്ധിക്കിനിയെന്തുവേണം എന്നാരും ചോദിച്ചുപോകും.

ഇതിന്റെ ഭരണസംവിധാനം അച്ചടിച്ചുവെച്ചിട്ടുണ്ട്. എങ്ങനെ എത്രത്തോളം പ്രയോഗത്തിലായി എന്ന് സംശയമാണ്. 2011 ആഗസ്റ്റ് അവസാനത്തോടെ ഡയറക്ടർ ജനറലായി നിയോഗിക്കപ്പെട്ട ഞാൻ ചെന്നു നോക്കിയപ്പോൾ കണ്ട സ്ഥിതിഗതികൾ പരിതാപകരമായിരുന്നു. അക്കാര്യം പിന്നീട് പറയാം.

കേരളത്തിന് ഒരു പൈതൃക പഠനകേന്ദ്രം എന്ന സങ്കല്പം പ്രയോഗത്തിൽ എത്തണമെങ്കിൽ, ആ പേര് അന്വർത്ഥമാകണമെങ്കിൽ, എന്തൊക്കെ വേണം എന്ന എന്റെ സങ്കല്പങ്ങൾ താഴെ പറയുന്നു.

ഒന്ന്, കേരളത്തിന്റെ പൈതൃകത്തെപ്പറ്റി ഒരു നിർവ്വചനത്തോടുകൂടി സമഗ്രമായ ഒരു വിവരണം ഉണ്ടാക്കണം. ഇന്നുവരെ അതിനുള്ള ശ്രമങ്ങൾ നടന്നിട്ടില്ല. കേരളപൈതൃകം പല വിധത്തിലാണ്, മറ്റെല്ലായിടത്തുമെന്നപോലെ കാണപ്പെടുന്നതും കാണപ്പെടാത്തതും അക്കൂട്ടത്തിലുണ്ട്.

1) കെട്ടിടങ്ങൾ - കോട്ടകൾ, അമ്പലങ്ങൾ, കാവുകൾ, ക്രിസ്ത്യൻ പള്ളികൾ, മുസ്ലിം പള്ളികൾ, ജൂതരുടെ സിനഗോഗുകൾ, മഹാശിലായുഗത്തിലെ ശവക്കല്ലറകൾ, ജൈന-ബൗദ്ധകേന്ദ്രങ്ങൾ, കോവിലകങ്ങൾ, കുടിലുകൾ, കൊട്ടാരങ്ങൾ, നാലുകെട്ടുകൾ, എട്ടുകെട്ടുകൾ,

ബംഗ്ലാവുകൾ, ആപ്പീസുമന്ദിരങ്ങൾ, ആസ്പത്രികൾ, വ്യാപാരികളുടെ പാണ്ടികശാലകൾ, ഫാക്ടറികൾ, താത്കാലികമായ പന്തലുകൾ.

2) ശില്പങ്ങളും, ചിത്രങ്ങളും – കരിങ്കല്ലിലും പഞ്ചലോഹത്തിലും മറ്റുമുള്ള പ്രതിമകൾ, രൂപക്കൂടുകൾ, തൂണിലും ചുമരിലും തറയിലുമുള്ള കൊത്തുപണികൾ, കളിമൺ ശില്പങ്ങൾ, ചുമർചിത്രങ്ങൾ, കാൻ വാസുകൾ, അച്ചടിച്ചിത്രങ്ങൾ, എണ്ണച്ചായ ചിത്രങ്ങൾ, ആഭരണങ്ങളുടെ ലോക്കർ ചിത്രങ്ങൾ, കളമെഴുത്തു ചിത്രങ്ങൾ, മണൽച്ചിത്രങ്ങൾ.

3) ദൃശ്യകലാരൂപങ്ങൾ – കൂത്ത്, കൂടിയാട്ടം, പാഠകം, ഓട്ടൻ തുള്ളൽ, കഥാപ്രസംഗം, കൃഷ്ണനാട്ടം, രാമനാട്ടം, കഥകളി, ഭരതനാട്യം, മോഹിനി യാട്ടം, മുടിയേറ്റ്, തെയ്യം, ഒപ്പന, ദഫ്മുട്ട്, മാർഗംകളി, ചവിട്ടുനാടകം, കാളപൂട്ട്, പാവക്കൂത്ത്, സർപ്പം തുള്ളൽ, വേട്ടയ്ക്കൊരു മകൻ, കളി യാട്ടം, ഓണത്തല്ല്, ഓണവില്ല്, തിരുവാതിരക്കളി, കൈകൊട്ടിക്കളി, നാടകം, സിനിമ, പലവിധ പ്രാദേശിക നാടൻ കളികൾ, മത്സരക്കളികൾ.

4) ഉത്സവങ്ങൾ, ചടങ്ങുകൾ, ആചാരങ്ങൾ, വിശ്വാസങ്ങൾ – ഓണം, വിഷു, തിരുവാതിര, തൃശൂർപ്പൂരം, വള്ളംകളികൾ, പൊങ്കാല, ഏകാദശി, മുസ്ലീം പെരുന്നാൾ, ക്രിസ്തുമസ്, ക്രിസ്ത്യൻ പള്ളി പരുന്നാൾ, മുസ്ലീം പള്ളി പെരുന്നാൾ, അരിയിട്ടുവാഴ്ച, ശവസംസ്കാരച്ചടങ്ങുകൾ, വിവാഹ ച്ചടങ്ങുകൾ, കൊങ്ങൻ പട തുടങ്ങിയ യുദ്ധസ്മാരകച്ചടങ്ങുകൾ, സമുദായാചാരങ്ങൾ, ഗ്രാമാചാരങ്ങൾ, കുടുംബാചാരങ്ങൾ, യാഗങ്ങൾ, ആചാരഭാഷകൾ, ഐതിഹ്യങ്ങൾ, അങ്ങാടികൾ, ചന്തകൾ, കളരിപ്പയറ്റ്.

5) കല്ലിലും ചെമ്പിലും ഓലയിലും മുളന്തണ്ടിലുമുള്ള ഗ്രന്ഥവരികൾ – ഭരണസംബന്ധമായ ഭാഷാക്കുറിപ്പുകൾ (ഇംഗ്ലീഷ്, മലയാളം, തമിഴ്, ഫ്രഞ്ച്, ജർമ്മൻ, ഇറ്റാലിയൻ, സ്പാനിഷ്, പോർച്ചുഗീസ്, റഷ്യൻ, അറബി, പേർസ്യൻ, ഉറുദു, മോടി, തുളു, കൊങ്ങിണി) സഞ്ചാരിക്കുറിപ്പു കൾ, ഡയറികൾ, അഭിമുഖലേഖനങ്ങൾ, പത്രക്കുറിപ്പുകൾ.

6) ഗൃഹോപകരണങ്ങൾ, വാണിജ്യ-വ്യവസായ-കാർഷികോപകര ണങ്ങൾ – അളവുകൾ, തൂക്കങ്ങൾ, കൃഷിസമ്പ്രദായങ്ങൾ, ജലസേചന സംവിധാനങ്ങൾ, യന്ത്രങ്ങൾ, ഗതാഗത വാർത്താവിനിമയ സംവിധാന ങ്ങൾ, ഇരിക്കാനും കിടക്കാനും സംസാരിക്കാനും കാണാനും ആവശ്യ മായ നിർമ്മിതികൾ (മേശ, കസാല, കട്ടിൽ, കിടയ്ക്ക, പീഠം, പലക, കുതിരവണ്ടി, കാളവണ്ടി, സൈക്കിൾ, കാറ്, ബസ്സ്, തീവണ്ടി, തോണി, വഞ്ചി, വള്ളം, ചൊങ്ക്, ചങ്ങാടം, പായ്ക്കപ്പൽ, യന്ത്രക്കപ്പൽ, വിദേശി-സ്വദേശി നാണയങ്ങൾ).

7) ആയുധങ്ങൾ, ആഭരണങ്ങൾ, വാദ്യോപകരണങ്ങൾ, അലങ്കാര വസ്തുക്കൾ – കത്തി, കവിണ, കല്ല്, വാൾ, കുന്തം, അമ്പ്, വില്ല്, പരിച,

പടച്ചട്ട, കയ്യുറ, കാൽച്ചെരുപ്പ്, മാല, വള, ആൺ-പെൺ വസ്ത്രവിധാനങ്ങൾ, ആഭരണങ്ങൾ, കാൽച്ചിലമ്പുകൾ, തലപ്പാവുകൾ, കിരീടങ്ങൾ, ചെണ്ട, മദ്ദളം, മൃദംഗം, കൊമ്പ്, കുഴൽ, ഇടയ്ക്ക, വീണ, തംബുരു, ഓടക്കുഴൽ, ചേങ്ങില, ഇലത്താളം, ജലതരംഗം, പിയാനോ, ഹാർമോണിയം, തപ്പ്, മിഴാവ്, ഗ്രാമഫോൺ.

8) വൃക്ഷലതാദികൾ, പക്ഷിമൃഗാദികൾ - ഔഷധ സസ്യങ്ങൾ, ഫലവൃക്ഷങ്ങൾ, വള്ളികൾ, നിർമ്മിതി വൃക്ഷങ്ങൾ, പുഷ്പങ്ങൾ, കായ്കൾ, അദ്ഭുതച്ചെടികൾ, അലങ്കാരച്ചെടികൾ, ആന, കുതിര, നായ, പൂച്ച, പന്നി, കഴുത, തുടങ്ങിയ വന്യജന്തുക്കൾ, പാമ്പുകൾ, ചെറുജീവികൾ - ജലജീവികൾ, അണുജീവികൾ, വിഷജീവികൾ.

9) കലാസാഹിത്യ ഗ്രന്ഥങ്ങൾ - വിവിധ കലകളെയും കഥകളെയും പ്രതിപാദിക്കുന്ന പദ്യ-ഗദ്യ ഗ്രന്ഥങ്ങൾ, മൺമറഞ്ഞവരും ജീവിച്ചിരിക്കുന്നവരുമായ ഗ്രന്ഥകാരന്മാർ, ഗ്രന്ഥങ്ങളുടെ പഴയ പതിപ്പുകൾ, കവികൾ, കലാകാരന്മാർ, നടീനടന്മാർ, ഇതിഹാസ പുരാണഗ്രന്ഥങ്ങൾ, ഡയറികൾ, പഞ്ചാംഗങ്ങൾ, ദുർലഭമായ പത്രമാസികകൾ.

10) ശാസ്ത്രഗ്രന്ഥങ്ങൾ - ജ്യോതിശ്ശാസ്ത്രം, വ്യാകരണം, ആയുർവ്വേദം, തത്ത്വചിന്ത, വാസ്തുശാസ്ത്രം, പ്രതിമാനിർമ്മാണ ശാസ്ത്രം, അർത്ഥശാസ്ത്രം, കാമശാസ്ത്രം, ധർമ്മശാസ്ത്രം, വേദശാസ്ത്രം, തുടങ്ങി പലമേഖലകളിൽ കേരളീയർ പരിശ്രമിച്ചിട്ടുണ്ട്. സംസ്കൃതം, തമിഴ്, മലയാളം, ഗ്രന്ഥങ്ങളും ഗ്രന്ഥവ്യാഖ്യാനങ്ങളുമുണ്ട്. ഗണിതം, ജ്യോതിശ്ശാസ്ത്രം, വാസ്തു, ആയുർവേദം മുതലായ ചില രംഗങ്ങളിൽ ഭാരതീയ ചിന്ത മുരടിച്ചുപോയ ശേഷവും കേരളീയർ മുന്നിട്ടു നിന്നു.

മേൽപ്പറഞ്ഞവയും പറയപ്പെടാതെ വിട്ടുപോയിരിക്കുന്നവരുമായ ഒരുപാട് പൈതൃക വിഷയങ്ങൾ കേരളത്തിലെ ഗ്രാമങ്ങളിലും നഗരങ്ങളിലും കാടുകളിലും മലകളിലുമായി ചിന്നിച്ചിതറിക്കിടപ്പുണ്ട്. പല കാലഘട്ടത്തിലുംപെട്ട കാര്യങ്ങൾ അതിൽക്കാണും. പഠിക്കപ്പെട്ടവയും അല്ലാത്തവയും കാണും. ഈ പട്ടിക ശാസ്ത്രീയമല്ല, സമഗ്രവുമല്ല. കുറേ പരിശ്രമിച്ച ശേഷമേ ശാസ്ത്രീയമായ വിഭജനവും ക്രമീകരണവും സാധ്യമാവൂ. അതിനാവശ്യമായ ഒരു സർവ്വേയാണ് ഗ്രാമഗ്രാമാന്തരങ്ങളിൽ ബഹുജനസഹകരണത്തോടെ, വിദഗ്ധ നേതൃത്വത്തോടെ, ആരംഭിക്കേണ്ടത്. പഞ്ചായത്തുകളും സ്കൂൾ-കോളേജ്-സർവ്വകലാശാല എന്നീ വിദ്യാഭ്യാസ സ്ഥാപനങ്ങളും വ്യക്തികളും വ്യവസായ സ്ഥാപനങ്ങളും എല്ലാം അതിൽ സഹകരിക്കും. അങ്ങനെ തുടങ്ങി അഞ്ചോ, പത്തോ, പതിനഞ്ചോ, ഇരുപതോ കൊല്ലമാവുമ്പോൾ ഏതാണ്ടു സമഗ്രമായ,

ശാസ്ത്രീയമായ, ഒരു ഹെറിറ്റേജ് റെജിസ്റ്റർ (പൈതൃക കണക്കു പുസ്തകം) കേരളത്തിനുണ്ടാക്കാവുന്നതാണ്.

പൈതൃകപഠനകേന്ദ്രം എന്ന പേര് അന്വർത്ഥമാക്കണമെങ്കിൽ ഇതാണ് ആദ്യം ചെയ്യേണ്ടത്. ഇക്കഴിഞ്ഞ ഒമ്പതുവർഷങ്ങൾക്കിടയിൽ ഇതിനെപ്പറ്റി ആലോചിച്ചിട്ടുപോലുമില്ല. രണ്ടു കൊല്ലമായി നിരന്തരം ഇക്കാര്യം ഇന്നത്തെ ഭരണകർത്താക്കളോട് ആവശ്യപ്പെട്ടുകൊണ്ടിരിക്കുകയാണ്. അവർ ഏതോ ചില മാഫിയാസംഘങ്ങളുടെ വരുതിയിൽപ്പെട്ട് ചെയ്യരുതാത്ത പലതും ചെയ്യരുതാത്ത രീതിയിൽ ഈ കേന്ദ്രത്തിന്റെ മേൽ അടിച്ചേൽപ്പിക്കുകയും അനധികൃതമായി കോടികൾ ചിലവഴിക്കുകയും ആരുടേയോ പ്രേരണയ്ക്ക് വിധേയരായി വ്യാജപ്രചാരണങ്ങൾക്കൊണ്ടു ജനങ്ങളെ തെറ്റിദ്ധരിപ്പിക്കുകയും ചെയ്തുകൊണ്ടിരിക്കുകയാണ്. ബജറ്റിൽ സംഖ്യകൾ ഉൾപ്പെടുത്തുമ്പോൾ കഴിഞ്ഞ രണ്ടു വർഷമായി സാംസ്കാരിക വകുപ്പിന്റെ കീഴിലുള്ള സ്ഥാപനങ്ങളുടെ കൂട്ടത്തിൽ ഈ കേന്ദ്രത്തിന്റെ പേരുപോലും ഉൾപ്പെടുത്തിയിട്ടില്ല. ഞങ്ങൾ കൊടുത്ത പദ്ധതികൾക്ക് വെറും കടലാസുവിലപോലും കൽപ്പിച്ചിട്ടില്ല. പൈതൃക പഠനത്തിനായി വേണ്ടവിധത്തിൽ ഒരു പൈ പോലും നീക്കിവെച്ചിട്ടില്ല. എല്ലാ രേഖകളും നിർദ്ദേശങ്ങളും അതാതവസരത്തിൽ മന്ത്രിമാരെയും സെക്രട്ടറിമാരെയും ധരിപ്പിച്ചിട്ടുണ്ട്. കടലാസ്സുകൾ എത്തിക്കേണ്ട സ്ഥലങ്ങളിൽ എത്തിക്കേണ്ട സമയത്ത് എത്തിച്ചിട്ടുണ്ട്. എന്നിട്ടും ഇങ്ങനെയൊരു സ്ഥാപനവും അതിന്റെ ആവശ്യങ്ങളും ഇല്ലെന്നമട്ടിൽ സർക്കാർ പെരുമാറുമ്പോൾ എങ്ങനെയാണ് വ്യാഖ്യാനിക്കേണ്ടത്? കോടികൾ പൈതൃകപഠനത്തിനായി ചിലവഴിച്ചെന്ന് സർക്കാർ ഭാരവാഹികൾ ഇടയ്ക്കിടെ പ്രസ്താവനകൾ ഇറക്കിയിട്ടുണ്ട്. പലർക്കുമായി പണം വിതരണം ചെയ്തിട്ടുണ്ട്. പലവഴിക്കും ധൂർത്തടിച്ചിട്ടുമുണ്ട്. എന്നാൽ തൃപ്പൂണിത്തുറയിൽ ഹിൽപ്പാലസ്സിലുള്ള പൈതൃകപഠനകേന്ദ്രത്തിൽ ശാസ്ത്രീയമായ പൈതൃകപഠനത്തിനായി ഒരു പൈ പോലും നീക്കിവെച്ചിട്ടില്ല. നിയമവിരുദ്ധമായി ഒരു മാൻവളർത്തൽ കേന്ദ്രം നടത്തുവാനും മറ്റു സർക്കാർ വിഭാഗങ്ങൾ ചെയ്യേണ്ട കാര്യങ്ങൾ അവർക്ക് ചെയ്യാൻ കഴിയാത്തതിനാൽ ഏറ്റെടുത്തുനടത്തുവാനും ഒരുപാട് ചിലവഴിച്ചിട്ടുണ്ട്.

സാംസ്കാരിക വകുപ്പിനുകീഴിൽ ഉള്ള ആർക്കിയോളജി വകുപ്പും ആർക്കൈവ്സ് വകുപ്പും തമ്മിലുള്ള വ്യത്യാസം സർക്കാരിന്നറിഞ്ഞുകൂടാ എന്നു വേണം വിചാരിക്കുവാൻ. ആർക്കിയോളജി വകുപ്പിൽ ആ ശാസ്ത്രശാഖയിൽ ഉന്നത പരിശീലനം കിട്ടിയ ഉദ്യോഗസ്ഥരോ അതിന്റെ തലപ്പത്ത് അത്തരത്തിൽ ഒരു ആർക്കിയോളജി വിദഗ്ധരോ ആവശ്യമാണെന്ന ബോധം അധികൃതരിൽ ജനിപ്പിക്കുവാൻ കഴിഞ്ഞ രണ്ടു

വർഷമായി ചെയ്ത പരിശ്രമങ്ങളൊന്നും ഫലിച്ചിട്ടില്ല. കഴിഞ്ഞ രണ്ടു വർഷമായി ആർക്കിയോളജിയുമായി ഒരു ബന്ധവുമില്ലാത്ത ഒരു വ്യക്തിയെ ഡയറക്ടറായി വെച്ചുകൊണ്ടിരിക്കുന്നത് സ്വജനപക്ഷ പാതമായോ അഴിമതിയായോ മാത്രമേ കണക്കാക്കുവാൻ കഴിയൂ. അങ്ങനെ ചെയ്തിട്ടുള്ളത് ബോധപൂർവ്വമാണ്. കാരണം, അന്വേഷിക്കു മ്പോഴെല്ലാം യോഗ്യതയുള്ളവരെ കിട്ടാനില്ല എന്ന വ്യാജമായ ഉത്തര മാണ് കിട്ടുന്നത്. കേരളത്തിലും കേരളത്തിനു പുറമെയും ആർക്കിയോ ളജിയിൽ ഗവേഷണ ബിരുദങ്ങളും പ്രസിദ്ധീകരണങ്ങളും ഉത്ഘനന പരിശീലനവും ഉള്ള ഒരുപാടാളുകളുണ്ട്. അപ്പോൾ നിഗൂഢവും നിയമ വിരുദ്ധവുമായ ചില സ്വകാര്യ താത്പര്യങ്ങൾക്കുവേണ്ടിയാണ് കഴിഞ്ഞ രണ്ടു വർഷമായി ആർക്കിയോളജിസ്റ്റുകളില്ലാത്ത ഒരു സ്റ്റേറ്റ് ആർക്കി യോളജി വിഭാഗം നിലനിർത്തുന്നതെന്ന് സംശയിക്കുന്നതിൽ തെറ്റുണ്ടാ വില്ല. അജ്ഞതയാണ് കാരണമെങ്കിൽ അതു ചൂണ്ടിക്കാണിച്ചാൽ ഉടൻ തിരുത്താമല്ലോ. രണ്ടു കൊല്ലമായിട്ടും തിരുത്താൻ ഒരുങ്ങുന്നില്ലെങ്കിൽ മറ്റെന്തോ കാര്യമായ തകരാറാണ് സാംസ്കാരിക വകുപ്പിനെ ബാധിച്ചി ട്ടുള്ളത് എന്നു വേണം വിചാരിക്കുവാൻ.

കേരളത്തിലെ പൈതൃക കണക്കെടുപ്പ് തുടങ്ങിയാലും നീണ്ടു പോയേക്കാം. അതിന് ചില കോടികൾ നീക്കിവെക്കേണ്ടിവരും. പഞ്ചാ യത്തുകളുടെ ധനസഹായം കിട്ടിയേക്കാം. എന്നാലും അത് ആദ്യത്തെ പടി മാത്രമാണ്. അതിന്റെ കൂടെത്തന്നെ ഏറ്റെടുക്കേണ്ടതും കുറെ ചില വഴിക്കേണ്ടതും അത്യാവശ്യവുമായ രണ്ടു കാര്യങ്ങളെങ്കിലുമുണ്ട്. അവ കൂടി ചേർന്നാലേ പൈതൃകപഠനകേന്ദ്രം എന്ന പേര് കേവലം ജനവഞ്ചന യ്ക്കുള്ള ഒരു മേൽവിലാസം മാത്രമാവാതെ പൊതുജനസേവനത്തിന് ഉപകാരപ്പെടുകയുള്ളൂ.

കണക്കെടുപ്പിനോടൊപ്പം തുടങ്ങേണ്ട രണ്ടാമത്തെ കാര്യം പൈതൃക വിഷയങ്ങളെപ്പറ്റി സൈദ്ധാന്തികമായും പ്രായോഗികമായും കേരള ത്തിലും ഇന്ത്യയിലും ബാഹ്യലോകത്തിലും നടന്ന കാര്യങ്ങൾ എല്ലാം പ്രതിപാദിക്കുന്ന ഒരു വലിയ റഫറൻസ് ലൈബ്രറിയാണ്. അതിൽ ഓഡിയോ വീഡിയോ ശേഖരങ്ങളും സെമിനാർ ഹാളുകളും വേണം. ഇക്കാലത്ത് ഇലക്ട്രോണിക് സംവിധാനങ്ങളെല്ലാം നമുക്ക് ലഭ്യമായി രിക്കേ അതിനാവശ്യമായ പണം നീക്കിവെക്കുകയും വിദഗ്ധരെ നിശ്ചയി ക്കുകയും മാത്രമേ വേണ്ടൂ. അതേപ്പറ്റി ഞങ്ങൾ നിരന്തരം ആവശ്യപ്പെട്ടെ ങ്കിലും സർക്കാർ ഇതുവരെ ഇളകിയിട്ടില്ല. 'കേരളത്തിന്റെ പ്രത്യേക സാഹചര്യങ്ങളിൽ' ആവശ്യമായ വിധത്തിൽ സർക്കാറിനെ ബോധ്യപ്പെടു ത്തുവാൻ ഞങ്ങൾക്ക് സാധിച്ചിട്ടില്ല എന്ന് വിചാരിക്കാം. കാരണം ഇഷ്ട

സേവകന്മാർക്ക് വേണ്ടി, ആവശ്യമായ വിദ്യാഭ്യാസയോഗ്യത ഇല്ലെങ്കിൽപ്പോലും പുതിയ മ്യൂസിയങ്ങൾ തന്നെ ആരംഭിക്കുവാനും അതിനുവേണ്ടി കോടികൾ മുടക്കാനും സ്വകാര്യട്രസ്റ്റുകൾക്കുവേണ്ടി കോടികൾ ചിലവഴിക്കാനും ഇതേ കാലയളവിൽ ഈ വകുപ്പ് തയ്യാറായിട്ടുണ്ട്.

മൂന്നാമതായി വരുന്ന കാര്യം പ്രസിദ്ധീകരണങ്ങളാണ്. ഈ സ്ഥാപനം തുടങ്ങിയപ്പോൾ, ജേക്കബ് മന്ത്രിയായിരുന്ന കാലത്ത്, ജേർണൽ ഓഫ് ഹെറിറ്റേജ് സ്റ്റഡീസ് എന്ന ഒരു ജേർണൽ തുടങ്ങുകയും നല്ല രണ്ട് വാല്യങ്ങൾ പുറത്തിറക്കുകയും ചെയ്തിരുന്നു. മാത്രമല്ല, അന്ന് ആർക്കിയോളജി വകുപ്പുമായി സഹകരിച്ച് പട്ടണം എന്ന സ്ഥലം തിരഞ്ഞെടുത്ത് കാര്യക്ഷമമായ ചില ഉൽഘനനങ്ങൾ നടത്തുകയും സെമിനാറുകൾ സംഘടിപ്പിക്കുകയും ചെയ്തു. അന്നതിന് സർക്കാർ പണം ചിലവാക്കിയിരുന്നു. പിന്നെ വന്ന ഭരണാധികാരികൾ അതെല്ലാം നിർത്തലാക്കി. പട്ടണം ഉൽഘനനം മറ്റൊരു സംഘടനയ്ക്ക് മാറ്റുകയും അവിടെ മുസിരിസ് കണ്ടെത്തിയെന്ന വ്യാജധാരണ പരത്തി കോടികൾ ചിലവഴിക്കുകയും ചെയ്തു. ആർക്കിയോളജിക്കൽ സർവ്വെ ഓഫ് ഇന്ത്യ എന്ന മഹത്തായ സ്ഥാപനം ഉണ്ടായിട്ടും അവരുടെ സേവനം പട്ടണത്തിൽ ഉപയോഗപ്പെടുത്താതിരിക്കാൻ സർക്കാർ പ്രത്യേകം ശ്രദ്ധിച്ചിരുന്നു. ഇപ്പോഴും ശ്രമിച്ചുകൊണ്ടിരിക്കുന്നു. എത്രയോ പൈതൃകസംബന്ധമായ പുസ്തകങ്ങളും ഗവേഷണപ്രബന്ധങ്ങളും അപ്രകാശിതമായി കേരളത്തിലുണ്ട്. കൗടില്യന്റെ അർത്ഥശാസ്ത്രവും ഭാസനാടകചക്രവും മൂഷകവംശവും കണ്ടെത്തുന്ന മഹാരാജാവിന്റെ ഹസ്തലിഖിത ഗ്രന്ഥശേഖരത്തിൽ ഇനിയും അനേകം പുസ്തകങ്ങൾ അച്ചടി കാണാതെ കിടക്കുന്നുണ്ട്. കേരളത്തിലെ സർവ്വകലാശാലകളിൽ അത്തരം പ്രബന്ധങ്ങൾ കൂടിക്കിടക്കുന്നു, ചരിത്രം, മലയാളം, സംസ്കൃതം, തമിഴ്, ഭാഷാശാസ്ത്രം, സാമൂഹ്യ ശാസ്ത്രം മുതലായ വിഭാഗങ്ങളിൽ. അവയും ഈ കേന്ദ്രത്തിന് പ്രസിദ്ധീകരിക്കാവുന്നതാണ്. പക്ഷേ ആദ്യം സ്ഥാപനത്തിനെ സഹായമർഹിക്കുന്ന സ്വന്തം സ്ഥാപനങ്ങളുടെ കൂട്ടത്തിൽ സാംസ്കാരിക വകുപ്പ് ഉൾപ്പെടുത്തണം. എന്നിട്ട് സാമാന്യം നല്ല ഒരു ഗ്രാന്റ്, ഇപ്പോൾ അക്കാദമികൾക്ക് നൽകുന്നതുപോലെയെങ്കിലും നീക്കിവെയ്ക്കണം. അങ്ങനെ ആരംഭം കുറിച്ചാൽ കേന്ദ്രത്തിൽ നിന്നും അന്താരാഷ്ട്ര ഗവേഷണ സ്ഥാപനങ്ങളിൽ നിന്നും പദ്ധതികൾ ഏറ്റെടുക്കാവുന്നതാണ്. പക്ഷേ ആർക്കിയോളജി വകുപ്പിന്റെ അനാവശ്യ നിയന്ത്രണങ്ങളിൽ നിന്ന് മോചനവും സ്വന്തമായ കെട്ടിടങ്ങൾ വാടകയ്ക്കെടുക്കാനുള്ള സമ്മതവും ഉണ്ടാവണം. ഇപ്പോൾ മേൽപ്പറഞ്ഞ ആർക്കിയോളജി വകുപ്പിന്റെ കീഴിലുള്ള ഒരു മ്യൂസിയത്തിന്റെ ക്യൂറേറ്ററാണ് അധികച്ചുമതലയെന്ന മട്ടിൽ ഈ സ്ഥാപനത്തിന്റെ റജിസ്ട്രാർ സ്ഥാപനവും

വഹിക്കുന്നത്. ആ വ്യക്തിക്ക് അതിനുള്ള പരിശീലനമോ സ്വാതന്ത്രമോ സമയമോ ഉണ്ടാകണം എന്ന കാര്യം സാംസ്കാരിക വകുപ്പിന്നറിഞ്ഞുകൂടാ. പറഞ്ഞുകൊടുത്തിട്ടും ഫലിക്കുന്നില്ല.

കേരളത്തിന്റെ പല ദുര്യോഗങ്ങളിൽ ഒന്നായി, ജനവഞ്ചനയ്ക്ക് ഒന്നാംതരം ഉദാഹരണമായി, നോക്കുകുത്തിയായി, പൈതൃകപഠന കേന്ദ്രം നിലനിൽക്കുന്നു. ഒരു മന്ത്രിയുടെ സ്വപ്നം പിൻതുടർച്ചക്കാരായി വരുന്ന മറ്റു മന്ത്രിമാർക്കും സെക്രട്ടറിമാർക്കും സേവകർക്കും ഭരണകക്ഷി നേതാക്കൾക്കും മനസ്സിലാകാതിരുന്നാൽ, മനസ്സിലാക്കാൻ ശ്രമിക്കുന്നവരെ വിമതരായി കണക്കാക്കാൻ തുടങ്ങിയാൽ, എന്താണ് പരിഹാരം? അടുത്തിടെ ഡീൻ ഓഫ് അക്കാദമിക്ക് അഫയേഴ്സായി നിശ്ചയിക്കപ്പെട്ട, യോഗ്യതകളെല്ലാം ഉള്ള ഉദ്യോഗസ്ഥനെ പുകച്ചു പുറത്തുചാടിച്ച സംഭവം ഇനിയെങ്കിലും സാംസ്കാരിക വകുപ്പിന്റെ കണ്ണുതുറപ്പിക്കും എന്ന് വെറുതെ ആശിച്ചുപോയി. എന്നാണ് ഈ സ്ഥാപനത്തിന് ശാപമോക്ഷം സിദ്ധിക്കുക?

■

എന്റെ ഫാറൂഖ് കോളേജ് കാലം

ഫാറൂഖ് കോളേജിലെ രണ്ടാമത്തെ ബാച്ചിലാണ് ഞാൻ പഠിച്ചത്. ഇന്നത്തെപ്പോലെ വാഹനസൗകര്യങ്ങളൊന്നും അന്നുണ്ടായിരുന്നില്ല. എന്റെ നാടായ പരപ്പനങ്ങാടിയിൽനിന്ന് തീവണ്ടിമാർഗ്ഗം ഫറൂഖിലെത്തും. അവിടെനിന്നും റോഡിലൂടെയും ഇടവഴികളിലൂടെയും കാൽനടയായി ഈ കുന്നുംപുറത്ത് എത്തുകയായിരുന്നു പതിവ്. ഇന്നു കാണുന്ന ഈ മനോഹരമായ കെട്ടിടങ്ങളൊന്നും അന്നുണ്ടായിരുന്നില്ല. ചെറിയൊരു കെട്ടിടം മാത്രമാണുണ്ടായിരുന്നത്. ഒരു 'എൽ' ഷെയ്പ്പ് മറിച്ചിട്ട രൂപത്തിലുള്ള കെട്ടിടം. ഓഫീസ് മുറി കൂടാതെ രണ്ടു ക്ലാസ് റൂമുകളാണ് അതിലുണ്ടായിരുന്നത്.

ഫാറൂഖ് കോളേജിലെ ഒന്നാം ബി.എ. ബാച്ചിൽ പഠിച്ചിരുന്നത് പ്രഗദ്ഭരായ നാലു വിദ്യാർത്ഥികളാണ്. അവരിൽ ഒരാൾ ഡോ. എൻ.എ. കരീം സാഹിബ് അവർകളാണ്. ഞങ്ങളൊക്കെ ഒരു ജ്യേഷ്ഠനെപ്പോലെ ആദരിച്ചിരുന്ന വ്യക്തിയാണദ്ദേഹം. കരീം പിന്നീട് കേരള യൂണിവേഴ്സിറ്റിയുടെ പ്രൊ. വൈസ് ചാൻസലർ പദവിയടക്കം നിരവധി ഉന്നത സ്ഥാനമാനങ്ങൾ അലങ്കരിക്കുകയുണ്ടായി. അദ്ദേഹവുമായി അന്നു തുടങ്ങിയ ഊഷ്മളബന്ധം ഇപ്പോഴും തുടരുന്നു. ആ ബന്ധം ഒരനുഗ്രഹമായി ഞാൻ കരുതുന്നു.

ഫാറൂഖ് കോളേജ് ഇല്ലായിരുന്നെങ്കിൽ ഇന്നത്തെ ഡോ. എൻ.എ. കരീം ഉണ്ടാകുമായിരുന്നില്ല. അദ്ദേഹത്തിന്റെ പഠനവുമായി ബന്ധപ്പെട്ട ആ കാലത്തെ കാര്യങ്ങൾ കരീം സാഹിബ് പലതവണ എഴുതിയിട്ടുള്ളതാണ്. 1947-48 കാലത്ത് സജീവ കെ.എസ്.പി. പ്രവർത്തകനായിരുന്നു അദ്ദേഹം. അന്ന് എറണാകുളം മഹാരാജാസിൽ പഠിക്കുകയാണ്. പാർട്ടി പ്രവർത്തനവുമായി ബന്ധപ്പെട്ട ചില കാര്യങ്ങൾക്ക് അദ്ദേഹം അവിടെ നിന്നും പുറത്താക്കപ്പെട്ടു. അന്നൊക്കെ ഒരു കോളേജിൽനിന്നും പുറത്താക്കിയാൽ മറ്റൊരു കോളേജിൽ അഡ്മിഷൻ കിട്ടുമായിരുന്നില്ല. ഈ കാലത്താണ് ഫാറൂഖ് കോളേജ് പ്രിൻസിപ്പാൾ പ്രൊഫ. മൊഹിദീൻ

ഷാ പ്രത്യേക താത്പര്യമെടുത്ത് അദ്ദേഹത്തിന് അഡ്മിഷൻ നൽകിയത്. മൊഹിദീൻ ഷാ മദ്രാസ് യൂണിവേഴ്സിറ്റിയിൽ നല്ല സ്വാധീനമുള്ളയാളായിരുന്നു. അല്ലായിരുന്നെങ്കിൽ നിയമലംഘനം നടത്തി പുറത്താക്കപ്പെട്ട, ജയിൽവാസം അനുഭവിച്ച, ഒരാൾക്ക് അന്ന് പഠനം തുടരുക അസാധ്യമാണ്.

ഒന്നാംബാച്ചിൽ ഉണ്ടായിരുന്ന മറ്റൊരാൾ ഫറൂഖ്നിവാസി എം.കെ. മാധവമേനോനായിരുന്നു. സാഹിത്യത്തിൽ കമ്പമുണ്ടായിരുന്ന അദ്ദേഹം നല്ല പ്രാസംഗികനും പരപ്പനങ്ങാടിയിൽ വക്കീലായ സോഷ്യലിസ്റ്റ് പാർട്ടി നേതാവും ആയിരുന്നു. ഒടുവിൽ പ്രമേഹം പിടിപെട്ട് കാൽ മുറിക്കേണ്ടി വന്നു. അവസാനമായി ആശുപത്രിയിൽ ചെന്നപ്പോൾ കാലു മുറിച്ചിട്ടും മാനസികമായി തളരാത്ത, ഊർജ്ജസ്വലനായ, മനസ്സു തുറന്നു സംസാരിക്കുന്ന, മാധവമേനോനെയാണ് ഞാൻ കണ്ടത്.

മറ്റൊരാൾ, പിന്നീട് ഫാറൂഖ് കോളേജ് ഓഫീസ് സ്റ്റാഫായി ജോലി ചെയ്ത മമ്മദാണ്. ഒറ്റ വാക്കിൽ പറഞ്ഞാൽ കുഴപ്പങ്ങളൊന്നുമുണ്ടാക്കാത്ത നല്ല വിദ്യാർത്ഥി. എനിക്ക് മമ്മദിനോട് പ്രത്യേകം നന്ദിയും കടപ്പാടുമുണ്ട്. എന്റെ ജീവിതത്തിലെ സുപ്രധാനമായൊരു സംഭവവുമായി മമ്മദിനു ബന്ധമുണ്ട്. ഞാനിവിടെ ഒരു വർഷമാണ് പഠിച്ചത്. എന്റെ കൂടെ ഹൈസ്കൂളിലും ഇന്റർമീഡിയറ്റ് ക്ലാസിലും പഠിച്ചിരുന്ന പലരും തുടർപഠനത്തിനു ചേർന്നത് തൃശൂർ കേരളവർമ്മ കോളേജിലാണ്. ആ സുഹൃത്തുക്കളിൽ പലരും തുടക്കം മുതലേ എന്നെ അങ്ങോട്ട് ക്ഷണിച്ചിരുന്നു. എന്റെ തറവാട് ഫാറൂഖ് കോളേജിനടുത്തായതിനാലും അന്നത്തെ കുടുംബ സാമ്പത്തികനില തൃശൂരിൽ പോയി പഠിക്കുവാൻ അനുവദിക്കാത്തതുകൊണ്ടും ഫാറൂഖ് കോളേജ് സെലക്ട് ചെയ്യുകയായിരുന്നു ഞാൻ. മാത്രമല്ല, ഫാറൂഖ് കോളേജിൽ അന്ന് മികച്ച അക്കാദമിക് അന്തരീക്ഷമായിരുന്നു.

ഒന്നാംവർഷത്തെ വെക്കേഷൻ കാലമായപ്പോഴേക്കും സുഹൃത്തുക്കളുടെ സമ്മർദ്ദം വളരെയേറെ വർദ്ധിച്ചു. സാമ്പത്തിക പ്രശ്നങ്ങളൊന്നും കാര്യമാക്കേണ്ട; ഇവിടെ താമസത്തിനു ലോഡ്ജുണ്ട്, തൃശ്ശൂർ നല്ലൊരു നഗരമാണ്, ഇവിടെ മികച്ചൊരു ലൈബ്രറിയുണ്ട് എന്നെല്ലാം സുഹൃത്തുക്കൾ പ്രലോഭിപ്പിച്ചുകൊണ്ടിരുന്നു. അന്ന് ഫാറൂഖിൽ ഇന്നത്തെപ്പോലെ വലിയൊരു ലൈബ്രറിയൊന്നുമുണ്ടായിരുന്നില്ല. എന്നാൽ മികച്ച പണ്ഡിതരായ അദ്ധ്യാപകരുണ്ടായിരുന്നു.

രണ്ടാംവർഷം ഞാൻ കേരളവർമ്മ കോളേജിൽ പോയി ചേർന്നു. സാധാരണഗതിയിൽ കോളേജ് മാറുമ്പോൾ വിടുതൽ സർട്ടിഫിക്കറ്റ് വേണം. എന്നാൽ പ്രിൻസിപ്പാൾ മൊഹിദീൻ ഷായുടെ അടുത്തുപോയി അതു വാങ്ങുവാൻ എനിക്ക് ധൈര്യമില്ലായിരുന്നു. പ്രിൻസിപ്പാളിന് എന്നെ

സ്നേഹമായിരുന്നെങ്കിലും കോളേജ് മാറുന്നതിനെ അദ്ദേഹം ഇഷ്ടപ്പെട്ടി ല്ലെന്ന് എനിക്കുറപ്പാണ്. അതിനാൽ ഫാറൂഖിൽനിന്നു പിരിയുമ്പോൾ ടി.സിയും എസ്.എസ്.എൽ.സി ബുക്കും വാങ്ങിയിരുന്നില്ല. സാഹിത്യ നിരൂപകനും പ്രഗദ്ഭ അധ്യാപകനുമായ പ്രൊഫ. ശങ്കരൻ നമ്പ്യാരായി രുന്നു കേരളവർമ്മയിലെ പ്രിൻസിപ്പാൾ. എൻ.വി. കൃഷ്ണവാര്യർ അന്ന വിടെ അധ്യാപകനാണ്. എന്റെ സുഹൃത്തുക്കൾ എന്നെ എൻ.വിയുടെ അടുത്തേക്ക് കൂട്ടിക്കൊണ്ടുപോയി. കുശലാന്വേഷണങ്ങൾക്കുശേഷം കൃഷ്ണവാര്യരോടൊപ്പം ഞാനും ഒരു സുഹൃത്തും ശങ്കരൻ നമ്പ്യാരുടെ വീട്ടിലേക്ക് പോയി. അന്നവിടെ പതിവുപോലെ ഒരു സാഹിത്യസദസ്സ് നടക്കുകയാണ്. സദസ്സ് കഴിഞ്ഞപ്പോൾ കൂടെയുള്ള ചെറുപ്പക്കാർ ആരാണെന്ന് ശങ്കരൻ നമ്പ്യാർ ചോദിച്ചു. (എന്റെ കൂടെയുണ്ടായിരുന്നത് ടി. വേണുഗോപാലക്കുറുപ്പാണ്. അദ്ദേഹം പിന്നീട് മാതൃഭൂമിയുടെ ന്യൂസ് എഡിറ്ററായി. ഈയിടെ അന്തരിച്ചു.) ഇയാൾ കോഴിക്കോട് ഫാറൂഖ് കോളേജിൽനിന്ന് വരുന്നതാണെന്നും ഇവിടെ ചേർന്നു പഠിക്കാൻ ആഗ്രഹമുണ്ടെന്നും കൃഷ്ണവാര്യർ പറഞ്ഞു. ഒപ്പം ഇത്തിരി സാഹി ത്യവും രാഷ്ട്രീയവുമുള്ള കാര്യവും സൂചിപ്പിച്ചു. 'ഇവിടെ ചേർന്നോട്ടെ' എന്ന് ശങ്കരൻ നമ്പ്യാർ പറഞ്ഞു. ആ വാക്കുകൾതന്നെ പ്രവേശന ഉത്തര വായിത്തീരുന്നു. അതുകൊണ്ട് ടി.സിയും എസ്.എസ്.എൽ.സി. ബുക്കും ആവശ്യമായില്ല. പിന്നീട് ഞാൻ അവയുടെ കാര്യം മറന്നു. വിവാഹവേള യിലും ലണ്ടൻ യൂണിവേഴ്സിറ്റിയിലേക്ക് പോകുമ്പോഴും എന്റെ വയസ്സ് തെളിയിക്കുവാൻ ഈ രേഖയില്ലാതെ കുഴങ്ങി. പകരം ഞാൻ പണ്ടു പഠിച്ച ഹൈസ്കൂളിൽ പോയി രേഖ സംഘടിപ്പിക്കുകയാണ് ചെയ്തത്.

ഞാൻ കാലിക്കറ്റ് യൂണിവേഴ്സിറ്റിയിൽ ചേർന്ന ശേഷം ഒരു ദിവസം ഫാറൂഖ് കോളേജിൽനിന്ന് ഒരു ഫോൺ കോൾ. മമ്മദായിരുന്നു വിളി ച്ചത്. അദ്ദേഹം ഫാറൂഖിൽനിന്നു റിട്ടയേർഡ് ആവുന്ന സമയമായിരുന്നു അത്. മമ്മദ് പഴയ മേശയിലെ ഫയലുകളൊക്കെ പരിശോധിക്കുന്ന കൂട്ട ത്തിൽ എന്റെ എസ്.എസ്.എൽ.സി. ബുക്ക് അദ്ദേഹത്തിനു കിട്ടി. അതി ലുള്ള എന്റെ പേര് എം.ജി. ശങ്കരനാരായണൻ എന്നായിരുന്നു. ഇത് എന്റെ പേരാണെന്ന് തിരിച്ചറിയാൻ മമ്മദിനു കഴിയുമായിരുന്നു. ഞങ്ങൾ ഒന്നിച്ചു പഠിച്ചവരാണല്ലോ. എന്റെ എസ്.എസ്.എൽ.സി. ബുക്ക് മമ്മദ് എനിക്ക് എത്തിച്ചുതന്നു. അദ്ദേഹത്തോട് അതിന് എത്ര നന്ദിപറഞ്ഞാലും അധിക മാവില്ല.

ഒന്നാംബാച്ചിൽ നാലാമത്തെയാൾ ഫറൂഖ് സ്വദേശി നമ്പീശൻ. ഞങ്ങളുടെ ബാച്ചിൽ 14 പേരാണ് ഉണ്ടായിരുന്നത്. അതിൽ പലവിധ കാരണങ്ങളാൽ പഠനം പാതിവഴിക്കു നിർത്തിയവർ ഉണ്ടായിരുന്നു. പല പ്രായക്കാർ. മാതൃഭൂമി പത്രത്തിന്റെ പത്രാധിപസമിതി അംഗമായിരുന്ന ശ്രീ.എൻ.പി. ദാമോദരന്റെ പേര് എടുത്തുപറയേണ്ടതാണ്. അദ്ദേഹം

സ്വാതന്ത്ര്യസമരത്തിലും ഗുരുവായൂർ സത്യാഗ്രഹത്തിലും പങ്കെടുത്ത യാളാണ്. അദ്ദേഹം ഫാറൂഖിൽനിന്ന് ബി.എ. പാസ്സായശേഷം ലേഖനങ്ങളും മറ്റും എഴുതുമ്പോൾ പേരിനോടൊപ്പം ബി.എ. എന്നു ചേർക്കുമായിരുന്നു. ഇത് അക്കാലത്തെ ഒരു രീതി കൂടിയാണ്.

മറ്റൊരാൾ രാഘവപണിക്കരാണ്. അദ്ദേഹവും ദേശീയപ്രസ്ഥാനത്തിൽ ചേർന്ന് പഠനം നിർത്തിവെച്ചയാളാണ്. ഇങ്ങനെ വ്യത്യസ്തരായ ആളുകളുടെ സംഗമമായിരുന്നു ഞങ്ങളുടെ ക്ലാസ് റൂം. എല്ലാ അർത്ഥത്തിലും സജീവമായ ബാച്ചായിരുന്നു ഞങ്ങളുടേത്.

അന്നത്തെ പ്രഗദ്ഭരായ അധ്യാപകരെ ഞാൻ ഓർക്കുന്നു. പ്രിൻസിപ്പാൾ സയ്യിദ് മൊഹിദീൻ ഷാ പണ്ഡിതനും മികച്ച അധ്യാപകനുമായിരുന്നു. പ്യൂൺ ചെയ്യേണ്ട ജോലിപോലും ചെയ്യാൻ അദ്ദേഹം തയ്യാറായിരുന്നു. ചരിത്രമാണ് അദ്ദേഹം പഠിപ്പിച്ചിരുന്നത്. എന്നും രാവിലെ ഒരു മണിക്കൂർ അദ്ദേഹം ക്ലാസെടുക്കും. ഞങ്ങളെയൊക്കെ വലിയ സ്നേഹമായിരുന്നു അദ്ദേഹത്തിന്.

ജലീൽ സാഹിബ് ഞങ്ങളുടെ ബാച്ച് പകുതിയായപ്പോൾ വന്നു ചേർന്നയാളാണ്. ഒരധ്യാപകൻ എന്ന നിലയ്ക്ക് അന്നുതന്നെ പ്രാഗദ്ഭ്യം തെളിയിച്ച വ്യക്തിയാണദ്ദേഹം. മിൽട്ടന്റെ 'പാരസൈഡ് ലോസ്റ്റാ'ണ് അദ്ദേഹം ഞങ്ങളെ പഠിപ്പിച്ചത്. അദ്ദേഹത്തിന്റെ അന്നത്തെ ശരീരഭാഷയും പ്രസംഗങ്ങളുമെല്ലാം ഞാൻ ഇന്നും ഓർക്കുന്നു. അന്ന് കോട്ടും ടൈയും അണിഞ്ഞ് വരുന്ന ധാരാളം അധ്യാപകരുണ്ടായിരുന്നു. എന്നാൽ ജലീൽ സാറിനെപ്പോലെ ചുരിദാർ വസ്ത്രം ധരിച്ചുവരുന്നവർ ഇല്ലായിരുന്നു. പണ്ഡിതോചിതമായ ക്ലാസായിരുന്നു അദ്ദേഹത്തിന്റേത്. ഫാറൂഖ് കോളേജിന്റെ ആദ്യകാലവളർച്ചയിൽ സയ്യിദ് മൊഹിദീൻ ഷാ കഴിഞ്ഞാൽ ഏറ്റവും കൂടുതൽ പങ്കുവഹിച്ചയാളാണ് ജലീൽ സാഹിബ്. പിന്നീടദ്ദേഹം കാലിക്കറ്റ് യൂണിവേഴ്സിറ്റി വൈസ് ചാൻസലറാവുകയുണ്ടായി.

അദ്ധ്യാപകരിൽ രണ്ട് ശുക്കൂർമാരുണ്ടായിരുന്നു. അതിൽ ഒരാളെ മൈസൂർ ശുക്കൂർ എന്നാണ് ഞങ്ങൾ വിളിച്ചിരുന്നത്. മൈസൂരിൽനിന്ന് വന്നയാളായതുകൊണ്ട് മലയാളവും ഇംഗ്ലീഷും ഉച്ചരിച്ചിരുന്നത് ഒരു പ്രത്യേക രീതിയിലായിരുന്നു. 'കുഞ്ഞമ്മദ്' പോലുള്ള പേരുകൾ അദ്ദേഹം ഉച്ചരിക്കുമ്പോൾ ക്ലാസ്മുറിയിൽ പൊട്ടിച്ചിരി പരക്കും. മൈസൂരിലെ ഹാസനിലുള്ള അദ്ദേഹത്തിന്റെ വീട്ടിൽ ഞങ്ങൾ പോയിട്ടുണ്ട്. കുറച്ച് മാത്രം വിദ്യാർത്ഥികളും കുറച്ച് അധ്യാപകരുമുള്ള കാലമായതിനാൽ അക്ഷരാർത്ഥത്തിൽ അന്നൊരു കുടുംബമായിരുന്നു ഫാറൂഖ് കോളേജ്.

രണ്ടാമത്തെ ശുക്കൂർ വലിയ പണ്ഡിതനായിരുന്നു. രാഷ്ട്രമീമാംസയിൽ ഗ്രാഹ്യം നേടുന്നതിന് എന്നെ അദ്ദേഹം ഏറെ സഹായിച്ചിട്ടുണ്ട്.

എനിക്കപരിചിതരായിരുന്ന ധാരാളം എഴുത്തുകാരെയും ഗ്രന്ഥങ്ങളെയും അദ്ദേഹം പരിചയപ്പെടുത്തിത്തന്നു. എം.പി. ദാമോദരനും രാഘവ പണിക്കരും ഞാനുമാണ് അന്ന് പൊളിറ്റിക്കൽ സയൻസിൽ കൂടുതൽ താത്പര്യം കാണിച്ചിരുന്നത്. ശുക്കൂർസാറിന്റെ ക്ലാസ് എപ്പോഴും ഒരു നല്ല ചർച്ചാക്ലാസായിരുന്നു. അദ്ദേഹം നന്നായി പ്രസംഗിക്കും. ഞങ്ങളെക്കൊണ്ട് പ്രസംഗിപ്പിക്കും. അദ്ദേഹം പറഞ്ഞതും പറയാത്തതുമായ വിഷയത്തിൽ ചർച്ച നടത്തിക്കും. സ്വാതന്ത്ര്യം കിട്ടിയ ഉടനെയുള്ള വർഷങ്ങൾ ഇന്ത്യക്കാരെ സംബന്ധിച്ചിടത്തോളം ഒരു സുപ്രധാന കാലഘട്ടമായിരുന്നുവല്ലോ. രാജ്യത്തിനെന്തു സംഭവിക്കും? ഭാവി ഭാരതം എന്തായിരിക്കണം എന്നൊക്കെ തീവ്രമായി ആലോചിച്ചിരുന്ന കാലം. ചെറുപ്പക്കാരായ ഞങ്ങളെ സംബന്ധിച്ചിടത്തോളം ഗാന്ധിസമാണോ മാർക്സിസമാണോ സോഷ്യലിസമാണോ ശരിയായ പാത എന്നൊക്കെ ആലോചിച്ചിരുന്ന കാലം. അന്ന് ഞങ്ങളെപ്പോലുള്ളവരെ വൈകാരികമെന്നതിനപ്പുറം വൈകാരികമായി നയിച്ച ഒരു വ്യക്തിയാണ് ശുക്കൂർ സാർ.

അധ്യാപകരിൽ ഒരു കുര്യാക്കോസ് ഉണ്ടായിരുന്നു. മലയാളം അധ്യാപകൻ. അദ്ദേഹം പൊലീസുകാരനായിരുന്ന കാലത്തെ കഥകളും മറ്റും ക്ലാസ്റൂമിൽ സരസമായി പറയുമായിരുന്നു. കൊമേഴ്സിലെ അച്യുതൻ സാർ മറക്കാനാവാത്ത അധ്യാപകനാണ്. ഗൗരവക്കാരൻ. എറണാകുളം സ്വദേശി. ചിന്മയാനന്ദസ്വാമികളുടെ അമ്മാവൻ. ഒരിക്കൽ സ്വാമി ചിന്മയാനന്ദൻ ഗീതായജ്ഞവുമായി കോഴിക്കോട്ട് വന്നപ്പോൾ അച്യുതൻസാർ ഞങ്ങളെയും കൂട്ടി അദ്ദേഹത്തെ കാണാൻ പോയി. ഞങ്ങൾ ശ്രോതാക്കൾക്കൊപ്പമിരുന്നു. ചിന്മയാനന്ദൻ പ്രസംഗത്തിൽ അച്യുതൻസാറിനെ ഇങ്ങനെ പരിചയപ്പെടുത്തി: "എന്റെ പൂർവ്വാശ്രമത്തിലെ ബന്ധുവായിരുന്ന ശ്രീ അച്യുതമേനോൻ..." അതോടെ അച്യുതൻ സാറിന്റെ മുഖത്തുണ്ടായിരുന്ന എല്ലാ സന്തോഷവും അസ്തമിച്ചു പോവുകയും ഏറെ കഴിയുംമുമ്പ് ഞങ്ങൾ തിരിച്ചുപോരുകയും ചെയ്തു. ഇത്തരം രസകരമായ ധാരാളം അനുഭവങ്ങൾ അന്നുണ്ടായിട്ടുണ്ട്.

മറ്റൊരധ്യാപകൻ കെ.പി. അച്യുതമേനോനാണ്. എന്റെ അച്ഛന്റെ ബന്ധത്തിൽപ്പെട്ട ആളാണ്. അദ്ദേഹം ഒരു വർഷം മാത്രമേ ഉണ്ടായിരുന്നുള്ളൂ. ആ വർഷം പരീക്ഷ പാസ്സായി ഐ.എ.എസ്. കിട്ടി ബംഗാളിലേക്ക് പോയി. പിന്നീട് ദീർഘകാലം ബംഗാളിലായിരുന്നു. അദ്ദേഹത്തിന്റെ മരണം വരെ ഊഷ്മളമായ ബന്ധം നിലനിർത്താൻ എനിക്ക് സാധിച്ചത് ഒരു സുകൃതമായി ഞാൻ കരുതുന്നു. അദ്ദേഹം ദില്ലിയിൽ ഉണ്ടായിരുന്ന കാലത്ത് പലതവണ ഞാൻ കൂടെ താമസിച്ചിട്ടുണ്ട്. അദ്ദേഹം ഫാറൂഖ് കോളേജിലെ നല്ല നാളുകൾ എന്നും അനുസ്മരിക്കുമായിരുന്നു. കേരളത്തിലുണ്ടായ പല സംസ്കൃത കൃതികളും അദ്ദേഹം ഇംഗ്ലീഷിൽ തർജ്ജമ ചെയ്ത് വ്യാഖ്യാനത്തോടെ പ്രസിദ്ധീകരിച്ചിട്ടുണ്ട്.

ഞാൻ ഇന്ത്യൻ ഹിസ്റ്ററി കോൺഗ്രസ്സിന്റെ ജനറൽ സെക്രട്ടറിയായിരുന്ന (1982-85) കാലത്തൊരിക്കൽ ബംഗാളിൽ വാർഷികയോഗം ചേരുവാൻ തീരുമാനിച്ചു. പല സംസ്ഥാനങ്ങളിലായാണ് ഞങ്ങൾ യോഗം ചേരുക പതിവ്. ബർദ്വാൻ യൂണിവേഴ്സിറ്റിയിലായിരുന്നു വാർഷികയോഗം. ജ്യോതിബസുവാണ് അന്ന് മുഖ്യമന്ത്രി. അച്യുതമേനോൻ കുറച്ചു കാലം ബർദ്വാൻ ജില്ലാ കളക്ടർ ആയിട്ടുണ്ട്. അക്കാലത്ത് ഒട്ടേറെ ക്ഷേമ പ്രവർത്തനങ്ങൾ ചെയ്തതിനാൽ അവിടുത്തുകാർ നന്ദിപൂർവ്വമാണ് അച്യുതമേനോനെ അനുസ്മരിച്ചിരുന്നത്. വാർഷികയോഗം നടക്കുന്ന സമയത്ത് ഒരാഴ്ച ബർദ്വാനിൽ വന്ന് താമസിച്ച് ഞങ്ങൾക്കുവേണ്ട എല്ലാവിധ കാര്യങ്ങളും അദ്ദേഹം ചെയ്തുതന്നു. ഇതെല്ലാം ഫാറൂഖ് കോളേജിലുണ്ടായിരുന്ന ബന്ധത്തിന്റെ തുടർച്ചയായിട്ടാണ് സംഭവിച്ചത്.

മലബാറിലെ പിന്നോക്കാവസ്ഥയിലുള്ള സമുദായങ്ങൾക്കും സ്ത്രീ സമൂഹത്തിനും എന്നെപ്പോലുള്ളവർക്കും അക്കാലത്ത് ഫാറൂഖ് കോളേജ് വലിയൊരു അനുഗ്രഹമായിരുന്നു. അന്ന് ഈ സ്ഥാപനം ഇല്ലായിരുന്നെങ്കിൽ ഞാൻ ഉന്നത വിദ്യാഭ്യാസ രംഗത്തേക്ക് വരുമോ എന്ന കാര്യം സംശയമാണ്. ദൂരേക്കയച്ചു പഠിപ്പിക്കുവാൻ അന്നത്തെ കുടുംബ സാമ്പത്തികാവസ്ഥ അനുകൂലമായിരുന്നില്ല. അന്ന് മലബാറിൽനിന്നു മാത്രമല്ല, കൊച്ചി, തിരുവിതാംകൂർ പ്രദേശങ്ങളിൽനിന്നും കേരളത്തിന്റെ അങ്ങോളമിങ്ങോളമുള്ള, വിവിധ ജാതിമതസ്ഥരായ വിദ്യാർത്ഥികളും അദ്ധ്യാപകരും ഫാറൂഖ് കോളേജിലുണ്ടായിരുന്നു.

■

സുന്ദരിമാരും സുന്ദരന്മാരും

പുരാതനഭാരതത്തിലെ ഒരാശ്രമത്തിൽനിന്ന് പുറത്തുവന്ന, കറുത്തു കുള്ളനായ, തുളച്ചുകയറുന്ന നോട്ടത്തോടുകൂടിയ, ഒരു മഹർഷിവര്യൻ വക്കീൽ ഗുമസ്തന്റെ വേഷത്തിൽ പൊന്നാനിയിൽ ജീവിച്ചിരുന്നു. ഇടശ്ശേരി ഗോവിന്ദൻനായർ എന്നുപേർ. സത്യസന്ധൻ, അഹിംസാവാദി, കവി. ഹൈസ്കൂൾ പഠനകാലത്ത് അദ്ദേഹത്തെ പരിചയിക്കുവാനും അദ്ദേഹത്തിന്റെ ശിഷ്യന്മാരായ പി.സി.കുട്ടിക്കൃഷ്ണൻ, അക്കിത്തം അച്യുതൻ നമ്പൂതിരി, കടവനാട് കുട്ടിക്കൃഷ്ണൻ, ടി.ഗോപാലക്കുറുപ്പ് എന്നിവരേയും ആരാധകരായ ചമ്രവട്ടം ശങ്കുനായർ, ത്രേസ്യാ ടീച്ചർ , സുമിത്രൻ മാസ്റ്റർ, ചോഴുണ്ണി റിപ്പോർട്ടർ മുതലായവരേയും അടുത്തു കണ്ടു പരിചയിക്കാനും എട്ടും പൊട്ടും തിരിയാത്ത പ്രായത്തിൽ എനിക്ക് അവസരം കിട്ടി. അവരെല്ലാം ദേശീയപ്രസ്ഥാനത്തിലെ കുടുംബാംഗങ്ങളായിരുന്നു. അവർക്കിടയിൽ ഇളംതലമുറയിൽപ്പെട്ട ടി.വേണുക്കുറുപ്പ്, ഇ. ശ്രീധരൻ, ബാലകൃഷ്ണൻ, ഗാന്ധി ചന്ദ്രൻ എന്നിവരുടെ കൂട്ടുകാരനായിട്ടാണ് ഞാൻ എ.വി.സ്കൂൾ ക്ലാസ്സുകളിൽ കഴിഞ്ഞത്. പഠിത്തം മുറക്കു നടക്കുമ്പോഴും, നീലാകാശത്തിൽ വെള്ളിമേഘക്കീറുകൾ എന്നപോലെ അലസമായി സ്വപ്നങ്ങൾ മനസ്സിൽ ഒഴുകിപ്പാറുമ്പോഴും, ഞങ്ങളെയെല്ലാം അദൃശ്യമായ ഒരു ചങ്ങലയിൽ കെട്ടിയിരുന്നത് സാഹിത്യക്കമ്പമാണ്. കാവ്യ പാരായണം, സാഹിത്യചർച്ച, അക്ഷരശ്ലോകം, പത്രമാസികാവായന, കയ്യെഴുത്തുമാസിക, സ്വകാര്യമൗനാനുരാഗങ്ങൾ-അങ്ങനെയങ്ങനെ.

1. പൊന്നാനിക്കളരി

ഇത്രയും ആമുഖമായിപ്പറഞ്ഞത് ഉറൂബിന്റെ 'സുന്ദരികളും സുന്ദരന്മാരും' ഒരു കാലഘട്ടത്തിന്റെ, ഒരു തത്ത്വശാസ്ത്രത്തിന്റെ, പ്രദേശത്തിന്റെ, സൃഷ്ടിയാണെന്നു സൂചിപ്പിക്കാനാണ്. വെറുമൊരു കഥാകഥനമല്ല, ജീവിതസന്ദേശ പ്രചാരണമാണ് ഉറൂബിന്റെ ഉദ്ദേശ്യം. സൂക്ഷ്മനിരീക്ഷണവും വിദഗ്ദ്ധവർണ്ണനയും കാവ്യഭാഷയും എല്ലാം ആ ലക്ഷ്യസാക്ഷാത്ക്കാരത്തിനുള്ള ഉപകരണങ്ങളാണ്.

നേരത്തേ പറഞ്ഞ മഹർഷിവര്യൻ കേന്ദ്രമായ ഗ്രാമീണജീവിതത്തിൽ കേരളഗാന്ധിയായ കേളപ്പജിയുടെ- അദ്ദേഹം അവിടെത്തന്നെ കുറച്ചുകാലം സ്കൂൾ അദ്ധ്യാപകനായിരുന്നു- ആർഷഭാരതമൂല്യങ്ങളും മദിരാശിയിൽ സ്ഥിരതാമസമാക്കിയ പൊന്നാനിക്കാരൻ എം. ഗോവിന്ദന്റെ പാശ്ചാത്യമായ റോയിസ്റ്റ് ഹ്യൂമനിസവും ചേർന്നാണ് പൊന്നാനിക്കളരിയുടെ മുഖമുദ്രയായ ആ സാർവ്വത്രിക മനുഷ്യസ്നേഹം ഉടലെടുത്തത്; സാധാരണക്കാരുടെ ജീവിതത്തിൽ പരമ്പരാഗതമായ ഹിന്ദുത്വവും ഇസ്ലാമിസവും ചേർന്ന് വർണ്ണ ശബളമായ ഒരു സംസ്കാരത്തെ രൂപപ്പെടുത്തിയിരുന്നു. ഈ പശ്ചാത്തലത്തിലാണ് പുതിയ കാലത്തിന്റെ വ്യവസായങ്ങളും സംഘർഷങ്ങളും തെക്കെ മലബാറിലും വളർന്നത്. ഇരുപതാം നൂറ്റാണ്ടിൽ തെക്കെ മലബാറിൽ ജീവിച്ച മദ്ധ്യവർഗ്ഗത്തിന്റെ ഇതിഹാസമാണ് ഈ നോവലിൽ രൂപംകൊണ്ടത്.

പൊന്നാനിയുടെ മഹാനഗരം അന്ന് കോഴിക്കോടായിരുന്നു. മാത്രമല്ല, പൊന്നാനിക്കളരിയിലെ പി.സി. കുട്ടിക്കൃഷ്ണനനും (ഉറൂബ്) കടവനാട് കുട്ടിക്കൃഷ്ണനും അക്കിത്തവും ഇന്ത്യക്ക് സ്വാതന്ത്ര്യം കിട്ടി അധികം താമസിയാതെ കോഴിക്കോട്ടേക്ക് താമസം മാറ്റുകയും ചെയ്തു. പി.സി.യും അക്കിത്തവും എ.ഐ. ആറിലായതിനെത്തുടർന്ന് ഇടശ്ശേരിയും കവിത വായിക്കാൻ ഇടയ്ക്കിടെ അവിടെ ചെല്ലാൻ തുടങ്ങി.

വാസ്തവത്തിൽ ഇടശ്ശേരിയുടേയും ഉറൂബിന്റേയും സാഹിത്യ വ്യക്തിത്വങ്ങൾ ഇഴപിരിച്ചുകാണാൻ പ്രയാസമാണ്. ഗുരുവും ശിഷ്യനും കൂടിയാണ് ഒരു കുടുംബം ഉണ്ടാക്കിയത്. ജ്യേഷ്ഠാനുജത്തിമാരായിരുന്നു അവരുടെ ഭാര്യമാർ. കരുത്താർന്ന വ്യക്തിത്വമുള്ള ജാനകിയമ്മടീച്ചറും അനുസരണം മാത്രം ശീലിച്ചിരുന്ന ദേവകിയമ്മയും. ദൈനംദിന സഹവാസത്തിലൂടെ അവരുടെയെല്ലാം കാഴ്ചപ്പാടുകൾ ഒന്നായിമാറിയിരുന്നു. അതുകൊണ്ടാണ് നോവലിന്റെ തുടക്കത്തിൽ

“മർത്യൻ സുന്ദരനാണെ” എന്ന ഇടശ്ശേരി വരികളിലെ മഹാതത്ത്വം ആമുഖമായി ചേർത്തിരിക്കുന്നത്. വെറുതെ നാലുവരി ഉദ്ധരിക്കുന്ന മാമൂലല്ല, കഥയുടെ ആത്മാവിനെ ആവാഹിക്കലാണ് അതിലൂടെ നടക്കുന്നത്. “അപൂർണ്ണമാണളവുകോൽ” എന്ന പ്രഖ്യാപനം ഈ ജീവിത വീക്ഷണത്തിന് അടിവരയിടുന്നു.

വിഷമംപിടിച്ച ഒരു പ്രസവത്തിലൂടെ പുതിയ ഒരു മനുഷ്യക്കുഞ്ഞിന്റെ ലോകത്തിലേക്കുള്ള വരവിനെ വർണ്ണിച്ചുകൊണ്ടാണ് നോവൽ തുടങ്ങുന്നത്. ഒരു വർഷം മുഴുവൻ കഥ മനസ്സിൽ കൊണ്ടുനടന്നു. 1954 മാർച്ചിൽ ഉറൂബ് എഴുതാൻ തുടങ്ങി. ഒക്ടോബറിൽ എഴുതിത്തീർന്നു. ഓരോ ആഴ്ചയും മാതൃഭൂമി ആഴ്ചപ്പതിപ്പിന്റെ പത്രാധിപരായ എൻ.വി. കൃഷ്ണവാര്യരെ ഓരോ കഥ ഏല്പിക്കുകയായിരുന്നു. അതിന്റെ

അർത്ഥം കഥാപാത്രങ്ങളും സംഭവങ്ങളും വ്യക്തമായി മനസ്സിൽ കൊണ്ടു നടന്നു വീണ്ടും വീണ്ടും ചർച്ച നടത്തിക്കൊണ്ടിരുന്നു എന്നാണല്ലോ. അങ്ങനെ ചെയ്തതുകൊണ്ട് ആ സമയബന്ധിതമായ തിരക്കിന്റെ ഫലമായി ഉള്ളിൽനിന്ന് സ്വയം പൊന്തിവരുന്നതിന്റെ ഒരൊഴുക്ക്, സ്വാഭാവികത, നഷ്ടപ്പെട്ടിട്ടില്ല എന്നു കാണാം. എന്നാൽ അവിടവിടെ വിശദാംശങ്ങളിൽ ശ്രദ്ധക്കുറവും പറ്റിയിട്ടുണ്ടാവാം. പലതവണ മിനുക്കുപണി ചെയ്യാൻ അവസരം കിട്ടാത്തതുകൊണ്ട് പരുക്കൻ ഭാഗങ്ങൾ അങ്ങനെത്തന്നെ ബാക്കിയാവും. കൃത്രിമത്വം കുറഞ്ഞിരിക്കും എന്നത് ഒരു മേന്മയാണ്. പക്ഷേ ഉറൂബിന്റെ അസാധാരണമായ ഓർമ്മശക്തിയും നിരീക്ഷണവൈദഗ്ധ്യവും ഭാഷാസ്വാധീനവും ഒക്കെ സമ്മതിച്ചുകൊടുത്താലും ചില കുഴപ്പങ്ങൾ അവശേഷിക്കും. അങ്ങനെയാണ് ഭൂമിയുടെ അറ്റത്തേക്കുപോയ കുട്ടിക്ക് വളർച്ചയില്ലാതെ വന്നപ്പോൾ ആരോ വായനക്കാർ ചൂണ്ടിക്കാണിച്ച് അവനെ ചികിത്സിക്കേണ്ടിവന്നത്.

ഇതെഴുതുന്ന കാലത്ത് ഞാൻ പലപ്പോഴും ഉറൂബിന്റെ സഹചരനായിരുന്നു. ഞങ്ങൾ നിരന്തരം സംഭാഷണങ്ങളിൽ ഏർപ്പെട്ടുകൊണ്ടിരുന്നു. അങ്ങനെയൊരു ഭാഗ്യം എനിക്കുണ്ടായി. പുസ്തകപ്പുഴുവായതുകൊണ്ട് കളികളോ സിനിമകളോ എന്നെ ആകർഷിച്ചില്ല. പൊന്നാനി എ.വി. സ്കൂളിൽ പഠിക്കുന്ന കാലം മുതൽ ഒരനുജനെപ്പോലെ താത്പര്യത്തോടെയാണ് പി.സി എന്നോടു പെരുമാറിയത്. കവിതക്കമ്പം കാരണം ഇടശ്ശേരിക്കും എന്നോട് ഉള്ളടുപ്പമുണ്ടായിരുന്നു. പി.സിക്ക് എന്റെ അച്ഛന്റെ വീട്ടുകാരായ മേനോന്മാർ വഴി ഒരകന്ന ബന്ധവും ഉണ്ടായിരുന്നു. മേനോന്റെ മേനി എന്നു പറയാറില്ലേ? ആ ശുംഭത്തം തറവാടു തകർച്ചയുടെയും ധനക്ഷയത്തിന്റെയും പശ്ചാത്തലത്തിൽ വളരെ പ്രകടമായി വളർന്നിരുന്നു. അത്രതന്നെ ശുംഭത്തമില്ലാത്ത പരപ്പനങ്ങാടിയിൽ ഉള്ള ഒരു തറവാട്ടിൽനിന്നു വന്ന എനിക്ക് ഈ നാട്യങ്ങളോട് സഹതാപവും പരിഹാസവും തോന്നി. പി.സി. സ്നേഹിച്ചു കല്യാണം കഴിച്ചത് ഒരു 'താണ' നായർ കുടുംബത്തിൽപ്പെട്ട ഇടശ്ശേരിയുടെ പത്നീ സഹോദരിയെ ആയിരുന്നതുകൊണ്ടും മേനോന്മാരുടെ 'സാമൂഹികമൂല്യങ്ങൾ' അദ്ദേഹവും തള്ളിക്കളഞ്ഞിരുന്നതുകൊണ്ടും ഞങ്ങൾക്കുതമ്മിൽ സ്വാഭാവികമായ മനപ്പൊരുത്തമുണ്ടായിരുന്നു. വികാരവിചാരങ്ങളുടെ റേഞ്ച് തുല്യമായിരുന്നു.

ഗുരുവായൂരപ്പൻ കോളേജിൽ ചരിത്രാധ്യാപകനായിരുന്ന ഞാൻ കോഴിക്കോട്ടു വന്നപ്പോൾ ആ സൗഹൃദം ഒന്നുകൂടി ശക്തമായി. താൻ ഔപചാരിക വിദ്യാഭ്യാസം കുറഞ്ഞ ഒരാളാണെന്നും ഞാൻ ആംഗല ഭാഷയിലുംകൂടി മിടുക്കനാണെന്നും ഉള്ള കോംപ്ലക്സ് കാരണം തന്റെ ജീവിതജ്ഞാനം എന്റേതിനേക്കാൾ മേലെ ആണെന്നു തെളിയിക്കാൻ

പി.സി. എപ്പോഴും ശ്രദ്ധിച്ചുപോന്നു. അത് ശരിയുമായിരുന്നു. ഞാൻ തുറന്ന മനസ്സോടെ അദ്ദേഹത്തിന്റെ കൂടെ നടന്ന് ശ്രോതാവും ശിഷ്യനുമായി. പലപ്പോഴും ഞാൻ ബീച്ചിലുള്ള റേഡിയോ സ്റ്റേഷനിൽച്ചെന്നു. വൈകുന്നേരം ഞങ്ങൾ പലരും ഒരുമിച്ചു പുറത്തിറങ്ങി ചായ കഴിച്ച്, കണ്ടവരെയെല്ലാം കളിയാക്കി, പരദൂഷണം ഉത്സവമാക്കി, സാഹിത്യക്കൂട്ടായ്മയാഘോഷിച്ചു. പലപ്പോഴും എൻ.പി. മുഹമ്മദോ, തിക്കോടിയനോ, അക്കിത്തമോ കക്കാടോ കൊടുങ്ങല്ലൂരോ കൂട്ടിനുണ്ടാവും. മിഠായിത്തെരുവിലൂടെയും മാനാഞ്ചിറ മൈതാനത്തിലൂടെയും ഇടനിരത്തുകളിലൂടെയും തെണ്ടിനടന്നു. പിന്നെ ചില സന്ദർശനങ്ങളുണ്ട്. പി.സി. നാട്ടിൽനിന്ന് അവശരായ ചില രോഗികളെ കോഴിക്കോട്ടു കൊണ്ടുവന്ന് ആസ്പത്രികളിലാക്കി നല്ല ചില ഡോക്ടർമാരുടെ സേവ പിടിച്ചു സംരക്ഷിച്ചുപോന്നു. അവരെ കാണണം. ആസ്പത്രി സന്ദർശനം കൂടി കഴിയുമ്പോൾ മണി ഒമ്പതോ പത്തോ ആവും. ഒരേയൊരു ശിഷ്യൻ മാത്രമേ കൂടെ ഉണ്ടാവുകയുള്ളൂ. ഒന്നുകിൽ അദ്ദേഹത്തിന്റെ നടക്കാവിലെ വീട്, അല്ലെങ്കിൽ എന്റെ ബിലാത്തിക്കുളത്തെ വീട്. വർത്തമാനങ്ങൾ - കഥകൾ - അനന്തമായി അവ നീളും. ചിലപ്പോൾ പാതിരയാവും. അങ്ങനെ ഉറൂബിന്റെ പല കഥാപാത്രങ്ങളേയും ഞാൻ മുമ്പേ പരിചയപ്പെട്ടിരുന്നു. ചിലരുടെ മാതൃകാവ്യക്തികളെയും നാട്ടിലോ കോഴിക്കോട്ടോ ഉള്ള ഞങ്ങളുടെ പൊതുസൗഹൃദ വൃത്തങ്ങളിൽ നിന്നെടുത്തതുകൊണ്ട് എനിക്കു തിരിച്ചറിയാൻ കഴിയുമായിരുന്നു.

2. ഇരുപതാം നൂറ്റാണ്ടിന്റെ ഉത്തരാർദ്ധം

തൊള്ളായിരത്തി നാല്പതുകൾവരെയുള്ള ആൺ-പെൺ കഥാപാത്രങ്ങളെ, അവർ തറവാട്ടിലെ നായർ പെൺകുട്ടികളോ, കോടതി വ്യവഹാരികളോ, അങ്ങാടി വ്യാപാരികളോ ആരുമാകട്ടെ, പി.സിക്ക് ഉള്ളം കൈയിലെ വരപോലെ അടുത്തറിയാമായിരുന്നു. അവരുടെ ഉള്ളിന്റെ ഉള്ളിലെ രഹസ്യമോഹങ്ങൾപോലും അദ്ദേഹം അനായാസം കണ്ടെത്തി പുറത്തെടുത്തിട്ട് നമ്മെ അദ്ഭുതപ്പെടുത്തും. ഉമ്മാച്ചുവും അബ്ദുവും പി.സിക്ക് അന്യരല്ല. ചാപ്പുണ്ണിനായരും ഉമ്മാച്ചുവും തമ്മിലുള്ള നിശ്ശബ്ദ പ്രണയം അവരിരുവർക്കും അറിയില്ലെങ്കിലും പി.സിക്കറിയാം. ചിന്നമ്മു ടീച്ചറേയും അറിയാം. ഈ പരഹൃദയജ്ഞാനം പി.സിക്ക് വായനയിൽക്കൂടിയല്ല വാസനയിൽക്കൂടി ലഭിച്ചതാണ്. എന്നാൽ അതിനുശേഷമുള്ള തലമുറയെത്തുമ്പോഴേക്ക് - പി.സിയുടെ പരഹൃദയജ്ഞാനം കുറഞ്ഞുവരുന്നു. അവരുടെ കഥ രസമായി പറയുമ്പോഴും അവരെ, അവരുടെ സ്വഭാവഘടനയിലെ പുതിയ ഘടകങ്ങളെ, വേണ്ടത്ര മനസ്സിലാക്കിയില്ല എന്നെനിക്കു തോന്നി. ചുരുക്കത്തിൽ എന്റെ തലമുറയിൽപ്പെട്ട യുവതീ

യുവാക്കളെ, അവരിലെ തൊഴിലാളികളെയും മുതലാളികളെയും രാഷ്ട്രീയക്കാരെയും സാധാരണക്കാരെയും കഴിഞ്ഞ തലമുറയുടെ വാർപ്പിൽത്തന്നെയാണ് കഥയിൽ ചിത്രീകരിച്ചത് എന്ന് ഞാൻ വാദിച്ചു. അതിന്മേൽ പലപ്പോഴും തർക്കവിതർക്കങ്ങളുണ്ടായി. അപ്പോഴൊക്കെ ആ വളർന്ന കലാകാരന്റെ വളർച്ചമുട്ടിയിട്ടില്ലാത്ത, വികസനോന്മുഖമായ നവ നവപ്രതിഭാവൈഭവമാണ് എന്നെ ആകർഷിച്ചത്. എൻ.പി. മുഹമ്മദിന് എഴുത്തുകാരനെന്ന നിലയിൽ ഉറൂബിനോട് ആദരവും അസൂയയും ഉണ്ടായിരുന്നു. എൻ.പി. അദ്ദേഹത്തെ കളിയാക്കാൻ ശ്രമിക്കുമ്പോൾ ഞാനും കൂടും. പക്ഷേ ഇതിലൊന്നും ആർക്കും പകയോ പരിഭ്രമമോ ഉണ്ടായിരുന്നില്ല.

ഇത്രയും ഇവിടെ ആമുഖമായി പറഞ്ഞത് ചരിത്രത്തിൽനിന്ന് സമകാലസമൂഹത്തിലേക്കുള്ള, ഭൂതത്തിൽനിന്ന് വർത്തമാനത്തിലേക്കും വർത്തമാനത്തിൽനിന്നു ഭാവിയിലേക്കും ഉള്ള, ബോധപൂർവമായ ഒരു യാത്ര ഉറൂബിന്റെ 'ഉമ്മാച്ചു', 'സുന്ദരികളും സുന്ദരന്മാരും' എന്നീ കൃതികളിൽ കാണപ്പെടുന്നു എന്ന വസ്തുത ഉറപ്പിക്കാൻ വേണ്ടിയാണ്. തറവാട്ടിൽ ജനിച്ചെങ്കിലും കഷ്ടപ്പാടുകളിലൂടെ വളർന്ന സ്വന്തം ജീവിതസമരത്തിൽനിന്ന് ഉരുത്തിരിഞ്ഞ മനഃശാസ്ത്രജ്ഞാനവും ഇടശ്ശേരിയുടെ സഹവാസത്തിൽനിന്നുണ്ടായ കാവ്യപ്രചോദനവും ഔപചാരികമായ ഇംഗ്ലീഷ് വിദ്യാഭ്യാസത്തിന്റെ അഭാവം പരിഹരിക്കാൻ സ്വയം നടത്തിയ ഇംഗ്ലീഷ് സാഹിത്യവായനയുമാണ് ഉറൂബിനെ ഉറൂബാക്കിയത്.

പി.സിയുടെ 'ഉമ്മാച്ചു'വും 'സുന്ദരികളും സുന്ദരന്മാരും' പുറത്തുവരുന്നതുവരെ ചന്തുമേനോൻ തൊട്ടു ബഷീറും തകഴിയും വരെയുള്ള മലയാളത്തിലെ നല്ല നോവലിസ്റ്റുകൾ എല്ലാം സ്വൈര്യമായി വീട്ടിലിരുന്ന് കഥയെഴുതി വെട്ടിത്തിരുത്തി വായിച്ചുനോക്കി തൃപ്തിയടഞ്ഞിട്ടാണ് നോവൽ പുറത്തിറക്കിയിരുന്നത്. അപൂർവ്വം ചിലപ്പോൾ തിരുത്തിയെന്നും വരും. എന്നാൽ ആൾ ഇന്ത്യാ റേഡിയോവിൽ രാപകൽ തത്സമയ പ്രക്ഷേപണങ്ങളും റേഡിയോ നാടകങ്ങളും നടത്തിയിരുന്ന ഉറൂബ് ഒരു തിരക്കുപിടിച്ച പത്രമാധ്യമപ്രവർത്തകനും കൂടിയായിരുന്നു.

മനസ്സിൽ കഥയുടെ രേഖാരൂപം വരച്ച് കൊല്ലങ്ങളോളം കൊണ്ടുനടന്നെങ്കിലും എഴുത്ത് ഏറെ ധൃതിപിടിച്ചായിരുന്നു. ഓരോ ചെറുകഷണങ്ങളായി അപ്പപ്പോൾ പ്രസിദ്ധീകരിക്കുകയും ചെയ്തു. 'തുടർക്കഥ' എന്ന് ആ സാഹിത്യരൂപത്തിന് ഒരു പുതിയ പേരും വീണു. മന്ദഗതിയിൽ സംഭവങ്ങൾ നീങ്ങുന്ന നോവലിനേക്കാൾ ചടുലമായി ഓടുന്ന ചലച്ചിത്രത്തോടാണ് ആ കഥകൾക്ക്, പ്രത്യേകിച്ചും രണ്ടാമത്തേതിന്, സാമ്യമുള്ളത്. അതാകട്ടെ ഗതിവേഗമുള്ള ആധുനിക ജീവിതത്തിന് കൂടുതൽ

ഇണങ്ങിയതുമാണ്. എന്നാൽ ഓരോ ആഴ്ചയിലും ഉദ്വേഗജനകമായ എന്തെങ്കിലും കാഴ്ചവെക്കേണ്ടതുകൊണ്ട് സൂക്ഷിച്ചില്ലെങ്കിൽ സെന്റിമെന്റലിസവും ഉപരിപ്ലവതയും കടന്നുവരാം. ഈ പ്രവണതയെ പി.സി. പ്രതിരോധിച്ചത് എഴുത്തിലുള്ള കാവ്യപ്പൊലിമകൊണ്ടും കഥാപാത്രങ്ങളുടെ മനസ്സറിഞ്ഞുകൊണ്ടുമാണ്. ആഴവും സങ്കീർണതയും ബലികഴിക്കാതെ വായനാകൗതുകം നിലനിർത്താൻ അദ്ദേഹത്തിനു കഴിഞ്ഞു.

ആധുനിക മലബാറിലെ മധ്യവർഗസമൂഹത്തിന്റെ ഇതിഹാസമാണിത്. നായകനോ നായികയോ ഇല്ല. ഒരാളുടെയോ കുടുംബത്തിന്റെയോ കഥയല്ല. മധ്യമലബാറിലെ മധ്യവർഗസമൂഹം മാപ്പിളലഹളയിലൂടെ, ദേശീയപ്രസ്ഥാനത്തിലൂടെ, സ്വാതന്ത്ര്യസമരത്തിലൂടെ, പിന്നീട് വർഗസംഘർഷങ്ങളിലൂടെ മൂന്നോ നാലോ തലമുറകൾ കടന്നുപോന്നതിന്റെ ചരിത്രം കാവ്യാത്മകമായി വരച്ചുവെച്ചിരിക്കുന്നു. ഇതിഹാസ സമാനമുള്ള സംഭവങ്ങൾ, വീരഗുണങ്ങളും ആദർശനിഷ്ഠയും ശക്തമായ വ്യക്തിത്വവും ഉള്ള നായികാനായകന്മാർ - അവയുടെ ഇരകളുമായി മാറുന്ന സാധാരണക്കാരും ആയ വ്യക്തികളുടെ ദൈനംദിന ജീവിത സംഘർഷങ്ങളിലൂടെയാണ് അദ്ദേഹം സാമൂഹികപരിവർത്തനങ്ങൾ രേഖപ്പെടുത്തുന്നത്. ആ പരിവർത്തനങ്ങളിൽ തങ്ങൾ വഹിക്കുന്ന പങ്കിനെപ്പറ്റിയോ ഭവിഷ്യത്തുകളെപ്പറ്റിയോ കഥാപാത്രങ്ങൾ ബോധവാന്മാരല്ല. പക്ഷേ നോവലിസ്റ്റ് അതു കാണുകയും കണ്ട ഭാവം നടിക്കാതെ അവരുടെ ചെറിയ വികാരവിക്ഷോഭങ്ങളെ പിന്തുടരുകയും ചെയ്തു.

പ്രക്ഷുബ്ധകാലത്തിന്റെ അടയാളമായി മാപ്പിളലഹളയിൽപ്പെട്ട് അഭയാർത്ഥിയാവുകയും അതിനിടയിൽ ഗർഭിണിയാവുകയും തന്റെ രക്ഷകൻ കൈവിട്ടുപോവുകയും ചെയ്ത ഒരു സ്ത്രീയുടെ പ്രസവാരംഭത്തിലുള്ള നിസ്സഹായമായ തേങ്ങലോടെയാണ് ഇതിഹാസം തുടങ്ങുന്നത് എന്നു പറഞ്ഞുവല്ലോ. യാദൃച്ഛികമായി രക്ഷകനെത്തുന്നു. ആ സ്ത്രീ മരിച്ചെങ്കിലും പുതിയ കാലത്തിന്റെ പ്രജ ശേഷിക്കുന്നു. അപ്രതീക്ഷിതമായ സംഭവപരമ്പരകളിലൂടെ ആ മാനുഷബീജം വളരുന്നു.

പുതിയ സ്ഥലം, നഗരം, പുതിയ കാലത്തിന്റെ വെല്ലുവിളികൾ.

"ഉമ്മാച്ചു എഴുതാൻ തുടങ്ങുമ്പോൾ ഒരു സ്ത്രീ ഹൃദയത്തിന്റെ പ്രക്രിയാവിശേഷങ്ങളായിരുന്നു എന്റെ മനസ്സിൽ മുന്നിട്ടുനിന്നിരുന്നത്. ഈ പുസ്തകമെഴുതുമ്പോഴാകട്ടെ എല്ലാ കഥാപാത്രങ്ങളുംകൂടി സൃഷ്ടിക്കുന്ന ഭൗതികവും മാനസികവുമായ അന്തരീക്ഷത്തിന്റെ വ്യാപ്തിയും സമ്മർദ്ദവുമാണ് മനസ്സിൽ പൊന്തിനിന്നത്" എന്ന് ഗ്രന്ഥകാരൻ പറയുന്നത് ആത്മാർത്ഥമായ ഒരു സത്യവാങ്മൂലമാണ്.

അവസാന അധ്യായങ്ങളിൽ പുതിയ ചെറുപ്പക്കാരുടെ പെരുമാറ്റങ്ങൾ വർണിക്കുന്നിടത്ത് ആ പഴയ മനുഷ്യഹൃദയജ്ഞാനം പ്രത്യക്ഷപ്പെടുന്നില്ലെന്ന് എനിക്കു മാത്രമല്ല, ഞങ്ങളുടെ മറ്റു ചില സാഹിത്യ സുഹൃത്തുക്കൾക്കും തോന്നിയിരുന്നു. അത്രയും വലിയ എഴുത്തുകാരനോട് അത്രയ്ക്കടുപ്പവും സ്വാതന്ത്ര്യവും ഉള്ളവർ മാത്രമേ അതെല്ലാം തുറന്നുപറയാൻ തുനിഞ്ഞിരുന്നുള്ളൂ. തലമുറകൾ തമ്മിലുള്ള ദൂരം അതിലൊക്കെ പ്രത്യക്ഷപ്പെട്ടിരിക്കാം. സാധാരണ കഥയെഴുത്തുകാർ തങ്ങൾക്ക് പരിചിതമായ പ്രായാതിർത്തിയിൽ നിർത്തുകയാണ് പതിവ്. എന്നാൽ ഉറൂബിന് ഇളംതലമുറയെക്കൂടി മനസ്സിലാക്കണമെന്നും സ്വാധീനിക്കണമെന്നും വാശിയുണ്ടായിരുന്നു. ഈ അസാധാരണത്വത്തിൽ നമ്മുടെ സാഹിത്യരംഗത്ത് അദ്ദേഹം ഏകാകിയാണ്. പക്ഷേ കാലത്തോട് മത്സരിച്ചാൽ ജയിക്കാനൊക്കുമോ?

3. മാനവികതയുടെ സന്ദേശം

തന്റെ കാലത്തോളമുള്ള മലബാർ സമൂഹത്തിന്റെ, അതിലെ മധ്യവർഗത്തിന്റെ, മാറ്റങ്ങളും സംഘർഷങ്ങളും അതേപടി രേഖപ്പെടുത്താൻ പാടുപെട്ട ഉറൂബ് സുന്ദരികളും സുന്ദരന്മാരുമായി എത്ര കഥാപാത്രങ്ങളെയാണ് കാണുന്നത്. മുപ്പത്തിരണ്ടോളം പേർ അരങ്ങത്തു വന്നുപോകുന്നു. ഒരാളും അധികപ്പറ്റല്ല - കഥയുടെ തുടക്കത്തിലുള്ള കുഞ്ഞുക്കുട്ടിയും രാമൻനായരും കൂട്ടരും തുടങ്ങി ഖദീജയുടെ മക്കളുടെ പുതിയാപ്ല വരെയും തന്നെ തിരയുന്ന മാസ്റ്റർവരെയും എല്ലാവരും കഥയിൽ നിറഞ്ഞു നിൽക്കുന്നു. 'വരൂ', 'എന്റെ കൈപിടിടിച്ചോളൂ' എന്നു പറഞ്ഞ് രാമൻ നായർ ഏങ്ങലടിക്കുന്ന കുഞ്ഞുക്കുട്ടിയെ ജീവിതത്തിലേക്ക് കൈപിടിച്ചു കയറ്റുന്നതോടെ ചുരുളഴിഞ്ഞ കുഴപ്പങ്ങൾ ആ വലിയ ലഹളക്കാലത്തിന്റെ ഓർമ്മകൾ പുതുക്കുന്നു. പുതിയ ജീവിതം വിരിയുന്നു. ചില നല്ല ശൃംഗാരബന്ധങ്ങൾ, തൊഴിൽ ചെയ്ത് കുടുംബത്തിന് അപമാനമൊന്നും വരുത്താത്ത നല്ല നായന്മാർ, സിങ്കപ്പൂർക്കാരൻ തട്ടിക്കൊണ്ടു പോയി രക്ഷപ്പെടുത്തിയ ലക്ഷ്മിക്കുട്ടി, ഖിലാഫത്തിന്റെ സന്തതികൾ. തീയും പുകയും നിറഞ്ഞ തിരക്കുപിടിച്ച രാത്രി. മാസ്റ്ററുടെ ദരിദ്ര കുടുംബം. മാധവിയമ്മ പെറ്റിട്ടും പെറാതെയും കുട്ടികളെ വളർത്തണം. ഒരു താളവട്ടം കഴിഞ്ഞ് കണ്ണുതുറക്കുമ്പോൾ ഒരു ചെറിയ പട്ടണം. ഒരു പുതിയ നളചരിതം കഥകളി. ഒരു ലോകമഹായുദ്ധം. ഭൂമിയുടെ അറ്റത്തേക്ക് ഒരു കുട്ടിയുടെ അന്വേഷണയാത്ര. കള്ളിയിൽപ്പെടുത്താൻ കഴിയാത്ത ബന്ധങ്ങൾ, വിശ്വനാഥൻ, 1931ലെ ദേശീയപ്രസ്ഥാനം; നീണ്ടു പോകുന്ന റെയിൽപ്പാളങ്ങൾ, വീണ്ടും കണ്ടുമുട്ടുന്നവർ, കൃഷ്ണൻ നമ്പിടിയുടെ മകനായ കാർത്തികേയൻ, ദിവാൻജി എന്ന ഓമനപ്പേർ.

സ്വാതന്ത്ര്യസമരത്തിലെ കരിങ്കാലിപ്പണി. ഓട്ടുകമ്പനി മുതലാളിയുടെ ജൈത്രയാത്ര, പുതിയ കാലത്തിന്റെ സദാചാരനിയമങ്ങൾ, കുഞ്ഞിരാമൻ എന്ന തൊഴിലാളി നേതാവ്, തൊഴിലന്വേഷണം, പണിമുടക്ക്, വിഫല മായ വിപ്ലവസ്വപ്നങ്ങൾ. അതിനിടയിൽ കരയുന്ന മനുഷ്യാത്മാക്കൾ. ശാന്ത ഒരു പ്രഹേളികയാണെങ്കിൽ രാധയും അങ്ങനെത്തന്നെ. അതു പോലെ ദിവാൻജിയും കുഞ്ഞിരാമനും ആധുനികസമൂഹത്തിലെ ഉത്തര മില്ലാത്ത ചോദ്യചിഹ്നങ്ങളാണ്.

മാപ്പിളലഹളയോ, മഹായുദ്ധമോ, സ്വാതന്ത്ര്യസമരമോ, വർഗ സമരമോ, എന്തുണ്ടായാലും കാലം എങ്ങനെ കലങ്ങിമറിഞ്ഞാലും അതിലൊക്കെയുള്ള നടീനടന്മാർ, മുതലാളിയും വിപ്ലവകാരിയും ഒറ്റു കാരനും ഒരുപോലെ മനുഷ്യരാണ്, സുന്ദരികളും സുന്ദരന്മാരുമാണ്. സ്ത്രീയുടെ സാന്ത്വനം പുരുഷനാവശ്യമാണ്. എല്ലാറ്റിന്റെയും അടിയൊഴു ക്കായി, ചിരന്തനമായ ജീവിതേച്ഛയെ മാനിച്ചുകൊണ്ട്, സ്ത്രീ പുരുഷ ബന്ധങ്ങൾ മനുഷ്യവർഗത്തെ നിലനിർത്തുന്നു - ഇതാണ് ഉറൂബിന്റെ ദർശനം; മനുഷ്യഭാവനയ്ക്ക് ഏതു കഷ്ടപ്പാടിനെയും കവിതാത്മകമായി സുന്ദരമായി, മാറ്റിത്തീർക്കാമെന്ന അയഥാർത്ഥമായ, എന്നാൽ ദുരന്ത ങ്ങൾക്കിടയിൽ ആശ്വാസകരമായ,, മാനവികമായ, റൊമാന്റിക് ദർശനം.

ഉറൂബിന്റെ ഈ വലിയ കഥ സമൂഹത്തെ നവീകരിക്കാനുള്ള ഒരു മാനിഫെസ്റ്റോയും നമുക്കു നൽകുന്നില്ല. യാഥാസ്ഥിതികനായ വേദാന്തി യുടെ കാഴ്ചപ്പാട് കവിതയിൽപ്പൊതിഞ്ഞ് ഒന്നുകൂടി അവതരിപ്പിക്കുന്നു. എന്നാൽ കഥ വായിക്കുമ്പോൾ അവിടെ മഹാനായ ഒരു മനുഷ്യസ്നേഹി യുടെ, ദൈവത്തിന്റെ കണ്ണുകൊണ്ട് ലോകത്തെ കാണുന്ന ഒരു കവി യുടെ, സാന്നിധ്യം നാം അനുഭവിക്കുന്നു. ഇതു നമ്മെ കുറെക്കൂടി ശക്തരോ ആവേശഭരിതരോ പ്രതീക്ഷാസമ്പന്നരോ ആക്കുന്നില്ലാ യിരിക്കാം. എന്നാൽ ഈ മനുഷ്യരേയും നമ്മുടെ ചുറ്റുമുള്ള മറ്റു മനുഷ്യ രേയും നാം കൂടുതൽ മനസ്സിലാക്കുന്നു. എല്ലാവർക്കും മാപ്പുകൊടു ക്കുന്നു. അതോടെ ഒന്നിലും കുലുങ്ങാത്ത മനസ്സമാധാനത്തിന്റെ കരയി ലേക്ക് നാം കൂടുതൽ അടുക്കുന്നു. അതല്ലേ, അതു മാത്രമല്ലേ, ഐതി ഹാസിക സാഹിത്യത്തിന്റെ പരമപ്രയോജനം?

4. ഉറൂബും സമകാലിക സമൂഹവും

ഉറൂബിന് താൻ പിളർന്നുവളർന്ന നായർ-മേനോൻ സമൂഹത്തിന്റെ അനുഭാവമോ പിന്തുണയോ ഉണ്ടായിരുന്നില്ല. എൻ.എസ്.എസ് മനോ ഭാവക്കാർ അദ്ദേഹത്തെ കണ്ടതായി നടിച്ചില്ല. ദേശീയപ്രസ്ഥാനക്കാരോ ടുള്ള അടുപ്പത്തിലും പാശ്ചാത്യാധുനികാശയങ്ങളുമായുള്ള വേഴ്ചയിലും

കൂടി ഉറൂബ് നായർ സമുദായത്തിലെ നിഷേധിയായി മാറി. ഒരാചാരത്തിലും സംഘടനയിലും അദ്ദേഹം പങ്കുചേർന്നില്ല. നാഷണൽ കോൺഗ്രസ്സിന്റെ അന്തരീക്ഷത്തോടാണ് പി.സിക്ക് ഇണക്കമെങ്കിലും സ്വാതന്ത്ര്യലബ്ധിക്കുശേഷം ആ പ്രസ്ഥാനത്തിലെ നേതാക്കന്മാർക്കു സാഹിത്യകലാദികളെന്നല്ല അക്ഷരലോകം തന്നെ അന്യമായിക്കഴിഞ്ഞിരുന്നു. പ്രാദേശികനേതാക്കളുടെ ചെറിയമനസ്സുകളും ചെറ്റത്തരങ്ങളും ഇടശ്ശേരി-ഉറൂബ് സംഘത്തെ അംഗീകരിക്കുവാൻ തടസ്സമായിരുന്നു. ഇവർ തറവാടിത്തത്തെയോ മന്ത്രിമാരെയോ ആദരിക്കാൻ പഠിച്ചിരുന്നതുമില്ല.

നാല്പതുകളിലും അമ്പതുകളിലും അറുപതുകളിലും ഒക്കെ സ്റ്റാലിനിസ്റ്റ് സ്വാധീനമുള്ള കമ്യൂണിസ്റ്റ് കക്ഷിയുടെ അല്പന്മാരായ നേതാക്കളാണ് കേരളീയ സാഹിത്യലോകത്തെ സംഘടനകളിൽക്കൂടി അടക്കിഭരിച്ചത്. ആ സംഘടനകൾക്കു വഴിപ്പെട്ട് മുഖസ്തുതിയിലൂടെ കപ്പംകൊടുത്തു ജീവിക്കുവാനും പി.സി. പഠിച്ചിരുന്നില്ല. അത്രത്തോളം തന്റേടിയും ധിക്കാരിയും അഹങ്കാരിയും ആയിരുന്നു. ആധുനികതയും മാനവികതയും ആണ് പൊന്നാനിക്കളരിയുടെ സർഗാത്മകതയെ ഏറ്റവുമധികം പ്രതിനിധീകരിക്കുന്ന ഇടശ്ശേരിയും ഉറൂബും നെഞ്ഞേറ്റി ലാളിച്ചത്. എം. ഗോവിന്ദനും എം.വി. ദേവനും ഞാനും എൻ.പി. മുഹമ്മദുമൊക്കെയാണ് പി.സിയെ ആദരിക്കാൻ തയ്യാറായത്. ഞങ്ങളൊന്നും കേരളസമൂഹത്തിന്റെ സാംസ്കാരിക നേതാക്കളായി ഗണിക്കപ്പെട്ടിരുന്നില്ല. ഗണിക്കപ്പെടണമെന്ന മോഹവും ആധുനിക വ്യക്തികളെന്ന് അഭിമാനിച്ച ഞങ്ങളിൽ വേരൂന്നിയില്ല. കമ്യൂണിസ്റ്റ് വിപ്ലവസാഹിത്യക്കാർ ചെറുകാടിനെയാണ് ഉറൂബിനേക്കാൾ വലിയ കഥാകൃത്തായി കൊണ്ടുനടന്നത്. ബഷീറിന് ഉണർന്നുവരുന്ന മാപ്പിളസമുദായത്തിന്റെയും തകഴിക്ക് ആദ്യകാലത്തൊക്കെ പു.ക.സക്കാരുടെയും സ്വാഭാവികമോ സംഘടിതമോ ആയ സഹായമുണ്ടായിരുന്നു. എന്നാൽ ഉറൂബിന് മാതൃഭൂമി ആഴ്ചപ്പതിപ്പ് വായനക്കാരുടെയും അക്കൂട്ടത്തിൽ കുറെ സഹൃദയരുടെയും അസംഘടിതമായ ആദരവല്ലാതെ മറ്റൊന്നും കിട്ടിയില്ല. മാത്രമല്ല, അദ്ദേഹത്തിന്റെ കഥാപാത്രങ്ങളും സംഭവങ്ങളും തെക്കൻ മലബാറിന്റേതായതിനാൽ കൊച്ചിയിലേയും തിരുവിതാംകൂറിലേയും സാഹിത്യാസ്വാദകലോകം സഞ്ജയനെപ്പോലെ ഉറൂബിനെയും സ്വന്തമായി കരുതാൻ ഇടവന്നില്ല. ഇങ്ങനെ സമുദായമോ രാഷ്ട്രീയകക്ഷിയോ അവകാശപ്പെടാനില്ലാത്ത ഉറൂബ് കാവ്യാത്മകമായ കഥാകഥനത്തിന്റെ ശക്തിയിൽമാത്രം നിലനിന്നു. ഭരണപ്രതിപക്ഷങ്ങൾ അടങ്ങിയ എസ്റ്റാബ്ലിഷ്മെന്റിന്റെ കണക്കിൽ അദ്ദേഹം ആരുമായിരുന്നില്ല. വ്യക്തിപ്രഭാവംകൊണ്ടും ആത്മവിശ്വാസംകൊണ്ടും ആദർശനിഷ്ഠകൊണ്ടും സഹൃദയത്വംകൊണ്ടും തല

പൊക്കി നടന്ന ഉറൂബിനെ ഇത്തരം പഴഞ്ചൻമൂല്യങ്ങളൊന്നും വില പ്പോവാത്ത പുതിയ കേരളസമൂഹം അംഗീകരിക്കാത്തതിൽ അദ്ഭുത പ്പെടാനില്ല. സമുദായങ്ങളും കക്ഷിരാഷ്ട്രീയവും പണവുമാണല്ലോ കേരളം ഭരിക്കുന്നത്. എം. ഗോവിന്ദനോ, സി.ജെ. തോമസോ ഇവിടെ ആരുമായില്ല. പക്ഷേ സാഹിത്യമേന്മയെ വസ്തുനിഷ്ഠമായി വിലയിരു ത്തുന്ന ഒരു തലമുറ എന്നെങ്കിലും ഇരുപതാം നൂറ്റാണ്ടിലെ കാഥികരുടെ കണക്കെടുപ്പു നടത്തുമ്പോൾ ഉറൂബായിരിക്കും പ്രഥമഗണനീയനായി മാറുക എന്ന് ഞാൻ വിചാരിക്കുന്നു.

∎

കേരളത്തെ നശിപ്പിച്ചത് കമ്മ്യൂണിസ്റ്റുകാർ

അരനൂറ്റാണ്ടു കേരളം ഭരിച്ച കമ്മ്യൂണിസ്റ്റുകാരും കോൺഗ്രസ്സുകാരും ചേർന്നു സംസ്ഥാനത്തിന്റെ വികസനത്തെ നശിപ്പിച്ചിരിക്കയാണ്. പ്രശസ്ത ചരിത്രകാരനും ചിന്തകനുമായ ഡോ. എം.ജി.എസ്. നാരായണൻ പറയുന്നു. കേരളത്തിന്റെ സാമൂഹ്യസാമ്പത്തിക പിന്നോക്കാവസ്ഥയെക്കുറിച്ച് 'കേസരി' ഉന്നയിച്ച ചോദ്യങ്ങൾക്കുള്ള അദ്ദേഹത്തിന്റെ മറുപടി:

- കേരളം ഭരിക്കുന്ന അധ്വാനിക്കുന്നവന്റെ പ്രതിനിധികളെന്നവകാശപ്പെടുന്ന ഇടതുപക്ഷം നടപ്പാക്കുന്ന 'കേരളത്തിന്റെ വികസനമാതൃക' യെക്കുറിച്ച് എന്താണഭിപ്രായം?

  കേരളത്തിന്റെ വികസനമാതൃക കെട്ടുകഥയാണ്. അങ്ങനെയൊന്നില്ല. വികസനരാഹിത്യത്തിന്റെ മാതൃകയാണ് കേരളത്തിലുള്ളത്. സാമ്പത്തികരംഗത്ത് അന്യാശ്രയത്വത്തിന്റെ മാതൃകയാണത്. സാമൂഹികരംഗത്ത് അധഃപതനത്തിന്റെ മാതൃകയാണത്. ഇതു രണ്ടിന്റെയും ഫലമായി സാംസ്കാരികരംഗം ആത്മവഞ്ചനയുടെ പ്രതിഫലനമായിരിക്കുന്നു. ആത്മവഞ്ചനയുടെ മാതൃകയാണ് നമ്മുടെ പത്രമാധ്യമങ്ങളിൽ കേരളത്തിന്റെ വികസനമാതൃകയായി കൊട്ടിഘോഷിക്കുന്നത്.

- **നമ്മുടെ നേട്ടം - സമരങ്ങളും ബന്ദുകളും**

  ഇതൊന്നു വിശദീകരിക്കാമോ?

  സ്വാതന്ത്ര്യത്തിനു ശേഷമുള്ള അരനൂറ്റാണ്ടുകാലം പരിശോധിച്ചാൽ ഇക്കാര്യം വ്യക്തമാകും. 1950-കളിൽ കേരളം മറ്റു സംസ്ഥാനങ്ങൾക്കു മുൻപ് കാർഷികപരിഷ്കാരങ്ങൾ ആരംഭിച്ചുകഴിഞ്ഞതാണ്. തിരുവിതാംകൂറിൽ സർ സി.പി. രാമസ്വാമി അയ്യരും കൊച്ചിയിൽ

ഷൺമുഖം ഷെട്ടിയും മറ്റും രാജാക്കന്മാരുടെ സഹായത്തോടെ ആവിഷ്കരിച്ചു നടപ്പിലാക്കിയ പദ്ധതികൾ മൈസൂറിലെന്നപോലെ ദക്ഷിണേന്ത്യയിലെ മറ്റു ഭാഗങ്ങൾക്കു മാതൃകയായിരുന്നു. പനമ്പിള്ളി യെപ്പോലെയും ടി.വി. തോമസിനെപ്പോലെയും വ്യവസായദൃഷ്ടി യുള്ള നേതാക്കളും ഉണ്ടായിരുന്നു. എന്നാൽ തമിഴ്നാടും ആന്ധ്രയും മഹാരാഷ്ട്രയും കർണാടകവും കേന്ദ്രസഹായം പിടിച്ചുവാങ്ങിയും മൂലധനസാധ്യതകൾ ഉപയോഗപ്പെടുത്തിയും തൊഴിൽബന്ധങ്ങൾ ശക്തിപ്പെടുത്തി നാണ്യവിളകളും നവീന വ്യവസായങ്ങളുമായി മുന്നോട്ടുപോയപ്പോൾ കേരളം സമരങ്ങളും ബന്ദുകളും ഘരാവോ കളുമായി അതിവേഗത്തിൽ പിന്നോക്കം ഓടുകയായിരുന്നു. ഇവിടത്തെ കമ്മ്യൂണിസ്റ്റ് നേതൃത്വം ജന്മിസമ്പ്രദായത്തിന്റെ ദുഷിച്ച വശങ്ങൾ അവസാനിപ്പിച്ചുവെങ്കിലും പുതിയ വ്യവസായങ്ങൾ കരു പ്പിടിപ്പിച്ചില്ല. സാമ്പത്തികശാസ്ത്രത്തിലും ചരിത്രത്തിലുമുള്ള തികഞ്ഞ അജ്ഞതയാണ് അവർ പ്രകടിപ്പിച്ചത്.

കേരളത്തിൽ ധാരാളം സാധ്യതകളുണ്ടായിരുന്നു. കുടിൽ വ്യവസായ ങ്ങളും ചെറുകിട വ്യവസായങ്ങളും കമ്മ്യൂണിസ്റ്റ് നേതൃത്വത്തിന്റെ നിഷേധാത്മക സമീപനംകൊണ്ട് നശിച്ചു. കൈക്കൂലി മോഹിച്ചും ഭയപ്പെട്ടും ബിർളയെപ്പോലുള്ള വൻകിട വ്യവസായികളെ കമ്മ്യൂ ണിസ്റ്റുകാർ പ്രോത്സാഹിപ്പിച്ചു. നാടിന്റെയും കാടിന്റെയും വിഭവസമ്പ ത്തുകൾ അവരുടെ മുമ്പിൽ കാഴ്ചവെച്ചു. തൊഴിലാളികളെയും കൃഷിക്കാരെയും കഷ്ടപ്പെടുത്തിക്കൊണ്ടു പുഴയിലെ വെള്ളം പോലും വിഷം നിറച്ചതാക്കി. അർദ്ധസാക്ഷരരായ ഫ്യൂഡൽ കമ്മ്യൂ ണിസ്റ്റുനേതാക്കൾ സാധാരണക്കാരുടെ വിവരമില്ലായ്മയെ ചൂഷണം ചെയ്തു. വിദ്യാഭ്യാസം ഒരിക്കലും നന്നാകാത്തവിധത്തിൽ മുതലാളി മാരുടെ വില്പനച്ചരക്കാക്കി നിയമനിർമ്മാണം നടത്തി. സർവ്വകലാ ശാലകളുടെ ഗവേഷണശ്രമങ്ങളെ ശത്രുതയോടെ നശിപ്പിച്ചു. അതേ സമയം പാർട്ടിനേതാക്കൾ പണക്കാരായി. അവരുടെ മക്കളെ അന്യ സംസ്ഥാനങ്ങളിൽ കോഴകൊടുത്തു പഠിപ്പിച്ചു. നാട്ടിൽ ട്രാക്ടർ മുതൽ കമ്പ്യൂട്ടർവരെയുള്ള തന്ത്രങ്ങൾക്കെതിരായും സ്വാശ്രയ സ്ഥാപനങ്ങൾക്കെതിരായും തുടർച്ചയായി സമരം ചെയ്ത നേതാ ക്കൾ അവയെല്ലാം ഉപയോഗപ്പെടുത്തി സ്വന്തം സ്ഥിതി മെച്ചപ്പെ ടുത്തി. അവർ പൊതുമേഖലയെ സ്വകാര്യമേഖലയായും സ്വകാര്യ മേഖലയെ പൊതുമേഖലയായും സ്വാർത്ഥതാത്പര്യങ്ങൾക്കുവേണ്ടി മാറ്റിമറിച്ചു.

● ഈയവസരങ്ങളിൽ കേരളീയന്റെ ജീവിതച്ചെലവ് വർദ്ധിക്കുകയും അവൻ ആഡംബരവസ്തുക്കൾ വാങ്ങിക്കൂട്ടുകയുമായിരുന്നല്ലോ. വികസനമില്ലെന്ന വാദത്തെ ഇതു സാധൂകരിക്കുന്നില്ലല്ലോ?

മഹാന്മാരെ അവഗണിച്ചു

ഭാഗ്യവശാൽ ഈ കാലഘട്ടത്തിലാണ് ഗൾഫിലും ആഫ്രിക്കയിലും മലേഷ്യയിലുമൊക്കെയുള്ള തൊഴിൽമേഖലകൾ തുറന്നുകിട്ടിയത്. അവിടങ്ങളിലെ വികസനപരിപാടികളുടെ ഫലമായി ഉണ്ടായ തൊഴിൽസാധ്യതകൾ മുതലെടുക്കുവാൻ കേരളീയർക്കു സാധിച്ചു. ഒരു ഗവണ്മെന്റിന്റെയും സഹായമില്ലാതെ, ഒരു പ്രസ്ഥാനത്തിന്റെയും പ്രചോദനമില്ലാതെ സ്വതസിദ്ധമായ അദ്ധ്വാനശീലംകൊണ്ടുമാത്രം ലക്ഷക്കണക്കിനു മലയാളികൾ ആ രാജ്യങ്ങളുടെ സമ്പന്നതയിൽ പങ്കുകാരായിത്തീർന്നു. അവിടങ്ങളിൽനിന്നു നിയമപ്രകാരവും അല്ലാതെയും ഒഴുകിയെത്തിയ പണംകൊണ്ട് അനേകായിരം ആശ്രിതകുടുംബങ്ങൾ ഐശ്വര്യപൂർണമായ ജീവിതം കണ്ടെത്തി. വിദ്യാഭ്യാസവും ആരോഗ്യശുശ്രൂഷയും യാത്രാസൗകര്യങ്ങളും വാർത്താവിനിമയ സമ്പ്രദായങ്ങളും വളർന്നു. ഗൾഫിലെ സമ്പൽസമൃദ്ധിയുടെ ഒരംശം കേരളത്തിലേക്കു പകർന്നു. ഈ സന്ദർഭം നോക്കി തങ്ങളുടെ സാമ്പത്തികനയങ്ങളും പരിപാടികളുമാണ് കേരളത്തിന് വികസനപ്രതീതിയുണ്ടാക്കിയതെന്നു കമ്മ്യൂണിസ്റ്റ് നേതാക്കൾ പ്രചരിപ്പിക്കാനും ആരംഭിച്ചു.

- കമ്മ്യൂണിസ്റ്റ് നേതൃത്വം മാത്രമാണോ കേരളത്തിന്റെ പിന്നോക്കം പോകലിന് ഉത്തരവാദികൾ?

അല്ല. കമ്മ്യൂണിസ്റ്റുനേതാക്കളെയും അവരുടെ അജ്ഞതയേയും മാത്രം എടുത്താക്ഷേപിക്കുന്നതിലർത്ഥമില്ല. ആദ്യകാലത്ത് അധികാരത്തിലിരുന്ന കോൺഗ്രസ്സിന്റെ ചീഞ്ഞളിഞ്ഞ നേതൃത്വമാണ് ജനങ്ങളെ കമ്മ്യൂണിസ്റ്റുകാരുടെ കാരുണ്യത്തിനു വിട്ടുകൊടുത്തത്.

കെ. കേളപ്പൻ, കെ.പി. കേശവമേനോൻ, മുഹമ്മദ് അബ്ദുറഹിമാൻ, സി.കെ.ജി. തുടങ്ങിയ മഹാന്മാരായ സ്വാതന്ത്ര്യസമരപ്പോരാളികളെ കേരളത്തിലെ കോൺഗ്രസ്സുകാർ വിസ്മരിച്ചു. അവരെ പിന്തള്ളിതിക്കിത്തിരക്കി മുന്നോട്ടുവന്ന കോൺഗ്രസ് നേതാക്കൾ അഴിമതിക്കാരും കേന്ദ്രനേതാക്കളുടെ സേവക്കാരും മാത്രമായിരുന്നു. ജാതിയും മതവും പ്രദേശവും പറഞ്ഞു കോൺഗ്രസ്സുകാർ വഴക്കടിച്ചപ്പോഴാണ് കമ്മ്യൂണിസ്റ്റുകാർ മുന്നേറിയത്. സ്വന്തം പ്രസ്ഥാനത്തിന്റെ നേതാക്കളെപ്പോലും അംഗീകരിക്കാനോ നേതാക്കളുടെ മഹത്വം മനസ്സിലാക്കാനോ കോൺഗ്രസ് തയ്യാറായില്ല. ഇത് കോൺഗ്രസ്സിനെ മാത്രമല്ല, കേരളത്തിലെ ഇടതുപക്ഷപാർട്ടികളെയും ബാധിച്ച

മഹാരോഗമാണ്. എ.കെ. ഗോപാലനെപ്പോലുള്ള ജനനേതാക്കളെയും കെ. ദാമോദരനെപ്പോലുള്ള ബുദ്ധിജീവികളെയും പുറത്താക്കിയും തഴഞ്ഞും അവഗണിച്ചുംകൊണ്ട് കമ്മ്യൂണിസ്റ്റുകാർ ഇ.എം.എസ്സിനെപ്പോലുള്ള കപടനേതാക്കളെയാണ് അധികാരത്തിലെത്തിച്ചത്. ഫലമാകട്ടെ, ഹിന്ദു-മുസ്ലീം-ക്രിസ്ത്യൻ-നായർ-ഈഴവ വിഭാഗങ്ങൾ തമ്മിൽ വഴക്കുണ്ടാക്കിയും ഉള്ള വഴക്കുകളെ മൂർച്ഛിച്ചും കമ്മ്യൂണിസ്റ്റുകാർ തങ്ങളുടെ അധികാരം സ്ഥിരപ്പെടുത്തി. സഹകരണ മേഖലയും പഞ്ചായത്ത് മേഖലയും അവർ പിടിച്ചടക്കി. ഇതിനെ വികസനമാതൃക എന്നല്ല വഞ്ചനാമാതൃക എന്നാണ് വിളിക്കേണ്ടത്.

തളർന്ന കേരളീയവിഭവങ്ങൾ

- കൃഷി, വസ്ത്രധാരണം, ഭക്ഷണം, ആചാരം തുടങ്ങിയവയിലെല്ലാം കേരളത്തിനു തനിമയുണ്ടായിരുന്നു. ഇന്ന് അതെല്ലാം അന്യംനിന്നു പോകുകയാണല്ലോ?

ആധുനികലോകത്തിൽ ഒരു പ്രദേശത്തിനും രാഷ്ട്രത്തിനും അതിന്റെ പഴയ ജീവിതശൈലി ഒരു മാറ്റവുമില്ലാതെ അതേപടി നിലനിർത്തുവാൻ സാധ്യമല്ല. പ്രാദേശികത്തനിമയുടെ ആരോഗ്യകരമായ അംശങ്ങൾ അഭിമാനപൂർവ്വം നിലനിർത്തുകയും വ്യവസായവൽക്കരണത്തിനുകൂടി പ്രയോജനപ്പെടുത്തുകയും അതേസമയം അത്ര തന്നെ ആരോഗ്യകരമല്ലാത്ത വശങ്ങളെ നിർദ്ദയം ഉപേക്ഷിക്കുകയും ചെയ്തുകൊണ്ടു മാത്രമേ ഒരു ജനതയ്ക്കു മുന്നോട്ടുപോകാനാവൂ.

ഒരുദാഹരണം പറഞ്ഞാൽ, കേരളത്തിൽ പാരമ്പര്യമായി തെങ്ങുകൃഷി വളർന്നിരുന്നു. തെങ്ങിന്റെ എല്ലാ ഭാഗങ്ങളും കേരളീയർ പ്രയോജനപ്പെടുത്തിയിരുന്നു. 13-ാം നൂറ്റാണ്ടിന്റെ അവസാനത്തിൽ യൂറോപ്പിൽനിന്നും വന്ന മാർക്കോപോളോ തെങ്ങ് എന്ന അദ്ഭുത വൃക്ഷത്തെ വർണ്ണിച്ചപ്പോൾ അയാളുടെ നാട്ടുകാർ വിശ്വസിച്ചില്ല. എങ്കിലും ഇന്ന് തെങ്ങിന്റെ ഉല്പന്നങ്ങൾ വ്യവസായങ്ങളിൽ ഏറ്റവും കുറച്ച് ഉപയോഗപ്പെടുത്തുന്നതു നമ്മളാണ്. ഇന്ത്യയ്ക്ക് പുറത്ത് അന്താരാഷ്ട്രവിപണിയിൽ ഇളനീരും ഇളനീർവെള്ളവും തേങ്ങാക്കഷണങ്ങളും തേങ്ങചെരകിയ പൊടിയും പല രൂപത്തിൽ വലിയ ആർഭാടവസ്തുക്കളായി ഭക്ഷണത്തിൽ ചേരുന്നുണ്ട്. അതിന്റെ ഉത്പാദകർ ഹോങ്കോങ്ങിലും കൊറിയയിലും മലേഷ്യയിലും ശ്രീലങ്കയിലുമൊക്കെയാണ്. കേരളീയർക്ക് ആ വൻകിട ഭക്ഷ്യവ്യവസായ മേഖലയിൽ ഒരു പങ്കുമില്ല.

● തേങ്ങയുടെ വിലയിടിവ് കേരളത്തിലെ കേരകർഷകനെ പ്രതിസന്ധി യുടെ നടുക്കയത്തിൽപെടുത്തിയിരിക്കയാണ്. ഇതു മറ്റു കാർഷിക ഉല്പന്നങ്ങളെയും ബാധിക്കുന്നില്ലേ?

ഇതിനേക്കാൾ കഷ്ടമാണ് കുരുമുളകിന്റെ കാര്യം. ലോകത്തിൽ കുരുമുളകുണ്ടായിരുന്ന ഒരേയൊരു പ്രദേശമായിരുന്നു കേരളം. ഇവിടെ അതിന് ആവശ്യക്കാരുണ്ടായിരുന്നില്ലെങ്കിലും യൂറോപ്പിലെ കഠിനമായ ശിശിരത്തിൽ മരുന്നായും മാംസം കേടുവരാതെ സൂക്ഷി ക്കാനുള്ള ഉപകരണമായും കുരുമുളകിന് വലിയ ഡിമാന്റായിരുന്നു. കറുത്ത പൊന്ന് എന്നാണവർ അതിനെ വിളിച്ചത്. അതിനെ തേടി യാണ് ജൂതന്മാരും നസ്രാണികളും പിന്നെ അറബികളും യൂറോപ്യരും കടൽ മുറിച്ചുകടന്നു മലയാളക്കരയിൽ വന്നത്. നമ്മുടെ എല്ലാ സമൃദ്ധിയും എല്ലാ കുഴപ്പങ്ങളും കുരുമുളക് വിപണിയെച്ചുറ്റിയാണ് വളർന്നുവന്നത്. എന്നാൽ 18-ാം നൂറ്റാണ്ടിൽ ജസ്യൂട്ട്പാതിരിമാർ ഡച്ചു കാരുടെ കീഴിലുള്ള ഇന്തോനേഷ്യയിൽ കുരുമുളകിനനുകൂലമായ കാലാവസ്ഥ കണ്ടെത്തിയപ്പോൾ അതിന്റെ ഭവിഷ്യത്തുകൾ മല യാളികൾ മനസ്സിലാക്കിയില്ല. ഇന്ന് ഇന്തോനേഷ്യയാണ് കുരുമുളക് വിപണി നിയന്ത്രിക്കുന്നത്.

ഇതുപോലെ കേരളത്തിന്റെ തേക്കും അണുപ്രസരണമുള്ള (Radio Active) മണൽത്തരികളും ആയുർവേദ ഔഷധസസ്യങ്ങളും എല്ലാം അന്യരാണ് പ്രയോജനപ്പെടുത്തുന്നത്. കേരളത്തനിമ എന്നു പറയാൻ കഥകളിയും നിലവിളക്കുമല്ലാതെ മറ്റൊന്നുമില്ലാതായി.

നാം ക്ലേശിക്കേണ്ടിവരും

● അതെ, ഈ അവസ്ഥയ്ക്കുത്തരവാദികൾ നമ്മൾതന്നെയല്ലേ. അവ സംരക്ഷിക്കാൻ നാം തയ്യാറില്ലാഞ്ഞിട്ടല്ലേ?

ശരിയാണ് മഹാകവി വള്ളത്തോളിന്റെ ദീർഘദൃഷ്ടി കാരണം പരമ്പരാഗതകലകളുടെ കൂട്ടത്തിൽനിന്നും കഥകളിയെങ്കിലും രക്ഷപ്പെട്ടു. കളരിപ്പയറ്റും മോഹിനിയാട്ടവും ശില്പശൈലികളും ചുമർചിത്രങ്ങളുമെല്ലാം മുരടിച്ചുകിടക്കുന്നു. അവ ചിലപ്പോൾ അന്യ ദേശക്കാർ പ്രയോജനപ്പെടുത്തുന്നുവെന്നു മാത്രം. പുതിയ രീതികൾ ഉൾക്കൊണ്ട് ഉല്പാദനം വർദ്ധിപ്പിക്കാതെ ഒരു ജനതയും സമ്പന്ന മാവില്ല. ഇതിനാവശ്യം പ്രതിഭാശാലികളായ ചെറുപ്പക്കാരാണ്. പ്രകൃതിവിഭവങ്ങളും പ്രതിഭാസമ്പന്നരായ ചെറുപ്പക്കാരും ഒത്തു ചേരുമ്പോൾ രാജ്യം വികസിക്കുന്നു. ഇവ രണ്ടും നമുക്കുണ്ട്. പക്ഷേ കോൺഗ്രസ്സുകാരുടെയും കമ്മ്യൂണിസ്റ്റുകാരുടെയും ബുദ്ധിശൂന്യമായ

രാഷ്ട്രീയസാമൂഹികനേതൃത്വം അരനൂറ്റാണ്ടായി അവയെ ദുരുപ യോഗപ്പെടുത്തുകയാണ്.

- ഈയവസ്ഥയ്ക്ക് ഒരു മാറ്റം വേണ്ടേ? ഇതു സംബന്ധിച്ചുള്ള താങ്കളുടെ അഭിപ്രായമെന്താണ്?

ഒന്നോ രണ്ടോ തലമുറയ്ക്കുള്ളിൽ ഇതിൽനിന്നും പെട്ടെന്നൊരു മോചനത്തിനു വഴികാണുന്നില്ല. ചരിത്രത്തിൽ തെറ്റുകൾക്കു വില കൊടുക്കാതെ നിവൃത്തിയില്ല. പ്രായശ്ചിത്തവും പരിഹാരവും കാല ക്രമത്തിൽ മാത്രമാണ് കേരളത്തെ രക്ഷപ്പെടുത്താൻ സാധ്യത യുള്ളത്. മറ്റു സംസ്ഥാനങ്ങൾക്കൊപ്പമെത്താൻ നാം വളരെയേറെ ക്ലേശിക്കേണ്ടിവരും. അതിനിടയ്ക്ക് ഗൾഫുകാരുടെ മടക്കയാത്രയും പ്രകൃതിസമ്പത്തിന്റെ നാശവും ജനവർദ്ധനവുംകൂടി കണക്കിലെടു ക്കേണ്ടിയിരിക്കുന്നു. വരുന്ന 50 വർഷത്തേക്ക് ഭാഗ്യവാന്മാരായ ചില കേരളീയർ നന്നായേക്കാമെന്നല്ലാതെ കേരളീയസമൂഹം ഉൽക്കർഷ ത്തിന്റെ പാതയിൽ എത്തുമെന്ന് പ്രതീക്ഷിക്കാൻ വഴികാണുന്നില്ല.

■

www.ingramcontent.com/pod-product-compliance
Lightning Source LLC
LaVergne TN
LVHW041615070526
838199LV00052B/3152
* 9 7 8 9 3 8 8 8 3 0 0 7 2 *